# உலக சினிமா

சில திரைப்பட அறிமுகங்கள்

# உலக சினிமா

## சில திரைப்பட அறிமுகங்கள்

சுரேஷ் கண்ணன்

கிழக்கு

உலக சினிமா: சில திரைப்பட அறிமுகங்கள்
Ulaga Cinema: Sila Thiraipada Arimugangal
*Suresh Kannan ©*

Kizhakku First Edition: January 2016
192 Pages
Printed in India.

ISBN 978-93-84149-64-2
Title No. Kizhakku 884

Kizhakku Pathippagam
177/103, First Floor,
Ambal's Building, Lloyds Road,
Royapettah, Chennai 600 014.
Ph: +91-44-4200-9603

Email : support@nhm.in
Website : www.nhm.in

Author's Email: sureshkannan2005@gmail.com

Kizhakku Pathippagam is an imprint of New Horizon Media Private Limited

எழுதக் கற்றுத் தந்த
எழுத்தாளர் சுஜாதாவுக்கு
பேரன்புடன்

# உள்ளே

# என்னுரை

**ந**ண்பர்களே...

மானுட குலத்தின் மகத்தான விஞ்ஞானக் கண்டுபிடிப்புகளில் முக்கியமானது சினிமா. படித்தவர் முதல் பாமரர்வரை அனைத்துத் தரப்பினரையும் தன்னகத்தே ஈர்க்கும் முன்னணி ஊடகமாக உலகெங்கிலும் அது வளர்ந்திருக்கிறது. தமிழ்ச் சமூகத்தில் இந்த வலிமையான ஊடகம் ஏற்படுத்தியிருக்கும் தாக்கம் அளப்பரியது. இச்சமூகத்தின் நனவிலி மனங்களில் நட்சத்திரங்களின் பிம்பங்கள் அழுத்தமாகவும் பிரமாண்டமாகவும் பதிந்திருக்கின்றன. புனைவுக்கும் யதார்த்தத்துக்கும் உள்ள மிகப் பெரிய இடைவெளியை உணர முடியாதவாறு சினிமாவின் தாக்கம் இங்கே ஆழமாகப் படிந்திருக்கிறது. தமிழ்ச் சமூகம், திரையின் நிழலில் ஊதிப்பெருக்கப்படும் நட்சத்திரங் களின் நல்லியல்புகளையும் அவதார சாகசங்களையும் உண்மையென நம்புகிறது. அதோடு தம்மை ஆளும் அதிகாரத்தையே அவர்களிடம் ஒப்படைக்கத் துணியும் அளவுக்கு சினிமாவை அப்பாவித்தனமான ஆவேசத்துடன் நம்பிப் பின்பற்றுகிறது.

ஒரு சினிமாவை எப்படி அணுகுவது என்பது பற்றிய பயிற்சியும் அது சார்ந்த ரசனையும் பெருமளவு அற்ற சூழல் நம்முடையது. உலக அளவில் சினிமாவை அதிகமாக உற்பத்தி செய்யும் ஒரு பிரதேசத்தி லிருந்து, நூறு ஆண்டுகளைக் கடக்கப் போகும் தமிழ் சினிமாவிலிருந்து சர்வதேச அளவில் ஒப்பிடுமளவுக்கு - சில அரிதான முயற்சிகளைத் தவிர்த்து - ஒரு நல்ல படைப்புகூட இல்லை என்பது ஒரு முரண்நகை. இதற்குப் படைப்பாளர்களை மட்டுமே குறைகூறுவது முறையல்ல. சினிமா என்பது அதன் உருவாக்கத்துக்குப் பெரும் நிதியைக் கோரி நிற்கும் கலை என்பதால் அது சார்ந்த வணிகக் கட்டுப்பாடுகள், தடைகள் சில நல்ல படைப்பாளர்களையும் முடக்கி வைத்திருக் கின்றன. எனவே, ஒட்டுமொத்த சமூகத்தில் இதற்கான மாற்றம் ஏற்பட வேண்டியிருக்கிறது; பார்வையாளர்கள் தங்களின் ரசனையை மேம்படுத்திக்கொள்ள வேண்டியிருக்கிறது.

ஒரு கால கட்டத்தில் சினிமா சங்கங்கள் மூலம் ஒரு குறுகிய அறிவுஜீவி வட்டத்தால் மட்டுமே பார்க்கப்பட்டுக்கொண்டிருந்த உலக சினிமா வானது தொழில்நுட்பப் புரட்சியால் இன்று இணையத்தின் மூலமும் குறுந்தகடுகளின் மூலமும் வீட்டின் வாசலிலேயே எளிதில் அணுகக் கூடிய ஒரு சாதனமாகிவிட்டது. இவற்றைக் காணும் தமிழ் சினிமாவின் சராசரியான பார்வையாளர்கூட, உள்ளூர் வெகுசன சினிமாவோடு தன்னிச்சையாக இவற்றை ஒப்பிட்டுப் பார்த்து அவற்றில் காணக்கூடிய மலைக்கும் மடுவுக்குமான வேறுபாடுகளை அதிருப்தியோடு புரிந்துகொள்ளும் சூழல் நேர்ந்திருக்கிறது. தமிழ் சினிமாவின் படைப்பாளர்களும் இந்த நெருக்கடியை இப்போது மெல்ல உணரத் துவங்கியிருக்கிறார்கள். சமீபத்தில் புதிய அலை இளம் இயக்குநர்களிடமிருந்து வெளிவரத் துவங்கியிருக்கும் குறிப்பிடத் தகுந்த முயற்சிகள் அந்த மாற்றத்தை நமக்கு உணர்த்துகின்றன. எனவே, சினிமா குறித்த ரசனை அதிகமாகப் பரவும் போது அது ஒட்டுமொத்த சூழலிலும் ஆக்கபூர்வமான மாற்றங்களை ஏற்படுத்தும் என்கிற நடைமுறை உண்மையையே இதன் மூலம் காண்கிறோம்.

•

இந்த நூலில் நீங்கள் வாசிக்கவிருக்கும் உலக சினிமா குறித்தான இந்தக் கட்டுரைகள், என்னுடைய வலைப்பதிவில் [http://pitchaipathiram.-blogspot.in] பல்வேறு காலகட்டங்களில் எழுதப்பட்டவை. எழுத்தாளர் சுஜாதாவை இந்தத் தருணத்தில் அன்புடனும் நன்றியுடனும் நினைவுகூர்கிறேன். பல வருடங்களுக்கு முன்பு கணையாழில் அவர் எழுதிய பத்திக் கட்டுரையொன்றில் 'பதேர் பாஞ்சாலி' எனும் அற்புதமான திரைப்படத்தையும் சத்யஜித்ரே எனும் உன்னதமான கலைஞனையும் எனக்கு அறிமுகப்படுத்தினார். ஒரு சராசரி பார்வையாளனாக தமிழ் சினிமா எனும் அபத்தக் களஞ்சியத்தில் அதுவரை உழன்றுகொண்டிருந்த என்னை பல்வேறு நாட்டுத் திரைப்படங்களைக் காணும் உத்வேகத்தையும் ஆவலையும் அந்த ஒரு நுனி அறிமுகமே நகர்த்திச் சென்றது. தவிரவும் பிறகு உலக சினிமா குறித்துத் தொடர்ந்து கட்டுரைகள் எழுதிக் கொண்டிருந்த எஸ்.ராமகிருஷ்ணன், செழியன் ஆகியோரின் எழுத்துகளும் எனக்கு நல்ல சினிமாக்களை அறிமுகப்படுத்தின.

அவை தந்த மனவெழுச்சியில் உலகத் திரைப்படங்களைக் காணத் தொடங்கி அந்த அனுபவங்களை மற்றவர்களுக்கும் எப்படியாவது கடத்திவிட வேண்டும் என்கிற ஆவலில் எழுதப்பட்டவையே இந்தக் கட்டுரைகள். அதற்கான துள்ளலான மனவுணர்வையும் கிளர்ச்சியையும் இந்தக் கட்டுரைகளில் நீங்கள் காண முடியும். விமர்சனம் எனும் சொல்லில் உள்ள கனத்தை அறிவேன். எனவே இவை விமர்சனக்

கட்டுரைகளோ ஆய்வுக்கட்டுரைகளோ அல்ல. சிறந்த உலக சினிமாக்களை உங்களுக்கு சுவாரசியமாக அறிமுகப்படுத்தவேண்டும் என்பதே இக்கட்டுரைகளின் பிரதான நோக்கம். அதை இந்த நூலின் வழியாக நிறைவேற்றியிருக்கிறேன் என நம்புகிறேன்.

இந்தப் பதிவுகள் இணையத்தில் வெளியாகும்போது அவற்றை ஆவலுடன் வாசித்தும் பின்னூட்டமிட்டும் ஊக்குவித்த சக இணைய நண்பர்களின் அன்பை நெகிழ்ச்சியுடன் இந்த நேரத்தில் நினைவு கூர்கிறேன். சினிமா விமர்சனங்கள் குறித்து எழுதப்படும் வலைப்பதிவுகளில் முக்கியமானவைகளுள் ஒன்றாக என்னுடைய வலைப்பதிவை ஜெயமோகன் தன் இணையதளத்தில் ஒருமுறை குறிப்பிட்டதை மூத்த படைப்பாளியின் ஆசியாகவே கருதுகிறேன்.

உலக சினிமா குறித்த ரசனை பொதுப்பார்வையாளர்களிடம் மேலதிகமாகப் பரவுவதின் மூலம் அது தமிழ் சினிமாவின் உருவாக்கத்திலும் எதிரொலிக்கும் என்பதே என் நம்பிக்கையும் எதிர்பார்ப்பும். அந்தச் சூழல் சாத்தியமாக இந்த நூலின் பங்கு ஒரு துளியேனும் இருக்குமானால் அது எனக்கு மகிழ்ச்சியே. இந்த நூலை பதிப்பிக்க முன்வந்த கிழக்குப் பதிப்பகத்தினருக்கும், குறிப்பாக இந்த முயற்சியை முன்னெடுத்த நண்பர் ஹரன் பிரசன்னாவுக்கும் என் மனப்பூர்வமான நன்றி.

அன்புடன்

சுரேஷ் கண்ணன்<br>சென்னை - அக்டோபர் 2015

# துயரத்தின் காவியம்

La Strada | 1954 | ITALY | Federico Fellini

**உ**லகத்தின் சிறந்த 10 திரைப்படங்களைப் பட்டியலிடச் சொன்னால் என்னால் தயக்கமேயின்றி 1954-ல் வெளிவந்த இத்தாலிய நியோ ரியலிச வகைத் திரைப்படமான 'லா ஸ்டிராடா'வை அதில் சேர்க்க முடியும். ரேவின் 'பதேர் பாஞ்சாலி' டிசிகாவின் 'பை சைக்கிள் தீவ்ஸ்' போலப் பார்வையாளரின் நெஞ்சில் ஒரு நீங்காத துயரத்தின் வடுவாகப் பதிந்துவிடும் திரைப்படங்களின் வரிசையில் லா ஸ்டிராடாவுக்கும் முக்கிய இடம் உண்டு. அதிர்ச்சி தரும் திருப்பங்களைக் கொண்ட திரைக்கதையோ பிரமிக்க வைக்கும் தொழில்நுட்பமோ எதுவுமே இந்தத் திரைப் படத்தில் இல்லை. மாறாக மனித உணர்வுகளின் ஆதாரமான நுண்ணுணர்வைப்பற்றி இப்படம் மெல்லிய குரலில் ஆனால் அழுத்தமாக உரையாடுகிறது. ஃபெலினி முன்வைக்கும் உன்னதமான காட்சிக்கோர்வைகளின் மூலம் மிகச் சிறந்த அனுபவத்தை இந்தத் திரைப்படத்தின் மூலமாகப் பெறமுடிகிறது.

வறுமையின் காரணமாக ஜிப்சியான ஜாம்பனோவுக்கு விற்கப் படுகிறாள் ஜெல்சோமினா. சங்கிலியால் தன் மார்புகளை இறுகக் கட்டி பின்னர் அதை உடைத்துக்காட்டும் வித்தையின் மூலம் பிழைக்கும் ஜாம்பனோ ஒரு முரடன். குழந்தைமையும் அப்பாவித்தனமும் கொண்ட ஜெல்சோமினாவை அவன் ஒரு பொருட்டாகவே கொள் வதில்லை. டிரம்பெட் ஊதச் சொல்லி அவளை அடிக்கிறான். சம்மதம் பெறாமலேயே அவளுடன் உறவு கொள்கிறான். அவளை இரவெல்லாம் தெருவில் அமர வைத்துவிட்டு வேசையோடு சுற்றிக் களைத்துப்போய் எங்கோ விழுகிறான். அன்றாடம் கிடைக்கும் உணவுடன் திருப்தியடையும் அவன் ஜெல்சோமினாவின் உள்ளே மறைந்திருக்கும் கலைத்தன்மையைக் கண்டு கொள்வதேயில்லை. அவனுடைய நடவடிக்கையால் வெறுப்படையும் அவள் விலகிப் போகிறாள்.

கட்டடங்களுக்கு இடையிலான கயிற்றில் வித்தை காட்டும் மேட்டோவைக் காண்கிறாள். எப்போதுமே மிக உற்சாகமாக இருக்கும் அவனை வியப்புடன் பார்க்கிறாள். இதற்கிடையில் அவளைத் தேடி வரும் ஜாம்பினோ வலுக்கட்டாயமாக இழுத்துச் செல்கிறான்.

ஜாம்பினோவும் ஜெல்சோமினாவும் பணிக்குச் சேரும் அதே சர்க்கஸ் கம்பெனியில் மேட்டோவும் பணிபுரிகிறான். முரடனான ஜாம்பினோவை விளையாட்டாகத் தொடர்ந்து சீண்டிக் கொண்டே யிருக்கிறான் மேட்டோ. கோபமடையும் ஜாம்பினோ கத்தியை எடுத்துக்கொண்டு அவனைத் துரத்தக் காவல்துறையினரால் கைது செய்யப்பட்டுச் சிறையில் அடைக்கப்படுகிறான். அநாதையாக நிற்கும் ஜெல்சோமினாவை சர்க்கஸ் கம்பெனியினர் தங்களுடன் வரும்படி அழைக்கின்றனர். ஆனால், மேட்டோவுடனான உரையாடலால் மனம் மாறும் ஜெல்சாமினோ, ஜாம்பினோவுக்காகக் காத்திருக்கிறாள். அவன் சிறையிலிருந்து வெளிவந்ததும் இருவரும் வழக்கம்போல் பயணம் மேற்கொள்கின்றனர். வழியில் மேட்டோவைக் காணும் ஜாம்பினோ, அவனைத் தண்டிக்க வேண்டி இரண்டு வலுவான குத்துக்களை விட எதிர்பாராதவிதமாக இறந்து போகிறான் மேட்டோ. திடுக்கிடும் ஜாம்பினோ அவனது உடலை மறைத்துவிட்டு அதிர்ச்சியடைந்து நின்றிருக்கும் ஜெல்சோமினாவை அழைத்துச் செல்கிறான்.

மேட்டோ கொலையுண்ட காட்சியைக் கண்ட ஜெல்சோமினா திக்பிரமையடைந்தவளைப்போலக் காணப்படுகிறாள். மேட்டோவுடனான உரையாடலின் வார்த்தைகளையே மறுபடியும் மறுபடியும் சொல்கிறாள். காவல்துறையினரிடம் மாட்டிக் கொள்வதற்கு இவளே காரணமாகிவிடக்கூடும் எனக் கருதும் ஜாம்பினோ அவளை

நிராதரவாகச் சாலையில் விட்டு விட்டுச் செல்கிறான். வருடங்கள் கடக்கின்றன.

ஜாம்பினோ மிதமிஞ்சிய குடிப்பழக்கத்துடன் அதே முரட்டுத் தனத்துடன் இருக்கிறான். வழியில் சில குழந்தைகள் ஒரு பாடலை இசைப்பதைக் கண்டு திடுக்கிடுகிறான். ஏனெனில் ஜெல்சோமினா அடிக்கடி இசைக்கும் பாட்டு அது. விசாரிக்கும்போது மனம் பிறழ்வுற்ற பெண்ணொருத்தி அங்கு சாலையில் சுற்றிக் கொண்டிருந்ததாகவும் அந்தக் குடும்பத்தினர் அழைத்து உணவளித்ததாகவும் பின்னர் உடல்நலம் குன்றிய அவள் கடற்கரைச் சாலையிலேயே இறந்து போனதாகவும் தகவல் கிடைக்கிறது. அளவுக்கதிகமாகக் குடிபோதையில் ஜெல்சோமினாவின் நினைவுகளுடன் ஜாம்பினோ குற்றவுணர்வில் வாய்விட்டு அழும் காட்சியுடன் படம் முடிகிறது.

இந்தப் படத்தை மறக்கவியலாத ஓர் அனுபவமாக்கியது ஜெல்சோமினாவின் பிரமிப்பூட்டும் இயல்பான நடிப்பு. இத்திரைப் படத்தின் இயக்குநரான ஃபெலினியின் மனைவியான குயிலிட்டா மசினா அந்தப் பாத்திரத்தில் ஓர் அற்புதத்தை நிகழ்த்திக் காட்டி யிருந்தார். அவருக்காகவே இந்தப் படத்தை மீண்டும் மீண்டும் பார்த்தேன். தமிழ் நடிகைகளில் இதே போன்றதொரு தோற்றத்தையும் நடிப்பையும் தருபவராக சாவித்திரியை ஓரளவுக்குக் குறிப்பிடலாம்.

ஜெல்சோமினாவை முதலில் பார்க்கும் எவருக்கும் அவர் ஒரு பெண்ணாகத் தெரியாமல் வளர்ந்த குழந்தையைப் போலவே தெரிவார். குழந்தைகளைப்போல் ஆச்சரியத்தில் விரியும் பெரிதான கண்கள் சமயங்களில் அனுதாபத்தைக் கோருவதாகவும் உற்சாகத்தைப் பரப்புவதாகவும் இருக்கும். அப்பாவித்தனமான அந்தப் பாத்திரத்துக்கு மிகப் பொருத்தமாக அமைந்திருந்தார் மசினா. ‘பெண் சாப்ளின்’ என்று புகழப்படும் வகையில் பல திரைப்படங்களில், குறிப்பாக இவரது கணவரது படைப்புகளில், பல திறமையான பாத்திரங்களைக் கையாண்டார். பாலியல் தொழிலாளியாக நடித்த ‘நைட்ஸ் ஆஃப் கேப்ரியா’ அதில் குறிப்பிடத்தகுந்தது.

ஜாம்பினோ குடித்துவிட்டு விழுந்திருக்க, காத்திருக்கும் நேரத்தில் அங்கிருக்கும் சாலையோரத்தில் தக்காளி விதைகளைப் பயிரிடுவாள் ஜெல்சோமினா. கண்விழிக்கும் ஜாம்பினோவிடம் அதைக் காண்பிக்க அவன் எரிச்சலுடன் ‘அதை அறுவடை செய்யும்வரை காத்திருக்க முடியாது. புறப்படு’ என்பான். முள்வேலியில் மாட்டிக்கொண்ட பறவை போன்றதொரு நிலைதான் அவர்களுக்கிடையேயான உறவு. அவளின் எதிரேயே ஒரு வேசையை அவன் கொஞ்சிக் கொண்டிருக்க சங்கடத்துடனும் குழந்தைமையுடனும் ஜெல்சோமினா தவிக்கும் காட்சி குறிப்பிடத்தகுந்தது.

சொற்பக் காட்சிகளில் நடித்தாலும் 'முட்டாள்' மேட்டோவாக நடித்திருக்கும் ரிச்சர்ட் பேஸ்ஸார்ட்டின் நடிப்பும் சிறப்பானது. ஜாம்பினோவின் சிடுமூஞ்சித்தனத்துக்கு நேர்மாறாக எப்போதுமே உற்சாகமாகவும் வாழ்க்கையை அதன் போக்கில் வாழும் சுதந்திர இயல்பினன். ஜாம்பினோ சிறைக்குச் சென்ற பிறகு அநாதையாக நிற்கும் ஜெல்சோமினாவுக்கும் இவனுக்குமான உரையாடல் முக்கிய மானது. தன்னுடைய அழகற்ற தன்மைக்காகவும் நிராதரவான நிலைக்குமாக அழும் அவளிடம் ''இந்த உலகத்தில் அனைத்துமே ஏதோவொரு இலக்குடன்தான் படைக்கப்பட்டுள்ளது. ஒரு கூழாங் கல்லுக்கான இடம்கூட இங்கு முக்கியமானது'' என்று உபதேசிக் கிறான். ஜாம்பினோவிடமிருந்து பிரிந்துவிட யோசிக்கும் ஜெல் சோமினாவை இந்த வார்த்தைகள் ஆற்றுப்படுத்துவதுடன் மனமாற்றத் தையும் ஏற்படுத்துகிறது. மேட்டோ கொல்லப்பட்டவுடன் இந்த வார்த்தைகள் மாத்திரமே அவளது அதிர்ச்சியுற்ற மனத்தினுள் சுழன்றடிக்கின்றன.

ஜாம்பினோவாக நடித்திருக்கும் ஆன்டனி குயினின் நடிப்பும் குறிப்பிடத்தகுந்தது. ஜெல்சோமினாவை ஒரு மனித ஜென்மமாகவே மதிக்காமல் புறக்கணிக்கிறான். சிறையிலிருந்து வெளிவருவதற்காகக் காத்திருக்கும் ஜெல்சோமினாவை ''ஏன் எங்காவது போய்த் தொலைவது தானே''? என்று எரிச்சலுடன் கூறுகிறான். அவ்வாறு அவள் சென்றிருந் தாலும் அந்த அடிமையை விட்டிருக்கமாட்டான் என்றாலும் அவனது அப்போதையை மனநிலையையே அந்த வார்த்தைகளின் மூலம் உணரமுடிகிறது. மேட்டோ கொலையுண்ட அதிர்ச்சியில் தொடர்ந்து ஜெல்சோமினா புலம்பிக் கொண்டிருக்கும் போதுதான் அவளை ஒரு பொருட்டாகப் பயத்துடன் பார்க்கிறான். ஏதோ ஒரு ஆத்திரத்தில் நிகழ்ந்த கொலைக்காகப் பல வருடங்களைச் சிறையில் கழிக்க அவன் விரும்ப வில்லை. ஆனால் பின்னாளில் அவளைச் சாலையில் அப்படியே விட்டு விட்டு வந்ததற்காகக் குற்றவுணர்வில் அழும் காட்சியில் இவரது நடிப்பு சிறப்பானதாக இருந்தது.

சாலைப் பயண நிகழ்வுகளை அடிப்படையாகக்கொண்டு உருவாக்கப் படும் திரைப்படங்கள் அநேகம். இத் திரைப்படமும் அந்த வகையைச் சார்ந்ததுதான். லா ஸ்ராடா எனும் இத்தாலிய மொழிச் சொல் 'சாலை' என்றுதான் பொருள் தருகிறது. 1956-ன் சிறந்த அயல்நாட்டுத் திரைப்படப் பிரிவின் 'அகாதமி' விருதைப் பெற்ற இத்திரைப்படம், உணர்வுபூர்வமான காட்சிக் கோர்வைகளின் காரணமாக 'சிறந்த படங்களின்' வரிசையில் வைத்துப் போற்றப்படுகிறது. 'அகாதமி' விருது மற்றும் பல திரைப்பட விருதுகளை இத் திரைப்படம் பெற்றுள்ளது.

ஜாம்பினோவின் பாத்திரமும் இந்தப் படமும் ஃபெலினிக்குள் உருவான விதம் சுவாரசியமானது. அவரது இளமைப் பருவத்தில் அங்கு வாழ்ந்த ஒரு பெண்பித்தன் பல பெண்களைப் படுக்கையில் வீழ்த்தித் துன்புறுத்துவான். ஒரு முட்டாளான அப்பாவிப் பெண்ணையும் அதேபோல் வீழ்த்துகிறான். பின்னாளில் ஃபெலினி படப்பிடிப்புக்காகக் கடுமையான சாலைகளையுடைய மலைப் பாங்கான இடத்தைக் கடக்கும்போது ஒருவன் வண்டியை ஓட்டிக் கொண்டு வரப் பின்னால் சிறிய உருவிலான பெண்ணொருத்தி அதைத் தள்ளிக்கொண்டு வரும் காட்சியைப் பார்க்கிறார். இந்தக் காட்சியும் முன்னர் அறிந்திருந்த பெண்பித்தன் பாத்திரமும் அவருக்குள் இணைய 'லா ஸ்ராடா'வின் காட்சிகள் மனத்துக்குள் விரிகின்றன. மகத்தான காவியங்களின் மூல காரணம் சிறிய சிந்தனைத் துளிகளாக இருக்கலாம் என்பதற்கான உதாரணமிது.

ஜெல்சோமினா சாலையில் தனித்துவிடப்படும் காட்சிதான் பார்வையாளன் அவளைக் கடைசியாகப் பார்ப்பது. பின்னர் அவள் இறந்து போகும் செய்தியை அறியும்போது ஜாம்பினோவைப் போல அவனும் அதிர்ச்சியும் துக்கமும் அடைகிறான். ஆண்களால் அலைக்கழிக்கப் படும் அப்பாவிப் பெண்களின் சிறந்த பிரதிநிதி ஜெல்சாமினோ. கனவுகளில்கூட அவரது குழந்தைத்தனமான முகம் வந்து என்னைத் துன்புறச் செய்கிறது.

# ஹிட்ச்காக் எனும் கதைசொல்லி

The Wrong Man | 1956 | AMERICA | Alfred Hitchcock

**ஹி**ட்ச்காக்-கை ஒரு மூன்றாந்தர திகில் பட இயக்குநர் என்றே ஏனோ நீண்ட ஆண்டுகளாக எண்ணிக் கொண்டிருந்தேன். தமிழில் 'மாடர்ன் பிக்சர்ஸ்' எனும் சினிமா நிறுவனம் பெரும்பாலும் ஜெய்சங்கரை வைத்து ஒவ்வொரு வெள்ளிக்கிழமையன்றும் வெளியிடும் அபத்தமான சஸ்பென்ஸ் படங்களையும் ஹிட்ச்காக்கையும் எப்படியோ நானாகவே தொடர்புபடுத்தி ஒரு முன்முடிவுடன் அவரை நிராகரித்து வைத்திருந்தேன். அது எத்தனை பெரிய தவறு என்பது சுமார் இரண்டு ஆண்டுகளுக்கு முன்புதான் தெரிந்தது. பிரிட்டிஷ்காரராக இருந்தாலும் பிற்பாடு பெரும்பாலான படங்களை ஹாலிவுட் நிறுவனங்களின் மூலம் உருவாக்கியதால் 'ஹாலிவுட்டின் சிறந்த கதைசொல்லி' என்று அவரை முதன்மைப்படுத்த விரும்புகிறேன்.

ஹிட்ச்காக்கின் பெரும்பான்மையான படங்கள் 'சஸ்பென்ஸ்' வகையைச் சார்ந்ததாக இருந்தாலும் அவை

செயற்கைத்தனமான பரபரப்பையோ, அசட்டுத்தனமான மர்மங் களையோ கொண்டிருப்பதில்லை. மாறாகப் பாத்திரங்களின் அகவுணர்வு சார்ந்து உளவியல் ரீதியானதாகவும் அர்த்தபூர்வமான வித்தியாசமான கேமரா கோணங்கள் மூலமும் அழுத்தமான காட்சி களைக் கோர்ப்பதின் மூலமும் மிக உயர்ந்த தளத்தில் இயங்குகின்றன. தம்முடைய படங்களில் தொடர்ந்து அவர் பரிசோதனை முயற்சிகளை செய்து வருவதை பார்வையாளர்கள் கவனித்திருக்கலாம். உதாரணமாக ROPE என்கிற திரைப்படம் முழுவதுமே வெறும் 10 நீளமான காட்சிகளுடன் தொடர்ச்சியான ஒரே காட்சிக்கோர்வை போன்ற பாவனையுடன் உருவாக்கப்பட்டது.

ஹிட்ச்காக் படங்களின் மிகப் பெரிய பலமாக அவரின் திரைக்கதை யமைப்பைக் குறிப்பிடலாம். படப்பிடிப்புக்குச் செல்வதற்கு முன் திரைக்கதையை அதன் ஒவ்வொரு பிரேமிலும் எவ்வாறு இருக்க வேண்டும் என்பதைக் குறைவான வசனங்களுடன் பெரும்பாலும் காட்சிப்பூர்வமாக மிகக் கச்சிதமாகச் சிந்தித்து மிகுந்த திட்டமிடலுக்குப் பின்புதான் படப்பிடிப்புக்குத் தயாராகிறார். அதற்குப் பிறகு திரைக் கதையை ஒரு தகவலுக்காகக்கூட அவர் பார்ப்பதில்லை. அத்தனையுமே அவர் மூளையில் தெளிவாகப் பதிவாகியிருப்பதால் எவ்வித தயக்கமு மில்லாமல் மிகுந்த நம்பிக்கையுடன் தம் படைப்பை உருவாக்கிச் செல்கிறார்.

படத்தின் துவக்கத்திலேயே அழுத்தமான ஒரு கொக்கியைப் பார்வை யாளர்களின் மூளைகளில் மாட்டிவிடுகிறார் ஹிட்ச்காக். படம் பூராவும் அந்தக் கொக்கி நம்மை சுவாரசியமாக இழுத்துச் செல்கிறது. இந்த ரோலர் கோஸ்டர் பயணம் காரணமாக ஒருவேளை நடுவில் ஏற்படும் தொய்வுகூட நம்மைப் பாதிப்பதில்லை.

ஹிட்ச்காக் படங்களில் நடிகர்கள், குறிப்பாக நாயகிகள், கருப்பு - வெள்ளை திரைப்படத்திலும் அவர்களைக் காதலிக்கத் தூண்டுமாறு பிரத்யேக அழகுடன் உள்ளனர். ஆனால் அவர்கள் வெறுமனே அழகுப் பதுமைகளாகச் சித்திரிக்கப்படுவதில்லை. அவர்களுக்குரிய தனித் தன்மையுடனும் சுயமரியாதை உள்ளவர்களாகவும் ஆபத்துக்காலங்களில் சுயமாக சிந்தித்துப் போராடுபவர்களாகவும் வெளிப்படுகிறார்கள்.

உண்மையில் நான் இதை எழுத ஆரம்பித்ததே ஹிட்ச்காக்கின் The Wrong Man என்கிற திரைப்படத்துக்காக. ஆனால், அவரைச் சிலாகிப்பதிலேயே இத்தனை வரிகளைச் செலவழித்துவிட்டேன். தவறொன்றுமில்லை.

'ஆயிரம் குற்றவாளிகள் தப்பித்தாலும் ஒரே ஒரு நிரபராதி கூடத் தண்டிக் கப்படக்கூடாது' என்பது தேய்ந்துபோன வாக்கியமாக இருந்தாலும்

அதன் அளவில் மிக அர்த்தபூர்வமானது. செய்யாத தவறுக்காக தண்டனை அனுபவிப்பதைப் போன்ற கொடுமை எதுவுமே கிடையாது. தண்டனையின் கூடவே சுய இரக்கமும் சேர்ந்து ஆளையே முழுக்கக் கொன்றுவிடும்.

அப்பாவியொருவன் குற்றவாளியாகத் தவறாக அடையாளங் காட்டப் படுதலின் மூலம் அவனும் குடும்பமும் அல்லலுறும் கதை. உண்மைச் சம்பவம் ஒன்றை அடிப்படையாகக் கொண்டு உருவாக்கப்பட்டது.

கிளப் ஒன்றில் செலோ இசைக்கலைஞனாக பணிபுரியும் Manny Balestrero தன் மனைவியுடனும் எப்போதும் ஒருவரையொருவர் சீண்டிக் கொண்டிருக்கும் இரண்டு மகன்களுடனும் பணப்பற்றாக் குறைகளுக்கு இடையிலும் அமைதியான வாழ்க்கையை வாழ்கிறான். மனைவியின் வைத்தியச் செலவுக்காக இன்ஷுரன்ஸ் பாலிசியின் மீது கடன் வாங்கச் செல்லும்போது பிடிக்கிறது ஏழு மற்றும் அரைச் சனி.

ஹிட்ச்காக்கின் திரைக்கதை சாகசம் இதிலும் வெளிப்படுகிறது. படத்தின் துவக்கத்திலிருந்து இறுதிவரை எங்குமே தடம் மாறு வதில்லை. நூல் பிடித்தாற் போல் செல்கிறது.

இந்த மாதிரியான சஸ்பென்ஸ் படங்கள் தமிழில் ஏன் சாத்தியப் படுவதில்லை என்று ஆச்சரியமாக இருக்கிறது. அறிந்தோ அறியாமலோ வணிகரீதியாக வெற்றிகரமான தமிழ்ப்படங்களுக்கென ஒரு வடிவமைப்பு உருவாகிவிட்டிருக்கிறது. அது எப்படிப்பட்ட கதையென்றாலும் இரண்டு மூன்று சண்டைக்காட்சிகளும், கவர்ச்சி நடனங்களும், ஒரு சோகப்பாட்டும், திணிக்கப்பட்ட ரொமான்ஸும் சென்டிமென்ட்டும் இருக்க வேண்டிய கட்டாயத்துக்கு உள்ளாகி யிருக்கிறது. எனவேதான் மார்பில் குண்டடி பட்ட நாயகன் உடனே ஆஸ்பத்திரிக்கு போய்த் தொலையாமல், அரைமணி நேரம் வசனம் பேசி பிறகு செத்துத் தொலைக்கிறான். நாயகனின் எல்லா கல்யாண குணங்களும் கொண்ட யோக்கியனை அவனுடைய காமாந்தகார நண்பன் வலுக்கட்டாயமாக கிளப் ஒன்றுக்கு அழைத்துச் செல்கிறான். அப்போதுதானே ஒரு கவர்ச்சி நடனத்தை நுழைக்க முடியும்?

இப்படியாக திரைக்கதையை அவரவர்களின் அபிலாஷைகளின்படிக் கொத்து பரோட்டா போட்டால் எப்படி அது ஒரு நல்ல திரைப்படமாக உருவாகும்? தமிழில் நான் கவனித்தவரை அதனளவில் சிறப்பாக உருவாக்கப்பட்ட சஸ்பென்ஸ் திரைப்படங்களாக எஸ்.பாலச்சந்தரின் ‘பொம்மை’ யையும் கே.பாலச்சந்தரின் ‘எதிரொலி’யையும் குறிப்பிட முடியும்.

காவல்துறையின் விசாரணையில் சிக்கித் தவிக்கும் அப்பாவி மனிதராக Henry Fonda மிக அற்புதமாக நடித்துள்ளார்.

ஹிட்ச்காக்கின் சிறுவயதில் அவருடைய தந்தை, இவரின் குறும் புத்தனங்களுக்கு தண்டனை தரும் பொருட்டு அருகிலிருக்கும் காவல் நிலையத்துக்கு அழைத்துச் சென்று சில நிமிடங்கள் லாக்கப்பில் அடைத்து வைக்குமாறு வேண்டிக்கொள்வாராம். சிறுவயதிலேயே காவல்துறையினர் மீது ஆழப்பதிந்த இந்த விநோதமான பயவுணர்வு இந்தப் படத்தின் பல காட்சிகளில் தன்னிச்சையாக வெளிப்பட்டிருப் பதாக ஹிட்ச்காக் ஓர் நேர்காணலில் கூறுகிறார்.

ஹிட்ச்காக் தனது படங்களில் சில விநாடிகளில் ஏதாவது ஒரு அடையாளமில்லா பாத்திரமாகத் தோன்றி மறையும் Cameo Appearance மிகப் பிரபலமானது. இதைக் கண்டுபிடிக்கவே சில திரைப்படங்களை மீண்டும் கூர்ந்து பார்த்திருக்கிறேன். இதில் அவ்வாறான சிரமங்கள் ஏதும் தராமல் இயக்குநரே படத்தின் ஆரம்பத்தில் நிழலுருவமாகத் தோன்றி படத்தின் போக்கைப் பற்றி சுருக்கமாக விவரிக்கிறார்.

ஹிட்ச்காக்கின் ரசிகர்கள் மாத்திரமல்லாது அனைவருமே கட்டாய மாகப் பார்க்க வேண்டிய படமாகப் பரிந்துரைக்கிறேன்.

# ஹிட்லரைக் கொல்லும் விளையாட்டு

Inglourious Basterds | 2009 |
AMERICA | Quentin Tarantino

**1978**-ல் இதே பெயரில் வெளிவந்ததொரு இத்தாலியத் திரைப்படத்தின் தலைப்பால் கவரப்பட்டு அந்தப் பெயரையே சற்று மாற்றி உபயோகித்துக்கொண்டார் க்வெண்டின் டாரண்டினோ. இதற்கான விளக்கத்தைப் பத்திரிகையாளர்கள் கேட்டபோது முதலில் விளக்க மளிக்க மறுத்த அவர், பின்னர் நியோ-எக்ஸ்பிரசனிஸ ஓவியரான Jean-Michel Basquiat-ன் பாதிப்பில் இந்தத் தலைப்பில் மாற்றம் செய்ததாகத் தெரிவித்தார்.

க்வெண்டின் டாரண்டினோ- ஓர் அசலான திரைக்கலைஞனின் இந்தப் பெயர் மாத்திரமே அவர் திரைப்படங்களின் முகவரியாக அமைந்து எந்தவொரு விளக்கத்துக்கும் தேவை யில்லாமல் செய்துவிடும். அ-நேர்க்கோட்டு முறையில் திரைக்கதை அமைந்த அவரின் பல்ப் பிக்ஷன் திரைப்படம்

இன்றளவும் அதனுடைய திரைக்கதை உத்திக்காகப் பெருமளவில் சிலாகிக்கப்படுகிறது.

ஹிட்லர் x யூதர்கள் என்கிற வரலாற்றுப் பகையுடனான படுகொலைகளைப் பற்றி எத்தனை படைப்புகள் வந்தாலும் அதன் முழுமையான வன்முறையை வெளிப்படுத்திவிடமுடியாது. மேலும் அவற்றுக்கான தேவைகள் பல்வேறு வடிவங்களில் தொடர்ந்து கொண்டேயிருப்பதும் அதன் உக்கிரத்தை யூகிக்கவைக்கிறது. வரலாற்றைப் புனைவுக்காக மாற்றியமைக்கும் சுவாரசியமான உத்தியை டாரண்டினோ இந்தப் படத்தில் திறமையாகப் பயன்படுத்தியுள்ளார்.

ஃபிரான்ஸின் ஒரு கிராமத்தில் தம்முடைய குடும்ப உறுப்பினர்களை நாஜிப்படையினர் படுகொலை செய்துவிடுவதால் ஷோசன்னா அங்கிருந்து பாரிஸ் நகரத்துக்குத் தப்பிப் பெயரை மாற்றிக்கொண்டு உறவினரின் திரையரங்கை நிர்வகிக்கிறார்.

இத்தாலியில் உள்ள பிராட்பிட் தலைமையிலான அமெரிக்க-யூத கொரில்லாப் படைக்குழு ஒன்று 'இயன்ற அளவுக்கு நாஜிப்படையினரை கொல்வது' என்ற நோக்கத்துடன் இயங்கி வருகிறது. இந்தக் குழுவின் உறுப்பினர்கள்தான் 'Basterds' என்று அறியப்படுகின்றார்கள்.

போரில் பலரைக் கொன்ற காரணத்துக்காக 'கதாநாயகனாக' புகழ் பெற்றுள்ள Frederick Zoller என்கிற நாஜிப்படை வீரன் கிராமத்திலிருந்து தப்பிவந்த யூத நங்கையான ஷோசன்னாவால் கவரப்படுகிறான். அவன் செய்த வீர சாகசங்களை அடிப்படையாக வைத்து 'தேசத்தின் பெருமை' என்ற திரைப்படத்தை கோயபல்ஸ் உருவாக்குகிறார். வேறொரு அரங்கில் திரையிடப்படுவதாக இருந்த அந்தத் திரைப்படத்தை ஷோசன்னா மீதுள்ள காதலால் தன் செல்வாக்கைப் பயன்படுத்தி அவளுடைய அரங்கில் திரையிடப்படுவதற்கு ஏற்பாடு செய்கிறான். நாஜி படையினரின் உயர்மட்டத் தலைவர்கள் பலர் அந்தத் திரைப்பட வெளியீட்டுக்கு வரவிருக்கும் தகவல் தெரிந்ததும் நாஜிகளைப் பழிவாங்க இதுவே சிறந்த தருணம் என்பதை ஷோசன்னா உணர்கிறார். படம் ஓடிக் கொண்டிருக்கும்போது திரையரங்கை மொத்தமாக எரித்துவிடுவது அவளது திட்டம்.

இன்னுமொரு குழுவும் இதே திட்டத்துடன் இறங்குகிறது. திரைப்பட வெளியீட்டை அறிந்துகொள்ளும் இங்கிலாந்தின் உளவுத்துறை, திரையரங்கில் நாஜி அதிகாரிகளைக் கொல்லத் தம்முடைய ஆட்களை அனுப்புகின்றனர். இரட்டை ஏஜெண்ட்டான ஜெர்மானிய நடிகையும் 'Basterds' குழுவினரும் அவர்களுக்கு உதவுவார்கள். கடைசி தருணத்தில் ஹிட்லரும் அந்தத் திரைப்பட வெளியீட்டுக்கு வருவதாகத் தீர்மானம் ஆகும்போது பரபரப்பு அதி உச்சத்தை எட்டுகிறது.

தனித்தனியாகத் திட்டமிடப்படும் இந்த சதித்திட்டங்கள், அவற்றுக்கான சம்பவ நிகழ்வுகள், அவற்றின் பின்னடைவுகள், எக்கச்சக்கமாக நிகழும் கிளைமாக்ஸ் என்று ஒவ்வொன்றிலும் டாரண்டினோவின் தனி முத்திரை பதிந்துள்ளது. கூர்மையான வசனங்கள் டாரண்டினோவின் பிரத்யேக பலம். எந்த நேரத்திலும் துப்பாக்கி வெடிக்கலாம் என்கிற இறுக்கத்தை வன்முறையின் அழகியலோடு இணைத்து உருவாக்குவதில் திறமையானவர் என்பதை அந்தக் மதுக்கூட காட்சிக் கோர்வைகள் தெரிவிக்கின்றன. அதுவரை திகிலும் பரபரப்புமாக அமர்ந்திருக்கும் பார்வையாளன் காட்சியின் இறுதியில் பீர் குடித்த மூத்திரக்காரன் கழிவறையில் அடையும் ஆசுவாசத்தை அடைகிறான்.

படத்தின் துவக்கத்திலிருந்தே டாரண்டினோவின் வசீகரம் துவங்கி விடுகிறது. தன்னுடைய வீட்டை நோக்கி வரும் நாஜி படையினரைக் கண்டு அதிர்ச்சியடைந்தாலும் சுதாரித்துக்கொண்டு அவர்களை எதிர்கொள்வதற்கான மனநிலையை வரவழைத்துக் கொள்கிறான் அந்தப் பண்ணையாளன். நாஜி படையின் அதிகாரி எதிரே அமர்ந்து தமது சாதுர்யமான உரையாடலினால் அவனாகவே 'யூதக் குடும்பத்தை ஒளித்து வைத்திருப்பதை' கண்ணீரோடு ஒப்புக்கொள்ள வைக்கும் காட்சிகள் அபாரம். Hans Landa என்கிற அந்த அதிகாரியாக நடித்திருக்கும் Christoph Waltz படம் முழுவதும் தம்முடைய திறமையான அலட்டிக் கொள்ளாத நடிப்பினால் பார்வையாளர்களைப் பிரமிக்கச் செய்கிறார். அதனால்தான் அகாதமி விருதின் Best Supporting Actor பிரிவில் விருதை வென்றார்.

Frederick Zoller தாம் எதிரிகளைக் கொன்ற சம்பவத்தை வைத்து உருவாக்கப்பட்டிருக்கும் திரைப்படத்தின் வன்முறைக்காட்சிகளை அவனே ரசிக்க முடியாதபோது ஹிட்லரும் கோயபல்ஸும் விழுந்து விழுந்து குரூரச் சிரிப்புடன் ரசிக்கின்றனர். கோயபல்ஸ்கூட ஒரு தருணத்தில் கண்ணீர்விடுகிறார்.

அப்போது அவர்களைக் கொல்வதான திட்டங்கள் நிறைவேறாத சூழ்நிலையை நோக்கிக் காட்சிகள் பயணித்தபோது நான் மிகுந்த பதற்றமடைந்தேன். ஹிட்லர் குழுவை டாரண்டினோ சாகடிக்காமல் விட்டிருந்தால் நான் அவரை மன்னித்திருக்கவேமாட்டேன். அந்த நேரத்தில் நானும் ஒரு யூதனாகவே மாறியிருந்தேன். ஷோசன்னாவின் ஏற்பாட்டின்படி ஒருபக்கம் திரையரங்கம் பற்றியெரிய ஆரம்பிக்க மறுபுறம் பிராட்பிட்டின் ஆட்கள் மீதமுள்ளவர்களைத் துப்பாக்கியால் துளைக்கும்போதுதான் என்னுள் அதுவரை உச்சத்திலிருந்த பதற்றம் தணிய ஆரம்பித்தது. ஆனால், அப்போதைய என் மனநிலை ஹிட்லரின் குரூரத்துக்கு எந்தவகையிலும் குறைந்ததல்ல என்பது பிறகுதான் உறைத்தது.

டாரண்டினோ-வின் திரைப்படங்களில் எப்போது துப்பாக்கி வெடிக்கும் என எதிர்பார்க்கவே முடியாது என்று மேலே குறிப்பிட்டிருந்தேன் அல்லவா? அதற்கு மிகச் சரியான உதாரணக் காட்சி இறுதியில் நிகழ்கிறது. திரையரங்கை எரிப்பதற்கான இறுதி பரபரப்பில் ஷோசன்னா இயங்கிக்கொண்டிருக்கும் போது, தாம் சண்டையிட்டுக் கொன்ற காட்சிகளைத் தன்னாலேயே ரசிக்க முடியாத Frederick Zoller ஆறுதலுக்காக ஷோசன்னாவைத் தேடி ஆபரேட்டர் அறைக்கு வருகிறான். அவனை அங்கு எதிர்பார்க்காத ஷோசன்னா அதிர்ச்சியடைந்தாலும் தம்முடைய பதற்றத்தை நிதானமாக மறைத்துக் கொண்டு அன்பாகப் பேசி அவனை அப்புறப்படுத்த முயல்கிறாள். நடக்கவிருக்கும் கொலைச்சதியை அறிந்திராத அவன், ஏன் இவள் தன் காதலை வெளிப்படுத்தாமலே வெறுப்பேற்றுகிறாள் என்று புரியாமல் சற்று முரட்டுத்தனமாக அறைக்குள் பாய்கிறான்.

தன்னுடைய இறுதிச் செயலை நிறைவேற்ற முடியாமல் குறுக்கே நிற்கும் அந்தக் காதலனை என்ன செய்வது என்று அவள் சற்றும் யோசிப்பதில்லை.

அ-நேர்க்கோட்டு திரைக்கதையமைப்புக்காகச் சிலாகிக்கப்படும் டாரண்டினோ, இந்தத் திரைப்படத்தை நேர்க்கோட்டு முறையிலேயே தன்னுடைய வழக்கமான பாணியில் அத்தியாயம் அத்தியாயமாக பிரித்துச் சொல்கிறார். என்றாலும் அவர் அமைத்திருக்கும் அபாரமான திரைக்கதை காரணமாகப் பார்வையாளனுக்கு அது எவ்வித ஏமாற்றத்தையும் தரவில்லை. எனவேதான் இது சிறந்த படம், சிறந்த திரைக்கதை உள்ளிட்ட எட்டு பிரிவுகளில் அகாதமி விருதுகளின் பரிந்துரைப் பட்டியலில் இருந்தது. இதற்கான திரைக்கதையை 1998-லேயே அவர் எழுதியிருந்தாலும் 2009-ல்தான் உருவாக்க முடிந்திருக்கிறது.

பிராட்பிட் எவ்வித கதாநாயக அதீதங்களும் அல்லாமல் ஒரு பாத்திர மாகவே வந்துபோகிறார். அவரது ஒப்பனையும் உடல் மொழியும் மார்லன் பிராண்டோவை நினைவுபடுத்துகின்றன.

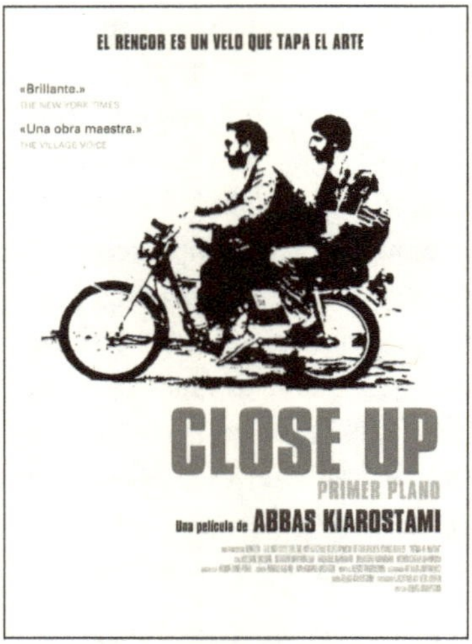


# இரவல் அடையாளம்

Close-Up | 1990 | IRAN | Abbas Kiarostami

ஈரான் நாட்டின் முன்னணி திரைப்பட இயக்குநர்களுள் ஒருவர் மொசான் மெக்மல்பப் (Mohsen Makhmalbaf). அவரைப் போலவே உருவ ஒற்றுமை கொண்ட ஒருவர் 'நான்தான் அந்த இயக்குநர்' என்று போலியாக அவர் பெயரை உபயோகித்துக்கொண்டு ஒரு பணக்கார குடும்பத்தினரிடம் பழகினார். அவர்களின் வீட்டைப் படப்பிடிப்புக்காகப் பயன்படுத்துவதாகவும் அங்குள்ள குடும்ப உறுப்பினர்களையும் தனது திரைப்படத்தில் நடிக்க வைப்பதாகவும் கூறியிருக்கிறார். செலவுக்காகச் சிறிது பணத்தையும் பெற்றிருக்கிறார். சில நாட்கள் கழித்துத் தான் இவர் போலி என்பது அந்தக் குடும்பத்தினருக்குத் தெரிய வந்தது. காவல் துறையில் புகார் அளிக்க, வழக்கு விசாரணைக்கு வந்தது.

இந்த உண்மைச் சம்பவத்தை அடிப்படையாகக் கொண்டு ஈரானின் இன்னொரு புகழ்பெற்ற இயக்குநரான 'அப்பாஸ்

கிராஸ்தமி' உருவாக்கிய திரைப்படம் 'Close -Up'. (பெர்ஷிய மொழியில் Nema-ye Nazdik)

சிறு குற்றமான இந்த ஏமாற்று வழக்கைத் திரைப்படமாக்குமளவுக்கு என்ன சுவாரசியமிருக்க முடியும் என்று சிலருக்குத் தோன்றலாம். இந்த வழக்கு விசாரணை உண்மையாகவே நடைபெற்றுக் கொண்டிருக்கும் போது சிறப்பு அனுமதி பெற்றுப் படமாக்கி அதை அப்படியே படத்தில் இணைத்திருக்கிறார் அப்பாஸ் கிராஸ்தமி. இதற்காக அவர் சம்பந்தப் பட்ட நீதிபதியிடம் அனுமதிக்காக அணுகும்போது அவரும் இதையே கேட்கிறார். ''இது கொலை வழக்குகூட அல்ல. எதற்கு இதைத் திரைப்படமாகப் பதிவு செய்ய விரும்புகிறீர்கள்?''.

மேற்பார்வைக்கு அசுவாரசியமாகத் தோன்றும் இந்த விஷயத்தைத் தனது அபாரமான கலைத்திறனால் மிகுந்த சுவாரசியமானதொரு திரைப்படமாக உருவாக்கியிருக்கிறார் இயக்குநர். வழக்கு விசாரணைக் காட்சிகளைத் தவிர மற்ற அனைத்துக் காட்சிகளும் இந்தத் திரைப் படத்துக்காக மீண்டும் அதே போன்று நிகழ்த்தப்பட்டன. அது மட்டுமல்ல. உண்மையான சம்பவத்துடன் தொடர்புடைய அனைத்து நபர்களும் அதே பாத்திரத்தில் திரைப்படத்தில் நடித்திருக்கிறார்கள், இயக்குநர் மொசான் மெக்மல்பப் உட்பட.

படத்தின் இறுதிக் காட்சியில் வரும் ஒரேயொரு இசைத் துணுக்கைத் தவிர படத்தில் வேறு பின்னணி இசையே கிடையாது. இறுதிக் காட்சியில் போலியாக நடித்த பாத்திரமும் உண்மையான மொசான் மெக்மல்பப்-ம் சந்திக்கும்போது அதை ரீ-டேக் செய்தால் சுவாரசியப்படாது என்பதற்காக, பத்திரிகையாளர்கள் தொலைவிலிருந்து படமெடுப்பதைப் போன்ற பாணியிலேயே படமெடுத்திருக்கிறார் இயக்குநர். இதில் மொசான் மெக்மல்பப் வைத்திருந்த மைக் சரியாகப் பொருத்தப் பட்டிருக்காத காரணத்தினால் சுற்றுப்புற ஒலியும் வசனமும் விட்டு விட்டுக் கேட்க, அந்தப் பிழைகளோடு அப்படியே திரைப்படத்தில் பதிவு செய்யப்பட்டிருப்பது இதற்கொரு அசலான தன்மையைத் தருகிறது.

ஓர் உண்மைச் சம்பவத்தை திரைப்படமாக உருவாக்குவதற்கான மிகக் கச்சிதமான உதாரணம் Close-Up. படத்தின் தலைப்புக்கேற்ப பல காட்சிகள் அண்மைக் கோணங்களால் உருவாக்கப்பட்டிருக்கின்றன. குறிப்பாக, நீதி விசாரணை செய்யப்படும் காட்சிக் கோர்வைகள் பெரும்பாலும் அண்மைக் கோணம்தான்.

சமூகத்திலுள்ள தனிமனிதனின் அடையாளச் சிக்கலைப் பற்றி இத்திரைப்படம் பேசுகிறது. ஒவ்வொரு மனிதனுமே அக்குழுவி லிருந்து தனித்து அடையாளம் காணப்பட வேண்டும்; அங்கீகரிக்கப்பட

வேண்டும்; போற்றப்பட வேண்டும் என விரும்புகிறான். பல்வேறு திறமைகளினாலும் ஞானங்களினாலும் சமயத்தில் கீழ்மைகளினாலும் சமூகத்தினால் பரவலாக அடையாளங் காணப்படும் தகுதியைச் சிலரே அடைகின்றனர். அது இயலாதவர்கள், அடைந்தவர்களின் பிம்பத்தின் மீது ஏறி நிற்பதிலாவது இந்த அடையாளத்தை அடைய முடியுமா என்று பரிதவிக்கிறார்கள். இதுவே ரசிக குழுக்களாக, தொண்டர் படைகளாக ஆறுதல் வடிகால்களாக உருமாறுகின்றன.

பிரபல இயக்குநரின் பெயரைப் போலியாகப் பயன்படுத்திக் கொண்ட நபரான அலி ஸப்ஜியான் (Ali Sabzian) நீதி விசாரணையின் போது தம் மீது சுமத்தப்பட்ட குற்றச்சாட்டை மறுப்பதில்லை. அவர் நிதானமாக தரும் வாக்குமூலம் இத்திரைப்படத்தின் சிறப்பான காட்சிகளுள் ஒன்று.

'மிகுந்த வறுமையில் வாடும் என்னை இச்சமூகம் மதிக்கவேயில்லை. திரைப்படங்களில் அதிக ஈடுபாடு கொண்ட எனக்கு, The Cyclist திரைப்படத்தில் அதன் இயக்குநரான மொசான் மெக்மல்பப் விளிம்பு நிலை மக்களின் அவலமான வாழ்க்கையை யதார்த்தமாகக் காட்டியதின் காரணமாக அவரை எனக்கு மிகவும் பிடித்துப் போயிற்று. அவராகவே மனத்துக்குள் என்னை உருவகித்துக்கொண்டேன். ஒரு நிலையில் என்னுடைய சுய அடையாளமே மறந்துபோய் 'நானே அந்த இயக்குநர்' என்று நினைத்துக்கொள்ள ஆரம்பித்துவிட்டேன். அது மிகுந்த தன்னம்பிக்கையைத் தந்தது. அவர் பெயருடன் புழங்கும் போது மக்கள் என் ஒவ்வொரு சொல்லையும் மதித்துக் கேட்டார்கள், மரியாதை செலுத்தினார்கள். இரவு வீடு திரும்பும்போது ஏழ்மையான சூழ்நிலையைக் காணும்போது எல்லாமே வடிந்துவிடும். இந்த அங்கீகாரத்துக்காகவே அந்தக் குடும்பத்தினருடன் பழகினேன். அங்கு எதையும் திருடும் நோக்கம் எனக்கு இல்லவே இல்லை'

ஈரான் போன்ற தேசங்களின் அடக்குமுறைகளைப்பற்றி நிறைய வாசித்திருக்கிறோம். ஆனால் இதில் வரும் நீதி விசாரணைக் காட்சி, இந்தியாவில் கூடக் காண இயலாத ஜனநாயகத்தன்மையுடன் உள்ளது. வாதி, பிரதிவாதிகளுக்கிடையே பகடையாட்டம் நிகழ்த்தும் வழக்குரைஞர்கள் எவரும் குறுக்கேயில்லை. நீதிபதியே, பாதிக்கப் பட்டவர்களிடமும் குற்றஞ்சாட்டப்பட்டவர்களிடமும் நேரடியாக விசாரிக்கிறார். இது முதன்முறையாகச் செய்யப்படும் குற்றம் என்பதற் காகவும் குற்றஞ்சாட்டப்பட்டவர் குறைந்த வயதுடையவர் என்பதற் காகவும் தன்னுடைய தவறை உணர்ந்து விட்டார் என்பதற்காகவும் நீங்கள் ஏன் அவரை மன்னிக்கக்கூடாது?' என்று பாதிக்கப்பட்டவர் களிடம் கேட்கிறார்.

தான் இயக்கிய திரைப்படங்களிலேயே மிகவும் திருப்தி தந்தது Close-Up தான் என்று (டிவிடியில் உள்ள) நேர்காணலில் குறிப்பிடு கிறார் இயக்குநர் அப்பாஸ் கிராஸ்தமி.

விசு இயக்கத்தில், பிரபு இரட்டை வேடத்தில் நடித்து 'நான் தான் அந்த திரைப்பட இயக்குநர்' என்று புளுகித் திரியும் நகைச்சுவைத் (?) திரைப்படமொன்று மங்கலாக நினைவுக்கு வருகிறது. அந்த வகையில் அப்பாஸ் கிராஸ்தமிக்கு முன்னரே, நாம் இந்தக் கதையமைப்பைக் கையாண்டுவிட்டோம் என்று பெருமையடித்துக் கொள்ளலாம்.

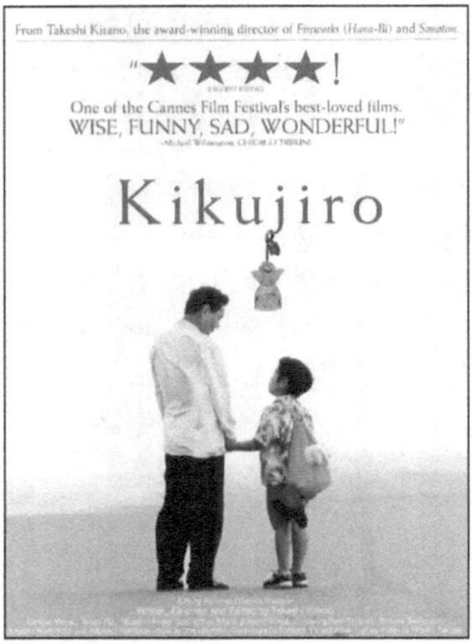


# நகைச்சுவையின் துயரம்

Kikujiro | 1999 | JAPAN | Takeshi Kitano

**மா**சோ என்கிற பள்ளிச் சிறுவன் தன்னுடைய கடந்த கோடை விடுமுறையில் கழிந்த நெகிழ்ச்சிகரமான தருணங்களை புகைப்பட ஆல்பத்தின் மூலம் நினைவு கூர்வது போல் அத்தியாயம் அத்தியாயமாக விரிகிறது இத் திரைப்படம்.

இதுவரை தன்னுடைய பெற்றோரையே கண்டிராமல் பாட்டியின் நிழலில் வளரும் இச்சிறுவன் கோடை விடுமுறையில் தன்னுடைய தாயைக் காண விரும்பு கிறான். அதற்காகப் பக்கத்து வீட்டு 'வீண் ஜம்ப' மாமாவுடன் நெடுந்தொலைவு பயணமாவதும் அந்தப் பயணத்தில் நிகழும் அனுபவங்களுமே இத்திரைப் படத்தின் காட்சிகளாக நீள்கின்றன.

இதில் சிறுவனுக்குத் துணையாகச் செல்லும் மனிதரின் பெயர்தான் 'கிகுஜிரோ'. (இயக்குநர் டகேஷி கிடானோவே இந்தப் பாத்திரத்தில் மிகச் சிறப்பாக

நடித்திருக்கிறார்). படம் பூராவும் அந்தச் சிறுவன் இவரை 'மிஸ்டர்' என்றே கூப்பிட்டுக் கொண்டிருக்கிறான். படத்தின் இறுதியில்தான் அவருடன் ஏற்பட்ட நெருக்கத்தில் 'உங்க பேர் என்ன?' என்கிறான்.

கிகுஜிரோ என்கிற அந்த மனிதரின் பாத்திரம் மிகக் கச்சிதமாக உருவாக்கப்பட்டிருக்கிறது. எந்த நிலையிலும் தன் இயல்பின் குணாதியங்களை அது மீறுவதேயில்லை. இவ்வகையான மனிதர்களை நாமும் கூடக் கண்டிருப்போம். பெரியவர்களானாலும் தம்முடைய குழந்தை மனோநிலையிலேயே பெரும்பாலும் தேங்கி விட்டிருப்ப வர்கள். லௌகீக வாழ்வின் பொறுப்புகள் எதையும் ஏற்காதவர்கள். சுவாரசியமான பொய்களை உருவாக்குபவர்கள். அந்தந்த நேர மனநிலைகளில் வாழ்பவர்கள். அவசரத் தேவை பணத்தை அற்பமாகச் செலவு செய்து விட்டு வந்து நிற்பவர்கள். வெட்டி பந்தா செய்பவர்கள். இவர்கள் மீது சமயங்களில் கோபம் வந்தாலும் சிரிப்பும் வரும்.

ச.தமிழ்ச்செல்வனின் 'கருப்பசாமியின் அய்யா' என்கிற சிறுகதையை வாசித்துப் பாருங்கள். இந்த மனிதர்களின் சரியான பிரதிநிதி அந்தப் பாத்திரம். உளவியலின் தந்தையான சிக்மண்ட் ஃபிராய்ட், மனதின் செயற்பாடுகளை இட் (Id), ஈகோ, சூப்பர் ஈகோ என்று மூன்று விதங்களாகப் பிரிக்கிறார். இதில் இட் என்பது குழந்தையின் மனோ நிலையைக் கொண்டது. ஒரு பொருள் வேண்டும் என்றால் அது அந்தக் கணமே கிடைக்கவேண்டும் என்கிற விருப்பத்தை முன்வைப்பது. பகுத்தறிவு நிலைகளான ஈகோவும் சூப்பர் ஈகோவும் அது தற்சமயம் கிடைக்க சாத்தியமுள்ளதுதானா, கிடைத்தால் என்ன நிகழும், கிடைக்காவிட்டால் என்ன ஆகும் என்கிற பல்வேறு சூழ்நிலைகளையும் சாத்தியங்களையும் ஆராய்ந்து 'இட்'டை கட்டுப்படுத்துகிறது.

கிட்டத்தட்ட கிகுஜிரோ 'இட்' மனநிலையிலேயே வாழ்கிறார். பக்கத்து வீட்டுப் பையனை அவன் தாயைக் காண ஊருக்கு அழைத்துச் செல்வதற்காக மனைவி தரும் பணத்தை வாங்கிக்கொண்டு நேரடியாக சைக்கிள் ரேஸ் சூதாட்ட அரங்குக்கு நடக்கிறார். அங்கு பணத்தைக் கொஞ்சம் கொஞ்சமாக இழந்து சிறுவனிடம் அதிர்ஷ்ட எண்களைப் பற்றி ஆலோசனை கேட்டு அவனைப் படுத்தியெடுக்கிறார்.

பணமில்லாமல் நெடுந்தொலைவு செல்லவிருக்கும் சூழலில் லிஃப்ட் கேட்க நாம் எத்தனை பவ்யமாக நடந்து கொள்வோம்... இவரோ, ''டேய் பன்னி மண்டையா. அந்த ஊர்ல எங்களை இறக்கி விடு' என்கிறார் மொட்டை அதிகாரமாக. அவனுடன் சண்டை போட்டு வேறு காரில் லிஃப்ட் கேட்டுக் கிளம்பும்போது அவன் வண்டியின் கண்ணாடியை உடைத்துவிட்டு குறும்புச் சிறுவன்போல் ஓடி வருகிறார். சொற்ப பணத்தில் விலையுயர்ந்த ஹோட்டலில் தங்குகிறார்.

அங்கு நீச்சல் குளத்தில் இவர் செய்யும் அழும்புகள் சுவாரசியமானவை. இன்னொரு இடத்தில் லிஃப்ட் கேட்பதற்காகக் குருடன் போல் இவர் செய்யும் பாவனைகள் விழுந்து விழுந்து சிரிக்க வைப்பவை.

ஏற்கெனவே சொன்னது போலப் படத்தின் பெரும்பான்மையில் இந்த மனோநிலையிலிருந்து அவர் எங்கும் வெளியே வருவதேயில்லை. மனம் பிறழ்ந்தவராக இருந்தாலும் திறமையாக கார் ஓட்டும் விசித்திரம் கொண்ட தமிழ் சினிமாவில், இவர் ஒரு காரை கிளப்பிக்கொண்டு போய் ஓட்டத் தெரியாமல் புல்வெளியில் இறக்குகிறார். இன்னொரு இடத்தில் ஏதாவதொரு வாகனத்தை பஞ்சராக்கி பின்பு அவர்களுக்கு உதவி செய்து பின்பு காரில் தொற்றிக் கொள்ளும் அதிபயங்கரத் திட்டத் தோடு செயல்பட, ஒரு காரின் டயர் வெடித்து... அது அபாயகரமாகப் பாலத்தில் மேலிருந்து சரிந்து விழ, இரண்டு பேரும் ஓட்டம் எடுக்கிறார்கள்.

படத்தின் இன்னொரு முக்கியமான நகைச்சுவைக் காட்சி என நான் கருதுவது:

சிறுவனை வெளியில் அமர வைத்து விட்டு ஹோட்டலில் கோழிக்கறியை அசுவாரசியமாக மெல்லுகிறார் கிகுஜிரோ.

''என்னய்யா இது கறி இது. மெத்துன்னே இல்லே. நாய், இல்லாட்டி பூனையைப் போட்டுட்டியா என்ன?''

''யோவ். இதவிட அது விலை அதிகம்யா''

''நல்லா வெவரமாத்தான்யா இருக்கீங்க''

வெளியே வந்து சிறுவனைக் காணாமல் தேடுகிறவர், யாரோ அவனைப் பூங்கா பக்கம் அழைத்துச் செல்வதை விசாரித்துத் தெரிந்து கொள்கிறார். ஒரு pedophile கிழவன், சிறுவனைப் பாலியல் நோக்கத் தோடு வம்பு செய்து கொண்டிருப்பதைக் காண்கிறார். அங்கிருந்து சிறுவனை மீட்டுத் திரும்புவது அடுத்த ஷாட்டில் காண்பிக்கப் படுகிறது. அதற்கும் அடுத்த ஷாட்டில் கிழவன் முகத்தில் ரத்தத்துடன் விழுந்து கிடப்பது காண்பிக்கப்படுகிறது.

மீண்டும் கிகுஜிரோ சிறுவனுடன் வரும் ஷாட். அவனை ஒரு இடத்தில் நிறுத்திவிட்டு மீண்டும் அந்தக் கிழவனிடமே செல்கிறார். தன்னுடைய பேண்ட்டை இறக்கி விட்டு ஜட்டியுடன் அவன் முன் நின்று 'தைரியம் இருந்தா என்கிட்ட செய்டா பார்க்கலாம்' என்று அவனை மேலும் பழிவாங்க முயல்கிறார். அப்புறம் நிகழ்வதுதான் பயங்கர காமெடி. அந்தக் கிழவன் அடிபட்டிருந்தாலும், மீதமிருக்கும் சபலத்துடன்

கிகுஜிரோவின் ஜட்டியை ஆசையுடன் கழற்ற முயல... இவர் 'அய்யா சாமி விட்டால் போதும்' என ஓடி வருகிறார்.

படம் முழுவதும் இவ்வாறான மெலிதான நகைச்சுவை வழிந்து கொண்டேயிருந்தாலும் சிறுவன் தாயைக் காணத் தாமதப்படும் கணங்களின் துயரம்கூட நமக்கு உறுத்திக் கொண்டேயிருக்கிறது.

பல்வேறு சேட்டைகளுக்குப் பிறகு ஒருவழியாகச் சிறுவனின் தாய் இருக்கும் இடத்தைக் கண்டுபிடித்துவிடும்போது, அவர் அங்கு இன்னொரு குடும்பத்துடன் வாழ்ந்து கொண்டிருப்பதை மெலிதான அதிர்ச்சியுடன் பார்க்கிறார் கிகுஜிரோ. இருந்தாலும் இதைச் சிறுவனிட மிருந்து மறைக்க விரும்பி 'அவங்க இங்கருந்து வேற இடத்துக்கு போயிட்டாங்களாம்' என்கிறார். தன் தாயை வேற்றுக் குடும்பத்துடன் பார்த்துவிடும் சிறுவன் சூழலைப் புரிந்துகொண்டு மௌனமாக அழுகிறான்.

ஒரு சாதாரண இயக்குநராக இருந்தால் படத்தை இந்தச் சோகத்தோடு முடித்துவிட்டுப் பார்வையாளர்களை அதே மனநிலையில் விட்டு விடுவார். டகேஷி கிடானோ இங்குதான் வேறுபடுகிறார். சிறுவனின் மனநிலையை உற்சாகமாக மாற்ற முயலும் நோக்கத்தோடு பின்வரும் காட்சிகள் நீள்கின்றன. பல்வேறு நகரங்களுக்குப் பயணம் செய்யும் ஓர் இளைஞனும் இரண்டு பைக் இளைஞர்களும் வழித்துணை நண்பர் களாகக் கிடைக்க, அவர்கள் தமக்குத் தெரிந்த விளையாட்டுக்களின் மூலம் சிறுவனை மகிழ்ச்சியடைய வைக்கின்றனர். எத்தனை துயரமான அனுபவங்கள் நேர்ந்தாலும், அதிலிருந்து நம்மை மீட்டெடுத்துக் கொள்ள இதே உலகில் வேறு விஷயங்களும் இருக்கின்றன என்பதை உணர்த்துகிறது இந்தக் காட்சிக் கோர்வை.

புதுமைப்பித்தனின் தவளைப் பாய்ச்சல் நடையைப்போலக் கச்சித மான ஷாட்கள் இந்தப் படத்தை அதிசுவாரசியமாக்குகின்றன. படத்தின் துவக்கத்தில் விளையாட்டுத் துணை நண்பர்களில்லாத அந்தச் சிறுவனின் தனிமையும் பெற்றோருக்கான ஏக்கமும் குறைவான காட்சிகளில் அழுத்தமாகச் சொல்லப்படுகின்றன. (அத்தனை பெரிய கால்பந்து மைதானத்தில் சிறுவன் மாத்திரம் தனித்து நிற்பது ஒரு ஏரியல் ஷாட்டில் காட்டப்படுகிறது.)

ஒரு குடும்பம் இருளில் மகிழ்ச்சியுடன் பட்டாசு வெடித்துக் கொண்டிருக்கும் ஒரு ஷாட். விடிகாலை வெளிச்சத்தில் வெடித்துப் போடப்பட்டிருக்கும் கருகின பட்டாசுகளின் இன்னொரு ஷாட். இதற்குப் பிறகு தன்னுடைய பெற்றோரைப் பற்றி பாட்டியிடம் விசாரிக்கிறான் சிறுவன். மனிதர்கள் நகர்ந்த பின்பும் அந்த வெற்று நிலவெளியை கேமரா வெறித்துப் பார்ப்பது, லாங் ஷாட்கள்,

இயற்கையின் அதி குளோசப் ஷாட்கள் என்று மிகச் சிறந்த ஒளிப்பதிவு இந்தப்படத்தை உன்னத அனுபவத்துக்கு இட்டுச் செல்கிறது. மென்மையான பியானோ இசை பின்னணியாகத் தேவையான இடங்களில் மாத்திரம் பயன்படுத்தப்பட்டிருக்கிறது. இயக்குநர் டகேஷி கிடானோ வழக்கமாகத் தன் படங்களில் உபயோகப்படுத்தும் சில பிரத்யேக குறியீடுகள் (கனவுக்காட்சி, ஏஞ்சல் பெல்) போன்றவை இதிலும் உண்டு.

சிறுவனின் மற்ற பள்ளி நண்பர்கள், உறவினர் வீடுகளிலும், கோடை விடுமுறைக் கொண்டாட்டங்களிலும் மகிழ்ச்சியாக இருந்திருந் தாலும், இச்சிறுவனைப் போல வாழ்க்கையிலேயே மறக்க முடியாத அனுபவங்கள் அவர்களுக்குக் கிடைத்திருக்காது என்பது மாத்திரம் நிச்சயம். அவர்களின் பயணம் நிறைவடைந்தாலும் கிகுஜிரோ மாத்திரம் பார்வையாளர்களின் மனங்களில் மேலும் சில நாட்கள் பயணிப்பார் என்பதும் நிச்சயம்.

கான் திரைப்பட விழாவில் (1999) போட்டிக்காக நாமினேஷில் நுழைந்த இத்திரைப்படம், ஜப்பானின் தனிமைப்படுத்தப்பட்ட கலாசாரத்தைப் பற்றி உரையாடுகிறது. சிறுவனுக்குத் துணையாக, கிளம்பிய கிகுஜிரோ, வழியில் மனநலக் காப்பகத்தில் இருக்கும் தன் தாயைச் சந்திக்க விரும்பிச் சென்று பின்பு நெருங்கி உரையாடாம லேயே திரும்பி வந்துவிடுகிறார். சிறுவனைப் போலவே இவரும் தாயின் அண்மையை இழந்தவர் என்பது நமக்குத் தெரியவருகிறது. இதற்குப் பிந்தைய காட்சிகளில் இவருடைய வழக்கமான விளை யாட்டுப் பிள்ளை முகபாவங்கள் மட்டுப்பட்டு ஏதோ யோசனையி லிருக்கும் தீவிர முகபாவங்களின் நுட்பமான வித்தியாசம் ஆச்சரிய மளிக்கக்கூடியது.

# ஆயிரம் பாயிண்ட்டும் மரண விளையாட்டும்

Life is Beautiful | 1997 | ITALY | Roberto Benigni

திகட்டத் திகட்ட வன்முறையின் கோரங்களை அருவாளுடன் காட்டும் நம் தமிழ் திரைப்பட இயக்குநர்கள் இறுதிக் காட்சிகளில் ''இவ்வாறாக வன்முறை கொண்டவனையே அழிக்கும்'' என்று 'லுலுவாய்க்கு' மெசேஸ் சொல்லுவார்கள். இரத்தத்தையும் அரிவாளையும் காட்டாமல் எப்படி வன்முறை காட்சிகளை அமைக்க முடியும் என்று அவர்கள் சாமர்த்தியமாகக் கேள்வி கேட்பார்கள். ஒரு துளி ரத்தம் கூட திரைப்படச்சுருளின் மீது சிந்தாமல் அதே சமயம் வன்முறையின் உக்கிரத்தை நம் ஆழ்மனதில் உறைக்கும் படிச் செய்கிற இத்தாலி நாட்டுப் படமான Life is Beautiful (1997)-ஐ அவர்களுக்குப் பரிந்துரைக்கிறேன்.

படத்தின் இயக்குநர் Roberto Benigni இந்தப் படத்தில் வன்முறையின் குரூரத்தை மழுங்கடித்து அபாரமான

நகைச்சுவையின் மூலம் அதைக் கடந்து சென்றிருக்கிறார். சில படங்களைப் பார்த்து முடித்தவுடன் அசைய முடியாமல் அதன் தாக்கத்தின் பாதிப்பில் சில நிமிஷங்கள் அப்படியே அமர்ந்திருப்போம். அப்படியொரு பாதிப்பை என்னுள் ஏற்படுத்திய படமிது.

இத்தாலியைச் சேர்ந்த யூதரான Guido Orefice வாழ்க்கையை மிகுந்த சாதுர்யமாக நகைச்சுவை போக்கில் அணுகுபவர். புத்தகக்கடை ஒன்றை அமைப்பதற்காக Arezzo நகருக்கு வரும் அவர் யூதரல்லாத (இந்தக் குறிப்பு முக்கியமானது) இத்தாலியரான Doraவைப் பார்த்த கணத்திலேயே காதல் கொள்கிறார். Guido-வின் நகைச்சுவையான பேச்சும் அவரின் அதிரடி கலாட்டாக்களும் Dora-வுக்குப் பிடித்துப் போய்த் தனக்கு நிச்சயம் செய்திருந்த மணமகனைவிட்டு Guido-வுடன் ஓடிப்போகிறார். (இந்தப் பகுதி சற்று சலிப்பை ஏற்படுத்தினாலும் Guidoவின் Slapstic காமெடி அதை ஈடுகட்டுகிறது. இதில் வரும் சில நகைச்சுவையான சம்பவக்கோர்வைகள் விஜய் நடித்த 'யூத்' எனும் தமிழ்ப்படத்தில் அப்படியே கையாளப்பட்டிருக்கிறது.)

இருவரும் தோட்டத்துக்கு செல்வதைக் காண்பிக்கும் கேமரா சற்று நேரத்தில் zoom out ஆகி வெளியே வரும்போது அவர்களின் மகனுடன் வெளிவருகிறார்கள் (தையல் இயந்திரம் சுற்றுவதை overlapping மூலம் காண்பித்துக் காலம் கடப்பதை தமிழ் சினிமாக்களில் நிச்சயம் பார்த்திருப்பீர்கள்).

உண்மையில் இந்தப் படம் இங்குதான் தொடங்குகிறது. இரண்டாம் உலகப் போர் நடைபெற்றுக் கொண்டிருக்கும் நேரமது. ஜெர்மனியின் நாஜிப்படை மிகப் பெரிய யூத இனப்படுகொலைக் கொடூரத்தில் ஈடுபட்டிருந்த தருணம். யூதரான Guido-வையும் அவரது மகனான ஜோஷ்வாவையும் நாஜி படையினர் பிடித்துச் சென்றுவிடுகிறார்கள். தாமதமாக வீடு திரும்பும் Dora இதைத் தெரிந்துகொண்டு யூதர்கள் கொண்டு செல்லப்படும் ரயிலில் தன்னையும் இணைத்துக் கொள்கிறார். யூத இனத்தவராக அவள் இல்லாதிருந்தும் தன்னுடைய குடும்பத்தைப் பிரிய மனமின்றி உயிர் போகும் அபாயத்தை எதிர்கொள்ள முனைகிறார். ஜன்னல் துவாரத்தின் வழியே தன்னுடைய மனைவியும் ஏறுவதைத் துயரத்துடன் பார்க்கிறார் Guido.

அனைவரும் வதை முகாமுக்கு அழைத்துச் செல்லப்படுகின்றனர். பெண்களையும் ஆண்களையும் தனித்தனியாகப் பிரித்துவிடுகின்றனர். நாஜி படையினருக்கு வேலையாட்களாக அவர்கள் பயன்படுத்தப் படுகின்றனர். பணிக்கு லாயக்கற்றவர்களாக இருப்பதால் குழந்தை களையும் வயதானவர்களையும் விஷப்புகை கூண்டுக்குள் அடைத்துக் கொல்கின்றனர். ஜெர்மானியர்கள் யூதர்களின் உயிருடன்

விளையாட்டும் இந்த ஆபத்து மகனுக்குத் தெரியாமலிருக்கத் தன்னுடைய நகைச்சுவையான போக்கின் மூலம் அதை எதிர்கொள்ளத் தயாராகிறார் Guido.

இது, தாம் படைவீரர்களுடன் ஆடும் விளையாட்டு என்றும் ஆயிரம் பாயிண்ட்டுகளை சேர்ப்பவர்களுக்கு உண்மையானதொரு பீரங்கி தரப்படும் என்றும் தன் மகனை நம்ப வைக்கிறார். தன்னுடைய இருப்பிடத்திலேயே அவனை ஒளித்துவைக்கிறார். யார் கண்ணிலும் படாமல் ஒளிந்திருப்பதுதான் இந்த விளையாட்டின் முக்கிய அம்சம் என்றும் அதனாலேயே பாயிண்டுகளை அதிகம் சேகரிக்க முடியும் என்று கூறுவதால் சிறுவன் ஒளிந்துகொள்கிறான். சிரமமான பணிகளைச் செய்து களைத்துப் போய்வரும் Guidoவிடம் ''இன்று எத்தனை புள்ளிகள் கிடைத்தது?'' என்று ஜோஷ்வா நச்சரிக்கிறான். ஒருவாறு அவனைச் சமாளிக்கிறார் Guido. போர் இறுதிக்கு வருவதால் தம்முடைய கொடூரத்தின் அடையாளத்தை அழித்தொழிக்க நாஜி படையினர் அனைவரையும் சாகடிக்க முடிவு செய்கின்றனர்.

தன் மகனை ஒளித்து வைத்துவிட்டு மனைவியைத் தேடிப் போகும் Guidoவை ஒரு போர்ப்படை வீரன் தனியாக அழைத்துச் சென்று சுட்டுக் கொள்கிறான். மயான அமைதியுடன் காணப்படும் முகாமினுள் மறுநாள் அமெரிக்கப்படையின் டாங்கி நுழைகிறது. மறைவிடத்தி லிருந்து வெளியே வரும் ஜோஷ்வா தன்னுடைய பரிசுதான் அந்த டாங்கி என்று நினைத்து மகிழ்ச்சியடைகிறான்.

வளர்ந்த பிறகு தன் தந்தையின் தியாகத்தையும் பாசத்தையும் உணர்ந்த ஜோஷ்வாவின் நினைவலையாக இந்தப் படம் பார்வையாளர்களுக்கு சொல்லப்படுகிறது.

Guido தன்னுடைய மனைவியை (இதில் நடித்திருப்பவரும் இயக்குநரின் நிஜமான மனைவி) முதன்முதலாகச் சந்திக்கும்போது அவள் வீட்டின் மேலே இருந்து தவறி விழுகிறாள். அவளைத் தாங்கிக் கொள்ளும் அவன் ''எப்பவும் இப்படித்தான் வீட்ல இருந்து கிளம்பு வீங்களா?'' என்கிறான்.

தன் மகனைக் காப்பாற்ற Guido தன்னுடைய சாதுர்யத்தை நகைச்சுவை தோயப் பல இடங்களில் பயன்படுத்தும்போது சார்லி சாப்ளினின் நினைவு வருகிறது. வதை முகாமில் Guidoவின் மகன் 'விளையாட்டில்' கலந்து கொள்ளும் மற்ற சிறுவர்களைப் பற்றிக் கேட்க ''முதல் பரிசைப் பெற அனைவரும் ஒளிந்து கொண்டுள்ளனர். நீயும் அவ்வாறு ஒளிந்து கொண்டால்தான் பரிசைப் பெற முடியும்'' என்று சமாளித்து நம்ப வைக்கிறான்.

ஒரு சமயத்தில் ஜெர்மன் படையினரின் குழந்தைகள் கண்ணாமூச்சி விளையாடும்போது தன் மகனை மறைவிடத்திலிருந்து அழைத்து வந்து 'அங்கே பார். எல்லோரும் ஒளிந்து கொண்டுள்ளனர்' என்று அந்தக் காட்சியைப் பயன்படுத்தி ''விளையாட்டின்'' நம்பகத்தன்மையை உறுதிப்படுத்துகிறான். அப்போது இவர்களைப் பார்த்துவிடும் ஒருத்தி ஜோஷ்வாவையும் மற்ற குழந்தைகளுள் ஒருவன் என நினைத்து Guidoவிடமிருந்து பிடுங்கிச்செல்கிறாள். யூதச் சிறுவன் எனத் தெரிந்தால் உயிர்போய்விடுமே என்று மகனிடம் ஒரு வார்த்தையும் பேசக்கூடாது எனக் கட்டாயமாகக் கூறுகிறான். என்றாலும் மற்ற சிறுவர்களுடன் உணவருந்தும் ஜோஷ்வா தன் பேசு மொழியில் ஒரு வார்த்தையைக் கூறிவிடுகிறான். இதைக் கவனித்துவிடும் படை வீரனொருவன் தன்னுடைய உயரதிகாரியிடம் இதைப் பற்றி ரிப்போர்ட் செய்யப்போகும் இடைவெளியை உபயோகித்து அனைத்து ஜெர்மானியச் சிறுவர்களுக்கும் அதே வார்த்தையைக் கற்பித்து உச்சரிக்கச் சொல்லி அதிகாரிக்குக் குழப்பத்தை ஏற்படுத்தி மகனைத் தப்பிக்கவைக்கிறான்.

வீட்டில் குளிப்பதற்கு அடம்பிடிக்கும் சிறுவன் வதை முகாமிலும் அதே போல் குளிப்பதற்குச் செல்ல அடம்பிடிக்கிறான். ஆனால் 'குளிப்பது' என்பது வதைமுகாமின் சங்கேதமொழிப்படி குழந்தைகளை விஷவாயுவில் கொல்வது. இதை அறியாத Guido மகனைக் குளிக்கப் போகச் சொல்லிக் கட்டாயப்படுத்தும்போது பார்வையாளர்களுக்கு மனம் பதைக்கிறது.

விஷவாயுக் கூண்டுக்குச் செல்வதற்காகத் தன் உடைகளைக் கழற்றும் முதியவர்களில் ஒருவர் தன்னைக் கடந்து செல்லும் நாஜி படைப்பெண் கால் தவறிக் கீழே விழப்போகும் போது ''பார்த்துச் செல்லுங்கள்'' என்று சொல்வார். அப்போது அந்தப் பெண்ணின் கண்களில் தெரியும் சங்கட உணர்வு நம்மையும் பாதிக்கிறது.

இவ்வாறாகப் பல காட்சிகளில் வன்முறையின் கொடூரமும் இனவெறுப்பின் அபத்தமும் மனிதஉரிமை மீறல்களின் அநியாயமும் பார்வையாளர்களுக்கு மிக மெலிதாக ஆனால் உறுதியாகப் பதிவாகுமாறு காட்டப்படுகிறது. கடைசியாக ஓர் இருட்டுக் காட்சியில் ஆயிரக்கணக்கான மனித உடல்கள் பிணமாகக் கிடப்பது ஒரு சர்ரியலிச ஓவியம் போல் காண்பிக்கப்பட்டுப் பார்வையாளர்களுக்கு ஒரு திடுக்கிடலை ஏற்படுத்துகிறது.

ஓர் இனத்தையே அழிக்கும் நாஜியினரின் வன்முறை அதனுடைய தீவிரமில்லாமல் மிதமாகவே பார்வையாளர்களுக்கு உணர்த்தப் பட்டாலும் Guido அதை மகனுக்காக நகைச்சுவையாக

எதிர்கொள்ளும்போது அதனுள் அமிழ்ந்திருக்கும் சோகத்தின் வீர்யம் இன்னும் அதிகமாகிறது. Roberto Benigniயின் கோமாளித்தனமான தோற்றம் அவர் ஏற்றிருக்கும் பாத்திரத்துக்கு மிகப் பொருத்தமாய் அமைந்திருக்கிறது. (தமிழில் இந்தப் படம் ஒருவேளை எடுக்கப் பட்டால் அதற்குப் பொருத்தமான நடிகரை யோசிக்கும்போது (பழைய) நாகேஷைத் தவிர வேறு யாரையும் யோசிக்க முடியவில்லை).

நான்கு ஆஸ்கர் விருதுகளைப் பெற்றிருக்கும் இந்தப் படம் (சிறந்த நடிகர்: Roberto Benigni) இத்தாலியில் அதிகம் நபர்களால் பார்க்கப் பட்டு கின்னஸ் சாதனையையும் பெற்றிருக்கிறது. உலக சினிமாப்பட ரசிகர்கள் கட்டாயம் பார்க்க வேண்டிய படங்களின் பட்டியலில் இந்தப் படமும் நிச்சயம் சேர்க்கப்படவேண்டும்.

# ஒரே அறையில் எடுக்கப்பட்ட முழுத் திரைப்படம்

12 Angry Men | 1957 | AMERICA | Sidney Lumet

**1957**-ல் உருவாக்கப்பட்ட இந்தத் திரைப்படம், அமெரிக்க பிலிம் இன்ஸ்டிட்யூட்டால் நூற்றாண்டு 'கிளாசிக்' திரைப்படங்களின் டாப் டென் வரிசையில் வகைப்படுத்தப்பட்டுள்ளது. இதை 'கட்டாயம் பார்க்க வேண்டிய' (Must see) திரைப்படம் என்கிற வகையில் உங்களுக்குப் பரிந்துரை செய்ய விரும்புகிறேன். ஆனால் இவ்வாறு நான் பரிந்துரை செய்வதே இந்தத் திரைப்படத்தின் மையக் கருத்துக்கு முரணானது.

ஏன்? சொல்கிறேன்.

•

'நீதி' என்கிற உருவமற்ற விஷயம் நடைமுறையில் எப்படி உருவாகிறது என்பதை நாம் பொதுவாக அறிவோம். ஏதாவதொரு குற்றம் நிகழும்போது, பாதிக்கப்பட்டவர்

புகார் கொடுப்பார். குற்றத்தில் சம்பந்தப்பட்டவராகக் கருதப்படுபவர் காவல்துறையினரால் கைது செய்யப்பட்டு விசாரிக்கப்பட்டு நீதிமன்றத்தின் முன் நிறுத்தப்படுவார். வாதப் பிரதிவாதங்கள் நடைபெறும். நீதிபதியால் தீர்ப்பு வழங்கப்படும்வரை சம்பந்தப்பட்ட நபர் 'குற்றஞ்சாட்டப்பட்டவர்' என்றே கருதப்படுவார். இந்தத் தொடர் சம்பிரதாயங்களில் குற்றத்தை விசாரிப்பவர்கள் அனைவருமே திறந்த மனத்துடன் செயல்பட்டால்தான் குற்றஞ்சாட்டப்பட்டவர் ஒருவேளை நிரபராதியாக இருந்துவிட்டால் அவர் சட்டத்தின் பிடியிலிருந்து தப்பிக்க இயலும். ஆனால் விசாரிப்பவர்கள் தங்களின் 'முன்முடிவுகளுடன்' வழக்கை அணுகினால் அது ஒரு பக்கச் சார்புடன் குற்றஞ்சாட்டப் பட்டவருக்குப் பாதகமாக அமையக்கூடும்.

உதாரணமாக, ஒரு ஆட்டோ டிரைவர் மீது ஒரு கொலை வழக்கு விசாரணைக்கு வருகிறது; அதை விசாரிக்கும் நீதிபதிக்குச் சில 'மோசமான முன் அனுபவங்களால்' ஆட்டோ டிரைவர்கள் மீது நல்ல அபிப்ராயம் கிடையாது என்று வைத்துக் கொள்வோம். இந்த வழக்கு விசாரணையை அவர் கவனிக்கும்போது முன்னரே அவருக்குள் படிந்திருக்கிற இந்த எண்ணம், ஒருவேளை நிரபராதியாயிருக்கக்கூடிய அந்த ஆட்டோ டிரைவருக்கு எதிரான தீர்ப்பை வழங்குவதற்குக் காரணமாக அமையக்கூடும் (இவ்வாறு ஒரு உதாரணத்துக்காக ஆட்டோ டிரைவரை நான் தேர்ந்தெடுத்திருப்பதே அவர்களுடன் எனக்கிருக்கும் முன் அனுபவங்கள்கூடக் காரணமாக இருக்கலாம்).

இந்த மாதிரியான முன்தீர்மானங்கள் நியாயமான நீதி கிடைப்பதற்குத் தடையாகவும் நிரபராதி தண்டிக்கப்படுவதற்குக் காரணமாகவும் அமையலாம் என்பதைத்தான் இந்தத் திரைப்படம் வலுவாகச் சுட்டிக் காட்டுகிறது.

•

ஒரு வழக்கு விசாரணையின் இறுதிப்பகுதியோடு இத்திரைப்படம் நமக்கு அறிமுகமாகிறது. தன் தந்தையைக் கத்தியால் குத்திக் கொலை செய்துவிட்டதாக சேரியில் வசிக்கும் இளைஞன் மீது குற்றஞ்சாட்டப் பட்டிருக்கிறது. அமெரிக்கச் சட்ட நடைமுறைப்படி, நீதிபதி இந்த வழக்கு விசாரணையை முழுவதுமாக கவனித்துக் கொண்டிருக்கும் 12 ஜுரிகளிடம் ஒப்படைத்து 'ஒருமனதான' முடிவொன்றை எடுக்கச் சொல்லிக் கேட்டுக் கொள்கிறார். தமக்குள் முன் அறிமுகமில்லாத அந்த 12 நபர்களும் இணைந்து இளைஞரை 'குற்றவாளி' என்று முன்மொழிந்தால் அதன்படி அவருக்கு மரண தண்டனை அளிக்கப் பட்டுவிடும். ஆனால் இதில் ஒருவர் முரண்பட்டாலும் விசாரணை மீண்டும் நிகழ்த்தப்படும்.

கோடைக்காலமான அந்தப் பருவத்தில் மூடப்பட்ட அறையில் 12 நபர்களும் கூடிப் பேச அமர்வதற்கே அவரவர்களுக்கான நேரத்தை எடுத்துக் கொள்கின்றனர். பெரும்பாலானோர் தங்களின் வழக்கமான அலுவல்களுக்கான அவசரங்களில் இருக்கிறார்கள். 'இதை விரைவில் முடித்துவிட்டுக் கிளம்பி விடவேண்டும்' என்கிற தொனி அவர்களின் உடல் மொழியில் வெளிப்படுகிறது.

முதல் வாக்கெடுப்பில் 11 நபர்கள் வழக்கில் சம்பந்தப்பட்டிருக்கும் இளைஞரை 'குற்றவாளி' என்று தீர்மானிக்கின்றனர். ஆனால் ஒருவர் மாத்திரம் இந்த முடிவிலிருந்து முரண்படுகிறார். அந்த இளைஞர் 'குற்றவாளியல்ல' என்பதுகூட அவர் எண்ணமில்லை. பேசிப் பார்த்து முடிவெடுப்போம் என்கிறார். அவசரத்திலிருக்கும் மற்ற பெரும் பாலானோர் எரிச்சலுடன் எதிர்கொள்கின்றனர். தாங்கள் எடுக்கப் போகும் முடிவினால் ஒரு உயிர் சட்டத்தால் பறிக்கப்படுவது குறித்தான எந்தத் தீவிர உணர்வும் அவர்களிடம் இருப்பதாகத் தெரியவில்லை. அந்த இளைஞர் குற்றவாளிதான் என்று பெரும்பாலானோர் தீர்மான மாகக் கருதுகின்றனர்.

ஆட்சேபத்தை முதலில் எழுப்பிய நபர் பொறுமையாகத் தம்முடைய சந்தேகங்களையும் 'எப்படி அந்த இளைஞர் நிரபராதியாக இருக்கக் கூடும்' என்கிற வாதங்களையும் அவர்கள் முன்னால் வைக்கிறார். இந்த உரையாடல் நீடிக்க நீடிக்க மற்ற ஒவ்வொருவரும் மெல்ல மெல்லத் தங்களின் முடிவுகளிலிருந்து மாறுகின்றனர். பல்வேறு உணர்ச்சிகர மான நிகழ்வுகளுக்குப் பிறகும் கூர்மையான தர்க்கங்களுக்குப் பிறகும் தெளிவடைந்து இறுதியில் அனைத்து 12 நபர்களுமே ஆரம்பத்தில் எடுத்த முடிவிலிருந்து எதிர்நிலையான முடிவுக்கு வருகிறார்கள். இத்துடன் இத்திரைப்படம் நிறைவுறுகிறது. சம்பந்தப்பட்ட இளைஞனுக்கு தண்டனை கிடைத்ததா விடுதலையடைந்தாரா என்பது பற்றியெல்லாம் இத்திரைப்படம் பேசவில்லை.

முன்னரே குறிப்பிட்டதுபோல 'முன்தீர்மானங்களுடன்' எடுக்கப்படும் முடிவுகளைத்தான் இத்திரைப்படம் விமர்சனம் செய்கிறது.

•

சில சொற்ப காட்சிகளைத் தவிர இத்திரைப்படம் முழுவதும் 'ஒரே அறையில்' எடுக்கப்பட்டிருப்பதே இதன் சிறப்பம்சம். மிகத் திறமை யான திரைக்கதையின் மூலம் இது சுவாரசியமானதொரு திரைப்பட மாகியிருக்கிறது. இந்த வழக்கை எல்லோருமே தங்களுக்கான முன் முடிவுகளுடன் அணுகுகிறார்கள் என்பது குறியீட்டு மற்றும் மறை பொருளான காட்சிகளினால் சொல்லப்படுகிறது.

குற்றஞ்சாட்டப்பட்டிருக்கிற அந்த இளைஞன் சேரியைச் சேர்ந்தவன் என்பதால் நிச்சயம் குற்றவாளியாகத்தான் இருக்கமுடியும் என்பதான வாதம் முன்வைக்கப்படுகிறது. 'சேரி ஆட்களைப்பற்றி நமக்குத் தெரியாதா?'' என்கிறார் ஒருவர். ஆனால், இளமைக்காலத்தில் சேரியில் வளர்ந்து இன்று உயர்நிலைக்கு வந்திருக்கும் குழுவிலிருக்கும் ஒருவரால் இந்தக் குறிப்பிட்ட காரணம் ஆட்சேபிக்கப்படுகிறது. பிற்போக்கான இந்தச் சிந்தனையை பெரும்பாலானோர் ஒப்புக் கொள்வதில்லை. 'They even don't speak good English' என்று ஆவேச மாகச் சொல்கிறார் ஒருவர். "They doesn't" என்று அந்த வாக்கியத்தி லிருக்கும் இலக்கணப் பிழையை நகைச்சுவையாகச் சுட்டிக்காட்டு கிறார் இன்னொருவர்.

கோடைப்பருவமான சூழ்நிலையில், மூடப்பட்டிருக்கும் அந்த அறையில் மின்விசிறி இயங்காததால் புழுக்கம் அதிகமாக இருக்கிறது. இதனால் ஒவ்வொருவருக்கும் ஏற்படும் எரிச்சலை ஆரம்பக்காட்சிகள் தெரிவிக்கின்றன. அங்கிருக்கும் மின்விசிறியை இயக்க முயன்று தொடர்ந்து தோல்வியடைகிறார் ஒருவர். இறுதிக் காட்சிகளில் கோடை மழை ஆரம்பித்து அறை சற்று இருளடைகிறது. எனவே, அங்கிருக்கும் விளக்கு இயக்கப்படும்போது கூடவே மின்விசிறியும் இயங்க ஆரம்பிக்கிறது. இரண்டு மின் சாதனங்களுக்கும் ஒரே சுவிட்ச். இந்தச் சிறு விஷயத்தைக் கூடக் கவனிக்காதவர்கள் எப்படி வழக்கு விசாரணையைக் கூர்ந்து கவனித்திருப்பார்கள் என்கிற கேள்வி பார்வையாளனுக்குத் தோன்றும் வகையில் இது ஒரு பகடியாக வெளிப்படுகிறது.

மேலும் ஆரம்பக்காட்சிகளின் உஷ்ணமான சூழ்நிலையும் நபர்களின் குழப்பமான விவாதமுமான நிலை மெல்ல மாறி இறுதிக் காட்சி களுக்கு வரும் போது பெய்யும் மழை காரணமாகக் குளிர்ச்சியான சூழ்நிலையும் உரையாடல்களின் மூலம் அவர்கள் தெளிவடைந் திருப்பதும் மிக நல்லதொரு குறியீட்டுக் காட்சிகளாக அமைந்திருக் கின்றன.

அந்த அறையில் உள்ள 12 நபர்களுடன் இணைந்து கேமராவும் 13வது நபராகச் செயல்படுகிறது. ஆரம்பக் காட்சிகளில் சற்று தொலைவில் காட்டப்படும் 12 நபர்களும் விவாதம் சூடேறச் சூடேற மெல்ல மெல்ல நெருக்கமாக அவர்களின் முகபாவங்களின் குழப்பங்களும் தெளிவும் பார்வையாளனுக்கு உணர்த்தப்படும் நோக்கத்தில் செயல்படுகிறது.

•

இந்தப் படத்தின் ஸ்கிரிப்ட்டை எழுதிய Reginald Rose, Henry Fonda – ன் இணைந்து இத்திரைப்படத்தைத் தயாரித்திருக்கிறார்.

படத்தின் இயக்குநர் Sidney Lumet. 12 நபர்களில் முதலாவதாகத் தனது ஆட்சேபத்தை முன்வைக்கும் நபராக Henry Fonda மிக அற்புதமான நடிப்பை வழங்கியிருக்கிறார். அவர் மாத்திரமல்லாமல் மற்ற அனைவருமே தங்களின் தனித்தன்மையான நடிப்பை குறிப்பிடத்தகுந்த அளவுக்கு வழங்கியிருக்கிறார்கள்.

1954-ல் தொலைக்காட்சிக்காக தயாரிக்கப்பட்ட இந்தப் படம், அதன் வெற்றியின் காரணமாகப் பிறகு 1957-ல் திரைப்படமாக உருவாக்கப் பட்டிருக்கிறது. 1997-ல் தொலைக்காட்சிக்காக மீண்டும் படமாக்கப் பட்டிருக்கிறது. ரஷ்ய மொழியிலும் ரீமேக் செய்யப்பட்டிருக்கும் இத்திரைப்படம், இந்தியாவில் பாசு சட்டர்ஜியால் 1986-ல் Ek Ruka Hua Faisla என்ற பெயரில் உருவாக்கப்பட்டது.

சிறந்த இயக்குநர், சிறந்த திரைப்படம், சிறந்த தழுவப்பட்ட திரைக்கதை என்ற பிரிவுகளில் அகாதமி விருதுக்காகப் பரிந்துரை செய்யப்பட்ட இத்திரைப்படம், அதே ஆண்டில் வந்த இன்னொரு கிளாசிக் திரைப்படமான The Bridge of the River Kwai-ன் பிரம்மாண்ட வெற்றியின் காரணமாக விருதுகளைப் பெறத் தவறியது. என்றாலும் பெர்லின் திரைப்படவிழாவில் தங்க விருதைப் பெற்றது. அமெரிக்காவின் 'தேசிய திரைப்படக் காப்பகத்தில்' வைப்பதற்காகத் தேர்ந்தெடுக்கப்பட்டிருக்கும் இத்திரைப்படம் அமெரிக்கத் திரைப்பட வரலாற்றில் மிக முக்கியமான மற்றும் முன்னோடியான திரைப்படமாக மதிக்கப்படுகிறது.

•

எனவேதான் இத்திரைப்படத்தை உங்களுக்குப் பதிவின் ஆரம்பத்தில் மிகத் தீவிரமாகப் பரிந்துரைத்திருந்தேன். ஆனால், இந்தப் பரிந்துரையே இத்திரைப்படத்தை நீங்கள் ஒரு 'முன்தீர்மானத்துடன்' அணுக ஒரு பாதகமான காரணியாக அமைந்துவிடலாம். அதுவே நான் உங்களுக்குச் செய்யும் அநீதியாகவும் அமைந்துவிடக்கூடும்.

# நுனிக்காலின் துயரம்

Black Swan | 2010 | AMERICA | Darren Aronofsky

**நு**னிக்காலை உயர்த்தி உடலின் எடை முழுவதையும் அதன் மீது நிறுத்திச் சில கணங்களுக்கு சுழன்று ஆடுவது பாலே நடனத்தின் ஒரு அழகியல் நுட்பம். இதை en pointe என்கிறார்கள். நான் இத்திரைப்படம் முழுவதையும் நுனிக்காலில் அமர்ந்த அவஸ்தையோடுதான் பார்த்தேன் என்று சொல்லவேண்டும். பாலே நடனக்கலைஞராக நடித்த நினாவின் (Natalie Portman) பதற்றத்தை அகரீதியான துயரத்தை வலியைப் பார்வையாளனுக்குள்ளும் கடத்தியதில் இயக்குநர் வெற்றி பெற்றிருக்கிறார்.

பொதுவாழ்க்கையில் நாம் பொறாமையுடனும் பரவசத்துடனும் கிளர்ச்சியுடனும் பளபளப்பாகவும் காணும் பல ஆளுமைகளின் அகவுலகம், பெரும்பாலும் எப்போதும் பதற்றமும் துயரமும் வலியும் கொண்டதாக உள்ளது. தன்னுடைய லட்சியத்தின் அடிப்படையை அடைவதற்கே பெரும் போராட்டத்தை அவர்கள் சந்திக்க வேண்டியிருக்கிறது. அதோடு, அதிலிருந்து இன்னும்

உயரே செல்வதற்கும் தன்னுடைய இருப்பைத் தக்க வைத்துக் கொள்வதற்கும் பெரும் மனஅழுத்தத்தைச் சந்திக்க வேண்டி யிருக்கிறது. பேஷன் கலைஞர்கள், நடனக்கலைஞர்கள், திரைக் கலைஞர்கள், (குறிப்பாக பெண்கள்) தங்களின் உடலைப் பல தியாகங் களுடன் கச்சிதமாகப் பேணும் பொறுப்பையும் சுமக்க வேண்டி யிருக்கிறது. அவர்களின் இடத்தை நிரப்புவதற்காக அதி இளமையோடு காத்திருக்கும் வரிசை அவர்களுக்குப் பெரும் சவாலாக உள்ளது. நாயகன் தூக்கிச் சுற்ற அலறுமளவுக்கான குவிண்டால் எடை கொண்ட வர்கள் நாயகியாய் நடித்ததெல்லாம் கறுப்பு - வெள்ளைக் காலத்தோடு முடிந்துவிட்டது.

பாலே நடனக் கலைஞராக இருக்கும் நினா, சிறுவயது முதலே அந்த நடனம் மாத்திரமே புகட்டப்பட்டவளாக வளர்கிறாள். இந்தக் கலையில் பிரகாசிக்க முயன்று தோற்றுப் போன அவளின் தாய், இதற்காகவே அவளை வளர்த்தெடுக்கிறார். தொடர்ந்து கடும் பயிற்சியில் ஈடுபட்டுக் கொண்டிருக்கும் நினாவுக்கு, அவள் இயங்கும் நாடகக்குழுவின் பிரதான பாத்திரம் கிடைக்குமா என்று பதற்றமாகவே இருக்கிறது.

அக்குழுவில் ருஷ்ய நாட்டார் கதையான Swan Lake-ஐ அடிப்படை யாகக் கொண்டு நாடகமொன்று தயாரிக்கப்படவிருக்கிறது. இரண்டு பிரதான பாத்திரங்கள். அன்பும் காதலும் கொண்ட White Swan. தந்திரமும் வஞ்சமும் கொண்ட Black Swan. இரண்டு பாத்திரங் களையும் ஒருவரே செய்வது அதிலுள்ள சவால். முந்தைய பாத்திரத்தில் மிகக் கச்சிதமாகச் செயல்படும் நினா, இன்னொரு பாத்திரமான Black Swan-ல் சற்று தடுமாறுகிறாள். இதுவே அவளின் இயல்புத்தன்மையை வெளிப்படுத்துகிறது. ‘இந்தப் பாத்திரத்துக்கு மிகுந்த ஒழுங்குத்தன்மை தேவையில்லை, சற்று தளர்வாக ஆடு’ என்று அதட்டிக் கொண்டே யிருக்கும் நாடக இயக்குநரான தாமஸின் ஆணைகள் அவளை மிரள வைக்கின்றன. இந்தப் பாத்திரத்தை அவளிடமிருந்து பிடுங்கிக் கொள்ளக் காத்திருக்கும் சக கலைஞரின் செயல்கள் அவளை மிகுந்த மன அழுத்தத்துக்கு உள்ளாக்குகின்றன. இதன் விளைவாக அவள் அடையும் உளப்பாதிப்பு அவள் முன் விசித்திரமான உருவங்களை (hallucination) தோற்றுவித்துக் குழப்பமான அனுபவத்துக்கு உட்படுத்துகிறது.

பிரதான பாத்திரமாக Natalie Portman. சிறந்த நடிகைக்கான அகாதமி பரிசை வென்றதில் ஆச்சரியமேயில்லை. படம் முழுக்க இவரின் ராஜ்ஜியமே. ‘பூ’ படத்தின் பார்வதி போல, சட் சட்டென்று மாறும் முகபாவங்கள் பிரமிப்பை ஏற்படுத்துகின்றன. நம்பிக்கையில்லாமலே வீட்டிலிருந்து புறப்பட்டுப் பிரதான பாத்திரத்துக்குத் தேர்வானதின்

மகிழ்ச்சியைத் தாங்க முடியாமல் கழிவறைக்குள் புகுந்து தன் தாய்க்கு அதைத் தெரிவிக்கும் காட்சி ஓர் உதாரணம். 'நீ ஒன்றும் வர்ஜின் இல்லையே' என்று கேட்கும் நாடக இயக்குநரிடம், வெட்கமும் பயமுமாக 'இல்லை' என்று உரையாடும் அந்தக் காட்சி இன்னொரு உதா. இப்படிப் பல உதாக்களை நினாவை முன்னிட்டு சொல்லிக் கொண்டே போகலாம்.

இந்த psychological thriller வகை திரைப்படத்தை மிகுந்த சுவாரசிய திரைக்கதையுடன் நகர்த்திச் சென்றிருக்கிறார் இயக்குநர் Darren Aronofsky. நினாவின் அகவுலகத்தில் ஏற்படும் குழப்பங்களைப் புறவயமாக அதன் பூடகத்தன்மையுடன் சித்திரிப்பதில் வெற்றி பெற்றிருக்கிறார். பாலே நடனமே பயிற்சியாக வாழும் அவளின் கட்டுப்பாடான அகம் கட்டவிழ்ந்த நிலையில் வெளிப்படும் பாலியல் சார்ந்த ஆவேசக் காட்சிகள் மிகுந்த நுட்பமானவை.

சாதிக்கத் துடிக்கும் பெண்களுக்குத் தடையாய் நிற்கும் முட்டுக் கட்டைகளுள் பிரதானமானது ஆண்குறி. நிறுவனத்துக்குள் மட்டு மல்லாது அன்றாட வாழ்க்கையிலும் இது ஏற்படுத்தும் தடைகள் அதிகம். வேதனையில் வீடு திரும்பிக் கொண்டிருக்கும் நினாவை பாலியல் நோக்கிலான சமிக்ஞைகளைக் காட்டிக் குறும்பு செய்கிறான் அறுபதைக் கடந்த கிழவனொருவன். இத்திரைப்படத்தில் ஒரு சிறு துணுக்காக இந்தக் காட்சி கடந்து செல்கிறது.

பெரும்பான்மையான துறைகளுள் நிலவும் ஆணாதிக்கம் காரணமாக அசாத்தியத் திறமைகளைப் பெண்கள் கொண்டிருந்தாலும் அது வெளிப்படும் வாய்ப்பைப் பாலுறவு சார்ந்த அத்துமீறல்களைக் கடந்தே பெற முடிகிறது. நாடக இயக்குநரான தாமஸ், நினாவை பாலுறவுக்காக வற்புறுத்தியபடியே இருக்கிறான். இல்லையெனில் இந்த ஒத்துழைப்பைத் தாராளமாகத் தரத் தயாராயிருக்கும் இன்னொரு பெண்ணுக்கு அந்த வாய்ப்பு போகும். அது நினாவுக்குக் கூடுதல் மன அழுத்தத்தையும் பாதிப்பையும் தருகிறது.

படம் முழுவதும் நடனப்பயிற்சியை முன்னிட்டு ரகசியமாகக் கசிந்து கொண்டேயிருக்கும் Clint Mansell-ன் பின்னணியிசை ஒருபுறம் உன்னதமான அனுபவத்தை தருகிறதென்றால், பாலே நடனக் கலைஞர்களின் கூடவே நாமும் சுழன்றாடும் பிரமையை Matthew Libatique-ன் ஒளிப்பதிவு தருகிறது.

பதற்றம் கலந்த நல்ல அனுபவத்தைத் தந்த திரைப்படம்.

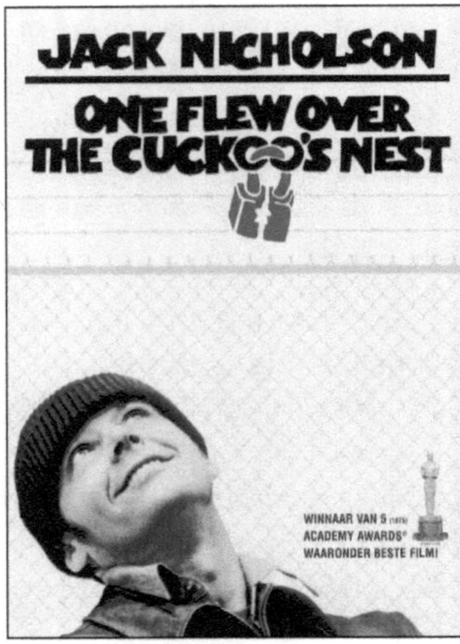


# பைத்தியக்கார விடுதிக்குள் ஒரு உற்சாகப் பறவை

One Flew Over the Cuckoo's Nest | 1975 | AMERICA | Miloš Forman

**1975**-ன் சிறந்த - படம், இயக்குநர், நடிகர், நடிகை, திரைக்கதை... என அகாதமியின் பிரதான விருதுகள் அனைத்தையும் பெற்ற திரைப்படம் One Flew Over the Cuckoo's Nest. சம்பிரதாயமாக இருந்தாலும் சொல்லத் தான் வேண்டியிருக்கிறது. McMurphy என்கிற அந்தப் பாத்திரத்துக்கு ஜாக் நிக்கல்சனைத் தவிர வேறு யாரையும் கற்பனை செய்துகூடப் பார்க்க முடியவில்லை. அந்தளவுக்கு ஒரு அற்புதமானதொரு நடிப்பைத் தந்து மறக்க முடியாத ஒரு அனுபவத்தைத் தந்திருந்தார்.

உளவியலின் ஆரம்ப வகுப்பில் ஒரு முறை எங்கள் ஆசிரியர் கேட்டார். ''யார் யாரெல்லாம் நார்மலான நபர்கள் என்று உணர்கிறீர்கள்?. கையைத் தூக்குங்கள்''. வகுப்பின் பெரும்பாலானோர் கையைத் தூக்கினார்கள். சிலர் இதில் ஏதோ சூது இருக்கிறது என்கிற குருட்டு

யோசனையில் நான் கையைத் தூக்கவில்லை. ஆசிரியர் சிரித்துவிட்டுச் சொன்னார். ''நாம் ஏற்படுத்தி வைத்திருக்கிற பொதுவான அளவு கோல்களின் படி நார்மல் என்று ஒருவருமே கிடையாது. நாம் ஒவ்வொருவருமே ஒவ்வொரு வகையில் அப்நார்மல் நபர்கள்தான்.''

●

Nurse Ratched-ன் கண்டிப்பான தலைமையில் அந்த மனநல நிலையத்தின் பிரிவில் எல்லாச் சிகிச்சை செயற்பாடுகளும் ஓர் ஒழுங்குணர்ச்சியுடனும் இயந்திரத்தனமாகவும் நடைபெறுகின்றன. அந்த மௌனத்தைக் கலைத்துக் கொண்டு ஒரு உற்சாகப் புயல் போல் உள்ளே நுழைகிறான் McMurphy. கற்பழிப்பு வழக்கு தொடர்பாகச் சிறையில் அடைக்கப்பட்டிருக்கும் அவனுடைய விசித்திரமான நடவடிக்கை காரணமாக இங்கு அழைத்து வரப்பட்டிருக்கிறான். அவன் உண்மையிலேயே மனநிலை பாதிக்கப்பட்டவனா நடிக்கிறானா என்பதை மருத்துவர்கள் விசாரித்துத் தெரிவிக்கவேண்டும்.

அங்குள்ள விதிகளை மாற்ற முயல்கிறான். எல்லோரிடமும் உற்சாகமாக உரையாடுகிறான். நோயாளிகளோடு பேருந்தைக் கடத்திச் சென்று அவர்களை போட்டிங் அழைத்துச் சென்று உற்சாக அனுபவத்தை தருகிறான். இப்படியாக அந்த நிலையத்தை ஒரு கேளிக்கை விடுதியாக மாற்றி Nurse Ratched-க்கு ஒரு பெரிய சவாலாகவே இருக்கிறான் McMurphy. இம்மாதிரியான அதீதமான நடவடிக்கையில் ஈடுபடும் நபர்களுக்கு ''ஷாக் ட்ரீட்மெண்ட்'' தருவதின் மூலம் அவர்களுக்குத் தண்டனை அளிக்கப்படுவது அங்குள்ள அராஜகச் சடங்காக இருக்கிறது. McMurphyயும் அதே தண்டனைக்கு உள்ளானாலும் அது அவனின் உற்சாகத்தைக் குறைப்பதில்லை. அங்கிருந்து தப்பிக்க முடிவு செய்யும் இரவன்று அனைவருக்கும் தன்னுடைய பெண் நண்பர்கள் மூலம் வரவழைக்கப் பட்ட மதுவை வழங்கி அந்த இரவை எல்லோருக்கும் மறக்க முடியாத அனுபவமாக ஆக்குகிறான். தன்னுடைய தோழியின் மீது ஆசைப்படும் ஒரு இளம் நோயாளிக்கு அவளுடன் அந்த இரவை இன்பமாகக் கழிக்க வைக்கிறான். அளவுக்கதிகமான மதுவின் காரணமாக அவனும் அன்றிரவு உறங்கி விடுவதால் தப்பிக்கும் திட்டம் தவறிப் போகிறது.

மறுநாள் காலையில் நிகழும் அந்த கிளைமாக்ஸ் காட்சியைத் திரையில் பார்ப்பது நலம்.

முன்னரே சொன்னது போல் ஜாக் நிக்கல்சன் தம்முடைய பாத்திரத்தை மிகத் திறமையாகக் கையாண்டிருக்கிறார். இரவன்று நிகழவிருக்கும் base ball விளையாட்டுப் போட்டியைத் தொலைக்காட்சியில் காண Nurse Ratched-ன் அனுமதியைக் கேட்கிறான் McMurphy. பெரும் பான்மையான நபர்கள் இதற்கு ஒப்புதல் அளித்தால்தான் இதை

அனுமதிக்க முடியும் என்று vote counting-க்குக்கு ஏற்பாடு செய்கிறார் செவிலி. எல்லோரிடமும் கெஞ்சிக் கெஞ்சித் தன்னுடைய கடைசி நபரின் ஒப்புதலை வாங்கும்போது செவிலி அளித்த நேரம் முடிகிறது. ஓட்டளிப்பு நேரம் முடிந்ததாகக் கூறி அனுமதியை மறுக்கிறார் Nurse Ratched. எல்லோரும் ஏமாற்றத்துடன் திரும்பும் போது McMurphy தொலைக்காட்சியின் முன் அமர்ந்து விளையாட்டுப் போட்டியைக் காண்பதான உடல் மொழியுடன் ஆட்டக்காரர்களை உற்சாகப்படுத்தும் குரலையும் எழுப்புகிறான். பின்பு ஒருவர் ஒருவராக அவனுடன் இணைந்து அந்த இடமே ரசிகர்கள் விசிலடிக்கும் விளையாட்டு மைதானமாக மாறுகிறது. உண்மையில் தொலைக்காட்சியில் எதுவுமே ஒளிபரப்பாவதில்லை. அனுமதி மறுக்கப்பட்டதின் எதிர்ப்புக் குரலாகத் தன்னுடைய கலகத்தை நிகழ்த்துகிறான் McMurphy. படத்தின் மிகச் சிறப்பான காட்சி இது.

''ஷாக் ட்ரீட்மெண்ட்'' தண்டனையைப் பெற்ற பிறகு அதனால் பாதிக்கப்பட்டவன்போல் விசித்திரமான முகத்துடனும் உடல் மொழியுடனும் வெளியே வருகிறான் McMurphy. எல்லோருமே திகைப்புடனும் பரிதாபத்துடனும் அவனைப் பார்க்கின்றனர். சற்று நேரத்திலேயே அவன் செய்கிற குறும்பு அது என்று தெரிய வந்ததும் அனைவருக்கும் சிரிப்பு பீறிட்டுக்கொண்டு வருகிறது.

துளிக்கூட உணர்ச்சியே வெளிப்படுத்தாத இயந்திரமான முகமும் தம்முடைய உத்தரவு பின்பற்றப்படவேண்டிய மௌனக் கண்டிப்புமாக Nurse Ratched பாத்திரத்தை Louise Fletcher ஏற்றிருக்கிறார். சிறந்த நடிகைக்கான அகாதமி விருது இவருக்குக் கிடைத்தது நியாயமே. ஒருநிலையில் McMurphy மனநிலை சரியில்லாதவனாக நடிக்கிறான் என்பதை மருத்துவர் குழு கண்டுபிடித்து அவனை வெளியேற்ற முடிவு செய்தாலும் Nurse Ratched தலையிட்டு அந்த முடிவை மாற்றுகிறார். McMurphy தனக்கு விடுக்கும் மறைமுக சவாலில் வெல்ல வேண்டும் என்கிற உணர்வே இந்த முடிவை நோக்கி அவரை நகர்த்துகிறது.

Ken Kesey எழுதிய நாவலை அதே தலைப்பிலேயே சிறப்பாகப் படமாக்கியிருக்கிறார் Milos Forman. மனித மனத்தின் சிடுக்குகளை அவிழ்க்கப் புத்தகங்களில் எழுதப்பட்டுள்ள சிகிச்சை முறைகளும் இயந்திரத்தனமான சடங்குகளும் மாத்திரமே தேவையில்லை. அவர்களை இயல்பான உற்சாகத்துடன் செயல்படுவதற்கான சூழ்நிலையை அமைத்துத் தருவதும் முக்கியமானது என்பதை இந்தப் படம் நமக்கு உணர்த்துகிறது. வசூல்ராஜா எம்.பி.எஸ்-திரைப்படமும் (இந்தி மூலம் - முன்னாபாய்) இந்தப் படத்தின் சில கூறுகளை உள்ளடக்கியது. IMDB-ன் 250 தர வரிசையில் நீண்ட காலமாக முன்னணியில் இருந்துவரும் இந்தத் திரைப்படம் அகாதமி விருதுகள் தவிர Bafta உள்ளிட்ட மற்ற விருதுகளையும் பெற்றுள்ளது.

# திகைக்க வைத்த கொரியன் திரைப்படம்

Oldboy | 2003 | SOUTH KOREA | Park Chan-wook

**எ**ன்னதான் நாம் அஹிம்சை, கருணை என்றெல்லாம் கோட்பாட்டுரீதியாகப் பேசி சிலாகித்துக் கொண்டாலும் வன்முறை என்பது நம் ரத்தத்திலேயே ஊறிப்போன அம்சம். வெள்ளைப் பேண்ட்டில் சேற்றுச் சக்கரத்தை இடித்துக் கறையை ஏற்படுத்தும் பைக் ஓட்டுநரை ''குழந்தாய்... கவனமாகச் செல்லக்கூடாதா?'' என்றெல்லாம் நாம் கேட்பதில்லை. ''த்தா... கண்ணு என்னா பின்னாலயே இருக்கு?'' என்று ஆரம்பித்து ஏக வசன கலாட்டாவில்தான் முடியும். எதிராளியின் ஆகிருதியைப் பொறுத்து வசவின் அடர்த்தி கூடியோ குறைந்தோ, அடிதடியிலோ வெற்று வசனங்களிலோ முடியக்கூடும். 'நான் அப்படியெல்லாம் இல்லை' என்று விவாதிப்போர் கடவுளால் பிரத்யேகமாக ஆசிர்வதிக்கப்பட்டவர்கள்.

ஆணின் உயிரணுக்கள் பெண்ணின் கருப்பையினுள் வேகமாகப் பயணம் செய்யும்போது முந்துகிற ஓர்

அணுவுக்குத்தான் வாசலை முட்டி மோதி உட்புகுகிற வாய்ப்புக் கிடைக்கிறது. அங்கேயே ஆரம்பிக்கிற வன்முறையும் போட்டியும் நம் வாழ்நாளின் இறுதிவரை தொடர்வதாகத் தோன்றுகிறது. மேற்சொன்ன படமும் ''பழிவாங்குதல்'' என்கிற அடிப்படையான தத்துவத்தில் இயங்குகிறது. உடனே இது எம்.ஜி.ஆர் vs நம்பியார் டைப் படம் எனப் பாமரத்தனமாக விளங்கிக் கொள்ளக்கூடாது. திகைக்க வைக்கும் திரைக்கதையும் ட்ரீட்மெண்ட்டும், நடிகர்களின் பங்களிப்பும் இந்தப் படத்தைத் தரமான உயரத்தில் இயங்க வைக்கின்றன.

Old Boy இயக்குநர் Park Chan-Wook-**ன்** trilogy-ல் இரண்டாவது பகுதி படமிது. மற்ற படங்கள் Sympathy For Mr.Vengeance & Sympathy For Lady Vengeance. சுமார் 10 படங்களை இயக்கியிருக்கும் தென் கொரிய இயக்குநரான Park-ன் ஏழாவது படமிது. Vertigo என்கிற படத்தின் பாதிப்பினால் திரைத்துறைக்கு வந்த இவர் பல படங்களில் screen writer ஆகவும் பணிபுரிந்தார். சிறந்த சினிமா விமர்சகருமாவார். முதல் இரண்டு படங்களை இயக்கி வெளியிட்ட பின்னரும் கூட இயக்குநர் என்கிற புகழை விடவும் screen writer - என்கிற அளவில்தான் இவர் புகழ் ஓங்கி இருந்தது. Joint Security Area (2000) என்கிற படத்தின் வணிக மற்றும் விமர்சக ரீதியாக வெற்றிக்குப் பின்னரே ''இயக்குநர்'' என்கிற புகழை அடைய முடிந்தது. கான் (cannes) திரைப்பட விருது *(2004)* உட்பட பல விருதுகளை Old Boy பெற்றுள்ளது.

Dae-su குடிபோதை கலாட்டா ரகளையில் காவல் நிலையத்திலிருந்து அவர் நண்பரால் மீட்கப்படுகிறார். பொது தொலைபேசி மூலம் வீட்டுக்குச் சீக்கிரம் வந்துவிடுவதாக மனைவியிடமும் மகளிடமும் கூறுகிறார். அவர் நண்பரும் வீட்டாரிடம் தாம் பத்திரமாக அவரை அழைத்து வந்துவிடுவதாக உறுதியளித்து விட்டு, திரும்பிப் பார்த்தால் Dae-su-வைக் காணோம்.

Dae-su தாம் வெளித்தொடர்பு ஏதுமில்லாத ஒரு அறையில் சிறை வைக்கப்பட்டிருப்பதை உணர்கிறார். வேளா வேளைக்கு வறுக்கப் பட்ட பணியாரம் போன்ற உணவு மாத்திரம் சிறு துளை வழியாக வழங்கப்படுகிறது. யார், ஏன் தம்மைக் கடத்தி வைத்திருக்கிறார்கள் என்கிற கேள்விக்கு விடை தெரியாத குழப்பமான உணர்வு. தற்கொலை முயற்சியும் தோல்வியாக, shadow boxing பயிற்சி எடுப்பதின் மூலம் சுதாரித்துக் கொள்கிறார். அறையில் உள்ள தொலைக்காட்சியின் மூலமாக அவரின் மனைவி கொலை செய்யப்பட்டதையும் அதற்குக் காரணமாக முதல் குற்றவாளியாக இவரைக் காவல் துறை சந்தேகப்படு வதையும் அறிந்து அதிர்ந்து போகிறார். இவரின் மகளைப் பற்றிய விவரமும் தெரியவில்லை. கடுமையான தனிமையின் காரணமாக ஹிஸ்டீரியாவும், சற்றே மனநிலை பிறழ்வு சூழலில் விநோதமாகக்

காட்சிகளும் அவருக்குத் தோன்றுகிறது. கூடவே ஹிப்னாடிசமும் செய்யப்பட்டு அவருள் சில விஷயங்கள் பதியப்படுகின்றன. இப்படி யாக 15 வருடங்கள் கழிந்த பிறகு ஒரு நாள் திடுதிடுப்பென்று விடுதலை செய்யப்படுகிறார்.

தம்மைக் கடத்தி சிறை வைத்திருந்தவர் யார் என்று கண்டுபிடித்து பழிவாங்க தீவிரப்படும் இவரை ஒரு பிச்சைக்காரர் அணுகி ஒரு கைபேசியையும் பணத்தையும் அளித்து மறைந்து போகிறார். ஒரு உணவகத்தினு ள் நுழையும் இவர் அங்கு பணிபுரியும் ஒரு பெண்ணால் (mido) கவரப்பட்டு அன்பு கொள்கிறார். அப்போது கைபேசியில் வரும் அழைப்பின் குரல் ‘‘நான்தான் உன்னை 15 வருடங்களாகச் சிறை வைத்தவன். இயன்றால் என்னைக் கண்டுபிடி. என்னைக் கண்டு பிடித்தால் நானே தற்கொலை செய்துகொண்டு சாகிறேன். இல்லை யென்றால் mido கொல்லப்படுவாள்’’ என்று சவால் விடுக்கிறது.

தனக்குத் தொடர்ந்து வழங்கப்பட்ட உணவின் மூலம் அதன் பிரத்யேக சுவையை நன்கறிந்த Dae-su ஒவ்வொரு உணவகமாகச் சென்று எங்கு தயாரிக்கப்பட்டது என்று கண்டுபிடிக்கிறார். டெலிவரி செய்யும் பையனின் மூலம் தாம் சிறைப்பட்ட இடத்தைக் கண்டுபிடிக்கும் அவர், அங்கு வார்டராக இருந்தவனின் பல்லைப் பிடுங்கி மூலவரைப் (Woo-Jin) பற்றி அறிகிறார். அவர் சிறைப்படுத்தப்பட்ட காரணமாகக் கூறப்படுவது 'he talks too much'. Woo-Jin பற்றி தம் நண்பர்களிடமும் அறிந்தவர்களிடமும் விசாரிக்கும்போது அவர் தம்முடன் பள்ளியில் இணைந்து படித்த பழைய மாணவர் என்று அறிய நேர்கிறது. அவருக்கும் தமக்கும் என்ன மாதிரியான பகை இருக்க முடியும் என்று Dae-su ஆராய்கிறார். இதற்கிடையில் அவருக்கும் midoவுக்குமான உறவு மிகவும் நெருக்கத்தை அடைந்து உடல்ரீதியான தொடர்புக்குச் செல்கிறது.

தம்முடைய மாணவப் பருவத்தை Flash Back-ல் நினைவு கூறும் Dae-su, Woo-Jin-ம் அவரது சகோதர உறவு முறையிலான soo-ah என்கிற பெண்ணும் பாலியல் நோக்கத்தில் ஈடுபடும் காட்சியை ஒளிந்திருந்து காண நேரிடுகிறது. இவர் பார்ப்பதை அவர்களும் பார்த்துவிடு கிறார்கள். பள்ளி முழுவதும் soo-ah பற்றிய செய்திகள் வதந்தி, வம்புகளுடன் இணைந்து ஒலித்து அவர் கர்ப்பமாக இருப்பதாகவும் செய்தி பரவுகிறது. இதைத் தாங்க முடியாத அந்தப் பெண் Woo-Jin எதிரிலேயே தற்கொலை செய்து கொள்கிறாள். இந்தச் செய்திகளை ஆராய்ச்சிகளின் மூலம் அறிந்து கொள்ளும் Dae-su, Woo-Jin-ஐ கண்டுபிடித்து நேருக்கு நேராகச் சந்திக்கிறார். ‘‘உன் சகோதரியின் மரணத்துக்கு நீதான் காரணம்’’ என்று குற்றஞ்சாட்டுகிறார். தாம்

அவனைக் கண்டுபிடித்துவிட்டதால் ஒப்பந்தப்படி அவன் தற்கொலை செய்துகொள்ளவேண்டும் என்கிறார்.

பதிலாக Woo-Jin அவருக்கு ஒரு பரிசை அளிக்கிறார். அதைப் பிரிக்கும் Dae-su-வுக்கு பூமியே இரண்டாகப் பிளந்தாற் போன்ற அதிர்ச்சி ஏற்படுகிறது. திகைக்க வைக்கும் அந்த அதிர்ச்சி என்ன என்பதையும் பின்பு இருவருக்கும் என்ன ஆனது என்பதையும் படத்தைப் பார்த்து தெரிந்துகொள்வதுதான் இயக்குநரின் உழைப்புக்கு நியாயமான செயலாக இருக்கும் என்று கருதுகிறேன்.

மிகவும் நுட்பமாக எழுதப்பட்டிருக்கும் இந்தக் கதைக்கு Park Chan-Wook-ன் திரைக்கதை என்னை அயர வைக்கிறது. Dae-su சிறையில் அடைத்து வைக்கப்பட்டிருக்கும் போது வருடங்கள் கடந்து செல்வதை தொலைக்காட்சியில் முக்கிய உலகச் செய்திகள் மூலம் fast cutting உத்தி மூலம் சொல்லும் காட்சியும் மனநிலை பிறழ்கிற Dae-su, தம் உடம்பில் எறும்பு ஒன்று துளையிட்டு வெளிவருவதாக உணரும் காட்சியும் கவர்கிறது. சிறையில் இருந்து வார்டர் மற்றும் அவர்கள் ஆட்களிடம் சண்டையிட்டுத் தப்பிக்கும் காட்சி ஒன்று தொடர்ச்சியாக சுமார் ஐந்து நிமிடத்துக்கு ஒரே கோணத்தில் காட்டப்படுவதும் அருமை. படத்தின் ஒளிப்பதிவு அபாரமானதாக இருக்கிறது.

Dae-su-வாக நடித்திருக்கும் Choi-Min-sik பல காட்சிகளில் சிறப்பான நடிப்பை வெளிப்படுத்தியிருக்கிறார். Woo-Jinவின் காலைப் பிடித்துக் கதறும் போதும் தம்முடைய நாக்கைத் துண்டித்துக் கொள்ளும் காட்சிகளிலும் அவரின் முகபாவங்கள் மிகுந்த நம்பகத்தன்மையை வெளிப்படுத்துகின்றன. Woo-Jin-ஆக நடித்திருக்கும் Yu-Ji-tae அலட்டிக்கொள்ளாமல் வில்லத்தனத்தை வெளிப்படுத்தியிருக்கிறார்.

நான் முன்னமே கூறினது மாதிரி 'பழிவாங்குதல்' என்கிற தத்துவத்தில் தான் இந்தப் படம் இயங்குகிறது. தம்மை சிறைப்படுத்தியவனை Dae-su கண்டுபிடித்தவுடன், Mido கூறுகிறாள். ''உனக்குத் தேவையானது கிடைத்துவிட்டது. இத்தோடு விட்டுவிட்டு நாம் அமைதியாக வாழலாமே''. அதற்கு Dae-su ''இல்லை. பழிவாங்குதல் என்னுடைய ஒரு பகுதியாக இருக்கிறது''.

இந்த trilogy-யின் மற்ற இருபடங்களையும் இயக்குநரின் மற்ற படங்களையும் கூடக் காணவேண்டும் என்கிற ஆவலை இந்தப்படம் ஏற்படுத்துகிறது இந்தப் படத்தின் சட்டப்படி அல்லாத தழுவலாக Zinda என்கிற இந்தித் திரைப்படம் வந்திருக்கிறது.

# இருபத்தி நான்கு கண்கள்

Twenty-Four Eyes | 1952 | JAPAN | Keisuke Kinoshita

Keisuke Kinoshita-**ன்** 'Twenty four eyes' *(1954)* என்கிற இந்தத் திரைப்படம் பள்ளி ஆசிரியை ஒருவரைப் பற்றியது. ஜப்பானிய கிராமமொன்றின் பள்ளிக்கூடத்தில் தன்னுடைய பணியைத் துவங்குகிற அவளுடைய வாழ்க்கையை இரண்டாம் உலகப் போருக்கு முன்னும் பின்னுமான பின்னணியில் சுமார் இருபது வருடங்கள் பின்தொடர்கிறது இந்தத் திரைப்படம்.

•

தன்னுடைய முதல் வகுப்பை 12 சிறுவர்/சிறுமிகளுடன் (அதைத்தான் படத்தின் தலைப்பு குறிப்பிடுகிறது) துவங்குகிற அவள், மிகுந்த தாய்மை உணர்வுடன் குழந்தைகளுக்கு போதிக்கிறாள். அவளுக்கும் குழந்தை களுக்கு ஏற்படுகின்ற நேச உணர்வு கவித்துவமாகவும் நெகிழ்ச்சியாகவும் சொல்லப்படுகிறது. குழந்தைகளின் வறுமையும் கல்வியைத் தொடர இயலாத சிறுமிகளின்

குடும்பப் பின்னணியும் அவளைத் துயருரச் செய்கிறது. போருக்கு எதிராக உரையாட முடியாத சூழலும் சிப்பாய்களாவதுதான் தமது லட்சியம் எனச் சிறுவர்களுக்கு மூளைச்சலவை செய்யும் அதிகார மையத்தின் செயல்பாடுகளும் அவளுக்கு வருத்தத்தை ஏற்படுத்தி ஆசிரியை தொழிலிலிருந்து விலகச் செய்கின்றன. கப்பல் படையில் பணிபுரியும் தன்னுடைய கணவனை இழக்கும் அவள் தன்னுடைய குழந்தைகளுடன் வறுமையின் பிடியில் சிக்குகிறாள். பிறகு வயதான காலத்தில் தம்முடைய பழைய பள்ளிக்கே ஆசிரியையாக வருகிறாள். பள்ளியில் படித்த பழைய மாணவர்கள் அவளுடைய வறுமையை உணர்ந்து ஒரு சைக்கிளைப் பரிசாக வழங்குகின்றார்கள். அவர் களுடனான நெகிழ்ச்சியான நினைவுகளுடன் படம் முடிகிறது.

படத்தில் என்னை மிகப் பிரதானமாகக் கவர்ந்தது இதன் ஒளிப்பதிவு. இதை ஒரு காவியப்படம் என்கிற பிரக்ஞையுடனும் முன்தீர் மானத்துடனும் ஒளிப்பதிவாளர் Hiroyuki Kusuda பதிவு செய்திருக் கிறாரோ என்கிற பிரமிப்பு படம் முழுவதும் என்னைத் தொடர்ந்து கொண்டிருந்தது. படத்தின் பெரும்பாலான காட்சிகள் அந்தக் கிராமத்து நிலப்பகுதிகளின் பிரமாண்ட பின்னணியுடன் பதிவு செய்யப் பட்டிருக்கிறது. பெரும்பாலான பிரேம்கள் புகைப்படப் போட்டியில் பரிசு பெற்ற அழகுணர்ச்சியுடனும் கலைத்தன்மையுடனும் இருக்கின்றன. ஒளிப்பதிவு குறித்து ஆர்வம் கொண்டிருப்பவர்கள் தவற விடக்கூடாத படைப்பிது.

ஆசிரியையாக Hideko Takamine மிகச் சிறப்பாக நடித்திருக்கிறார். தாய்மை நிரம்பிய அவரது முகம், மற்றவர்களின் துயரைக் கேட்ட மாத்திரத்திலேயே அழுது விடும் அந்தப் பாத்திரத்துக்குப் பொருத்தமாக இருக்கிறது. படத்தின் ஊடாக ஜப்பானிய கிராமத்தின் கலாசாரமும் மக்களின் வாழ்க்கை முறையும் வெளிப்படுகின்றன. படத்தின் துவக்கத்தில், சைக்கிளை ஓட்டிச் செல்லும் ஆசிரியையையும் அவளுடைய நவீன உடையையும் கிராம மனிதர்கள் மிகுந்த ஆச்சரியத்துடன் பார்க்கின்றனர். சில பெண்கள் தங்களுடைய நிலையுடன் ஒப்பிட்டுப் பொறாமை கொள்கின்றனர். பெரும்பாலான சிறுவர்களின் கனவு படையில் சேர வேண்டும் என்பதாகவே இருக்கிறது. ''ஏன் நீ ஒரு விவசாயி ஆகவோ, மளிகைக்கடைக்காரன் ஆகவோ உன் வாழ்க்கையை அமைத்துக் கொள்ளக்கூடாது?'' என்று மாணவர் களிடம் கேட்கிறாள் ஆசிரியை. ''நீங்கள் ஒரு கோழை'' என்கிறான் ஒரு சிறுவன். மாணவர்களின் குறும்பு காரணமாகக் காலை ஒடித்துக் கொள்ளும் ஆசிரியையைக் காணச் சிறுவர்கள் நீண்ட தூரம் நடந்து வரும் காட்சிகள் மிகுந்த நெகிழ்ச்சியை ஏற்படுத்தக்கூடியவை.

அரசாங்கத்தின் அடக்குமுறையைக் கண்டு கல்வி கற்றவர்களும் அஞ்சும் சூழ்நிலையைச் சில காட்சிகள் வெளிப்படுத்துகின்றன. போருக்கு எதிரான கருத்துகளைக் கொண்ட ஒரு புத்தகத்தை வைத்திருந்த காரணத்துக்காக ஒரு ஆசிரியர் கைது செய்யப்படுகிறார். ''அந்தப் புத்தகத்தில் சொல்லப்பட்டிருக்கிற விஷயங்கள் நியாயமானவைகளாகத்தானே தோன்றுகின்றன?'' என்று ஆசிரியை கேட்கும்போது தலைமையாசிரியர் மிகுந்த பதற்றமடைந்துவிடுகிறார். ''ஆசிரியர்களாகிய நாம் தேசத்துக்கு விசுவாசமாக இருக்கவேண்டும்'' என்று அந்தப் புத்தகத்தை எரித்துவிடுகிறார். மேலும் முதலாளித்துவம் பற்றி மாணவர்களுடன் உரையாடும் அவளைக் கண்டிக்கிறார்.

•

ஒளிப்பதிவின் நேர்த்தி ஒருபுறம் எனக்கு 'பதேர் பாஞ்சாலி'யை நினைவுபடுத்திக் கொண்டேயிருந்தது என்றால் மறுபுறம் படத்தின் உள்ளடக்கம், Zhang Yimou-**ன்** "Not one Less" என்கிற சீனப்படத்தை நினைவுபடுத்திக் கொண்டேயிருந்தது. அந்தப் படத்திலும் கிராமத்து வறுமையான பின்னணியும் ஆசிரியை குழந்தைகளின் மீது கொள்ளும் அக்கறையும் நெகிழ்ச்சியாக வெளிப்பட்டிருக்கும்.

படத்தின் இயக்குநர் Keisuke Kinoshita, அகிரா குரோசாவைப் போல் சர்வதேச திரைப்படச் சமூகத்தில் புகழ் பெற்றவர் இல்லையெனினும் ஜப்பானியக் குடும்பங்களில் இவரது திரைப்படங்கள் இன்றளவும் கொண்டாடப்படுகின்றன. சிறுவயது முதலே திரைப்பட உருவாகத்தில் மிகுந்த ஆர்வம் கொண்டிருந்த இவர், பல துறைகளில் உதவியாளராக இருந்த பின்னரே இயக்குநராக முடிந்திருக்கிறது. இவரது பெரும்பாலான திரைப்படங்கள் போரின் பாதிப்பு சமூகத்தில் ஏற்படுத்தும் பாதிப்பையே காட்சிப்படுத்துகின்றன.

ஆங்கிலேயக் கல்விமுறை நம்மை ஆட்டு மந்தைக் கூட்டங்களாக உருவாக்கிக் கொண்டிருக்கும் அவலத்தைப் பற்றிய எந்தவொரு உணர்வும் இன்றி, சம்பள கமிஷனைத் தாண்டிச் சிந்திக்கத் தெரியாத சமகால ஆசிரியர்களை இப்படத்துடன் பொருத்திப் பார்க்கும்போது பெருமூச்சு மாத்திரமே எழுகிறது.

# அல்பசினோவின் கண்கள்

Scent of a Woman | 1992 | AMERICA | Martin Brest

இந்தப் பதிவு முழுவதும் அல்பசினோவின் புகழைப் பாடப் போகிறேனோ என்று என் மீது எனக்கே பயமாக இருக்கிறது. அந்தளவுக்கு இந்தப் படம் முழுவதும் (Scent of a Woman) ஒரு eccentric blind man பாத்திரத்தை மிகத் திறமையாகவும் அதே சமயத்தில் அநாயாசமாகவும் வெளிப்படுத்தி விஸ்வரூபமெடுத்திருக்கிறார் Alpacino. நம் தமிழ்த் திரைப்படங்களில் கண்பார்வையற்ற பாத்திரம் என்றால் ஒரு கறுப்புக் கண்ணாடியை மாட்டிக்கொண்டும் கையில் ஒரு குச்சியை வைத்துக்கொண்டும் ஒரே மாதிரியான தேய்வழக்குடன் நடிப்பார்கள். நான் கவனித்ததில் ஓரளவுக்கு இதைச் சிறப்பாகச் செய்தவர்கள் ராஜபார்வையில் 'கமல்ஹாசனும்' அமர்க்களத்தில் 'சார்லியும்' (காசியில் விக்ரம் செய்தது ஒரு gimmics). அல்பசினோ இந்தப் படத்தில் இயல்பாக நடிக்க வேண்டிக் கண்பார்வையற்ற மாணவர் ஒருவரைக் கூர்மையாக அவதானித்தும் பிரத்யேக contact lens

அணிந்தும் வெற்றிகரமாக தன்னுடைய பாத்திரத்தை நிறுவியிருக்கிறார். கண்பார்வையற்றவர்களுக்குக் காது, மூக்கு, விரல்கள் ...எல்லாமே கண்கள்தான். தன்னுடைய பிரத்யேக அந்தரங்க உலகை இவற்றின் மூலமாகத்தான் தரிசிக்கின்றனர். விமானப் பணிப் பெண்ணின் பெயரைச் சரியாக அல்பசினோ யூகிக்கும்போது, கூட இருக்கும் சார்லி வியப்படைகிறான். ''எப்படி அவள் பெயரைச் சரியாகக் கூறினீர்கள்?'' 'அவள் உபயோகிக்கும் நறுமணத்தின் பிராண்ட் (Floris) அவளின் கலிபோர்னியா உச்சரிப்பு . இவற்றின் மூலம் என்னும் அல்பசினோ தொடர்ச்சியாகப் பெண்களை வர்ணிக்கத் தொடங்கி இப்படியாக முடிக்கிறார்... 'there's only two syllables in this whole wide world worth hearing: pussy.'

சார்லி சிம்ஸ் (Chris O'Donnell) அந்த நகரத்தின் உயர்தரமான பள்ளியில் ஸ்காலர்ஷிப்பில் படித்துக் கொண்டிருக்கும் ஓர் ஏழை மாணவன். விடுமுறையில் தன்னுடைய ஊருக்குச் செல்லப் பணம் சேர்க்க வேண்டி வார இறுதி விடுமுறையில் ஓரிடத்தில் வேலைக்குச் செல்கிறான். அந்தக் குடும்பத்தில் இருக்கும் அனைவரும் ஊருக்குச் செல்லவிருப்பதால் தனிமையாக இருக்கும் அந்த நபரை அவர்கள் வரும்வரை சார்லி கவனித்துக் கொள்ளவேண்டும் என்பது மாதிரியான ஏற்பாடு. அந்த நபர்தான், அமெரிக்க ராணுவத்தில் இருந்து ஓய்வு பெற்ற, குடிகாரரான, எப்போது கோபம் வரும் என்று தெரியாத சிடுமூஞ்சியான, சார் என்று அழைக்கப்படுவதை விரும்பாத... ஃபிராங்க் ஸ்லேட் (Alpacino). அறிமுகத்திலேயே மிரண்டு போகும் சார்லி இந்த வேலை தன்னால் ஆகாது என்கிறான். குடும்பத்தார் அவனைக் கெஞ்சி, வற்புறுத்தித் தலையில் கட்டிவிட்டுக் கிளம்பி விடுகின்றனர்.

அவர்கள் அந்தப் பக்கம் சென்றதும் ''சார்லி வாடா போகலாம் நியூயார்க்குக்கு'' என்று திகைத்து நிற்கிற அவனை இழுத்துக்கொண்டு செல்கிறார் அல்பசினோ. விமானத்தில்தான் மேற்சொன்ன அந்த உரையாடல் நிகழ்கிறது. தான் கண்பார்வையற்றவன் என்பது உணரப் படக்கூடாது என்பதில் பிடிவாதமாக இருக்கும் அல்பசினோவை (என் கையைப் பிடிக்காதே. தேவையென்றால் நான் உன்னைப் பிடித்துக் கொள்கிறேன்) ஒருவழியாகச் சமாளிக்கிறான் சார்லி. அங்குள்ள உயர்தர ஹோட்டல் ஒன்றில் அறையெடுக்கும் அல்பசினோ, உணவகத்தில் தான் நியூயார்க் வந்திருப்பதின் திட்டத்தைச் சொல்கிறார். நல்ல ஹோட்டல்... நல்ல உணவு... புணர ஒரு நல்ல பெண்.. பின்னர்...

பின்னர் தற்கொலை.

'என்னடா இது இழவு' என்று சார்லி திகைக்கிறான். ஏற்கெனவே அவன் ஒரு பிரச்னையில் மாட்டி மனத்தை உழப்பிக் கொண்டிருக்கிறான். பள்ளியில் புதிதாக வந்திருக்கும் தலைமை ஆசிரியரின் மீது

வெறுப்புறும் சில மாணவர்கள் குறும்புத்தனமான செய்கையின் மூலம் அவரை அவமானப்படுத்திவிடுகின்றனர். அந்த இடத்தில் சார்லியும் இருந்திருப்பதால் அவர்கள் யாரென்று தனக்குக் காட்டிக் கொடுக்கு மாறு கூறுகிறார் தலைமை ஆசிரியர். அவனுடைய மேற்படிப்புத் திட்டத்துக்குப் பள்ளியின் மூலம் தன்னால் உதவ முடியுமென்றும், காட்டிக் கொடுக்காவிடில் பள்ளியைவிட்டு அவன் வெளியேற்றப் படலாம் என்றும் அந்த ஏழை அப்பாவி மாணவனை எச்சரிக்கிறார்.

ஃபிராங்க் தற்கொலை செய்து கொண்டாரா... சார்லி தன்னுடைய பிரச்னையில் இருந்து மீண்டானா? படத்தைப் பாருங்கள்.

ஏற்கெனவே சொன்ன மாதிரி இந்தப் படம் முழுவதும் அல்பசினோவின் களம். மனிதர் அதகளம் செய்திருக்கிறார். கண்பார்வையற்ற பாத்திரத்தில் நடிப்பவர்கள் வழக்கமாக மழுப்பும் கறுப்புக் கண்ணாடி எதுவும் அணியாமல் நிர்வாண கண்களாலேயே, கண்பார்வையற்றவர்களின் உடல் மொழியை மிகச் சிறப்பாக வெளிப்படுத்தியிருக்கிறார். முதல் சந்திப்பிலேயே சார்லியை 'Get out of here' என்று கத்தி விரட்டும்போது நமக்கும் அந்த மனிதர் மீது வெறுப்பு ஏற்படுகிறது.

நியூயார்க்கில் தன்னுடைய சகோதரரின் வீட்டு விருந்துக்கு அறிவிப் பில்லாமல் செல்கிறார். இவரின் பிரசித்தமான குணத்தை நன்கறிந்த அவர்கள் வெறுப்பை மறைமுகமாகக் காட்டுகின்றனர். அங்கு ஒரு உறவினர், ராணுவத்தில் பணிபுரிந்து கொண்டிருந்த அல்பசினோவுக்கு எப்படி கண்பார்வை போயிற்று என்பதை அவரை வெறுப்பேற்றும் விதமாகக் குரூர நகைச்சுவையுடன் விவரிக்கும்போது அவர் தவறும் இடங்களில் எல்லாம் எடுத்துக் கொடுக்கிறார் அல்பசினோ. ஆனால் கூட வந்திருக்கும் சார்லி அவமானப்படுத்தப்பட்டதாக உணரும்போது நகைச்சுவை செய்தவன் மேல் காட்டுத்தனமாகப் பாய்ந்து தொண்டையில் ஒரு நண்டுப்பிடியைப் போடும்போது அல்பசினோவுக்கு இருக்கிற இன்னொரு பக்கத்தையும் சார்லியைப் போலவே பார்வை யாளனான நம்மாலும் உணர்ந்து கொள்ளமுடிகிறது. படத்தின் மிகச் சிறப்பான காட்சிகளுள் ஒன்றிது.

வாடகை ferrari காரை தானே வேகமாக ஓட்டுவது, சார்லியின் கையிலிருந்த முகவரிச் சீட்டைப் பிடுங்கி வாயில் போட்டு மென்று விடுவது, உணவகத்தில் சார்லி மது வழங்குபவரிடம் காட்டும் சைகையை உள்ளுக்குள் எப்படியோ உணர்ந்து dont do that என்பது, முன்பின் தெரியாத ஒரு பெண்ணுடன் அறிமுகமாகி அற்புதமான ஒரு tango நடனமாடுவது, பாலியல் தொழிலாளியிடம் போய் விட்டு வந்தபிறகு ஒரு மாதிரித் தடுமாற்றமாக இருப்பது என்று பல காட்சிகளில் அல்பசினோவின் நடிப்பைச் சொல்ல ஆரம்பித்தால் முழு திரைக்கதையையும் இங்கே எழுத வேண்டியிருக்கும். அப்படி

எழுதினாலும் அது மேக்னா நாயுடுவின் பக்கவாட்டுத் தோற்றத்தை மட்டுமே பார்த்தமாதிரி அரைகுறையாகவே இருக்கும். முழுவதையும் நீங்களே பார்த்துவிடுங்கள்.

அல்பசினோவின் பிரமாண்ட நடிப்புக்குத் தன்னால் இயன்றவரை underplay செய்து ஈடுகொடுத்திருக்கிறார் சார்லியாக நடித்திருக்கும் Chris O'Donnell. தன்னுடைய பள்ளி பிரச்னையை அல்பசினோவிடம் கூறிக் கொண்டு வரும்போது அல்பசினோ கேட்கிறார். ''உன் வளர்ப்புத் தந்தை இந்தப் பிரச்னையைக் கவனிக்க மாட்டாரா, ஏன்? - "Cause he's an asshole." என்கிறான் சார்லி. அல்பசினோ அதற்கு பதிலாக சொல்கிறார்: "Ha-ha ! Well, that's all right, Charlie. Every family's got one nowadays". படத்தின் ஆங்காங்கே அல்பசினோ "Hoo-aah" என்று சொல்வதே அத்தனை அழகாக இருக்கிறது.

வெளியே விறைப்பாக முன்கோபத்துடன் உலவிக்கொண்டு உள்ளுக்குள் தோழமைக்காக ஏங்குகிற, தன்னுடைய குறையை நினைத்து உருகுகிற அவரின் இன்னொரு பக்கத்தை உணர்ந்து கொள்கிறான் சார்லி.

Il buio e il miele (Darkness and Honey) என்கிற நாவலைத் தழுவி 1974-ல் எடுக்கப்பட்ட Profumo di donna என்கிற திரைப்படத்தின் மறுவடிவம்தான் Scent of a Woman. இதன் இயக்குநர் Martin Brest. இந்தப் படத்துக்காகச் சிறந்த நடிகருக்கான ஆஸ்கர் விருதை அல்பசினோ பெற்றார். சிறந்த இயக்குநர், சிறந்த படம், சிறப்பாகத் தழுவி எடுக்கப்பட்ட திரைக்கதை போன்ற பிரிவுகளிலும் இந்தப் படம் ஆஸ்கர் பரிசுக்கு பரிந்துரைக்குத் தேர்ந்தெடுக்கப்பட்டது.

அல்பசினோவின் ஆர்ப்பாட்டமான இன்னொரு பரிமாணத்தை Scarface என்கிற திரைப்படத்தில் பார்க்கலாம்.

எந்தவொரு மேலைநாட்டுப்படத்தையும் நம் தமிழ்த் திரைப்படங்களோடு ஒப்பிட்டு எழுதினால் அது நமது தாழ்வுணர்ச்சியை வெளிப்படுத்துவதாகச் சிலர் கூறுவர். இன்னும் சிலர் வணிக ரீதியில் அவர்களுக்கிருக்கும் சந்தைப்படுத்துதலைக் காரணம் காட்டுவர். அதெல்லாம் சும்மா ஹம்பக். யோசித்துப் பாருங்கள். எந்தவித டமால் டுமீல் ஆக்ஷன் பிரமாண்ட செலவுகள் இல்லாமல் ஒரு சுவாரசியமான திரைக்கதையையும் திறமையான இரு நடிகர்களையும் வைத்துக் கொண்டு அவர்கள் சாதிக்க முடியுமென்றால் நம்மால் அது முடியாதா என்கிற ஆதங்கமே இவ்வாறாக எழுத வைக்கிறது. ஷங்கர் எடுத்த சிவாஜி திரைப்படம் போன்ற ஒரு பிரமாண்ட குப்பையை உருவாக்குவதற்குப் பதில் இவ்வாறான இரண்டு சிறந்த படங்களை எடுத்துவிட முடியும். பெரும்பான்மை மக்கள் யாரும் பார்க்கமாட்டார்கள் என்பதெல்லாம் கட்டுக்கதை. பருத்திவீரன் போன்ற படங்கள் சிறந்த உதாரணம்.

# மஜித் மஜிதியும் பீம்சிங்கும்

The Song of Sparrows | 2008 | IRAN | Majid Majidi

**அ**ந்த நடுத்தரவயது மனிதர் பச்சைக்காக சிக்னலில் காத்துக் கொண்டிருக்கிறார். பெரும்பாலான மூன்றாம் உலக நாடுகளில் காணக்கூடிய காட்சியைப்போல ஏழைச் சிறுவர்களும் சிறுமிகளும் இயல்பாகத் தங்கள் மீது உண்டாகும் அனுதாபத்தைக் காசாக்கிக் கொள்ளும் எளிய வணிக உத்தியோடு சிறு பொருட்களை வாகனங்களின் ஊடாக விற்றுக் கொண்டிருக்கின்றனர். நடுத்தர வயது மனிதரின் முன்னால் சாம்பிராணிப் புகையைத் தூவியபடி வந்து நின்று மந்தகாசமாகப் புன்னகைக்கிறாள் ஒரு சிறுமி. அவள் வயதேயுள்ள தன்னுடைய மகளின் நினைவு அவருக்கு வந்திருக்க வேண்டும். தன்னுடைய உழைப்புக் களைப்பையும் மீறிப் பதிலுக்கு புன்னகைக்கிறார். அந்தச் சிறுமிக்கு ஏதேனும் தர வேண்டும் என்கிற உந்துதல் ஏற்படுகிறது. அவசரமாகப் பையிலிருந்து பணத்தை எடுக்கிறார். கையில் தட்டுப்பட்டது 500 டோமன்கள். அதைக்கூடத் தந்துவிடலாம்தான். ஏனோ ஒரு தயக்கம்.

அது அன்றாடங்காய்ச்சியான அவரது குடும்பத்தின் ஒரு நபருக்கான ஒரு வேளைக்கான உணவுப்பணமாக இருக்கக்கூடும்.

சில்லறை மாற்றித் தர முடிவு செய்து சிக்னலில் காத்துக் கொண்டிருக்கும் சக வாகன ஓட்டிகளை அணுகுகிறார். கிடைக்கவில்லை. ''யோவ், இதுவே சில்லறைதான்?'' என்கிறான் ஒரு தாராளமயவாதி. சிவப்புக் கான நேரம் முடியப்போகிறது. நடுத்தர வயது மனிதருக்குள் பரபரப்பு கூடுகிறது. கடைசி தருணத்திலும் யாரும் சில்லறை தர முன்வரவில்லை. பச்சை விழுந்து வண்டிகள் நகர ஆரம்பிக்கின்றன. தடுமாற்றத்துடன் நின்றிருக்கும் இவரை ஒலிகளின் மூலம் மிரட்டுகின்றன பின்னால் வரும் வாகனங்கள். எப்படியாவது அந்தப் பெண்ணுக்கு ஏதேனும் தர விரும்பிய, இவர் திடீரென்று தீர்மானித்துப் பணத்தைச் சட்டைப் பைக்குள் திணித்துக்கொண்டு அந்தச் சிறுமியைப் பார்க்க விரும்பாமல் வாகன நெரிசலுக்குள் மறைகிறார்.

●

நம் தமிழ் சினிமாக்கள் எத்தனை மொண்ணைத்தனமாகவும் சாதாரண மனிதர்களின் அன்றாட நிகழ்வுகளிலிருந்து எத்தனை தூரம் விலகி நிற்கின்றன என்பதற்கு மிகச் சிறந்த உதாரணமாய் The Song of Sparrows-ல் சித்திரிக்கப்படும் மேற்கண்ட காட்சியைச் சொல்லலாம். ('உலகின் சிறந்த படங்களோடு தமிழ் சினிமாவை ஒப்பிட்டுப் புலம்பாமல் உன்னால் எழுதவே முடியாதா?' என்கிற கேள்வியின் பின்னேயுள்ள நியாயத்தை உணர்ந்தேதான் இருக்கிறேன். எந்தச் சமரசத்துக்கும் தம்மை உட்படுத்திக் கொள்ளாமல் நுண்ணுணர்வு மிக்க ஒரு இயக்குநராவது தமிழில் இருந்தால் குறைந்தபட்சம் அவரை வைத்துக்கொண்டாவது திருப்தியடைந்து கொள்ளலாம். அப்படியேதும் இல்லாத ஆதங்கமும் எரிச்சலுமே இவ்வாறு எழுதத் தூண்டுகிறது).

மேற்கண்ட காட்சியைத் தமிழ் சினிமாவின் ஒரு சராசரி இயக்குநர் எப்படிச் சித்திரித்திருப்பார் என்று யூகித்துப் பார்ப்போம். நடுத்தர வயதைத் தாண்டியும் மிகை ஒப்பனையுடன் உலகத்தை ரட்சிக்க வந்த அவதாரமாக வேண்டுமானாலும் நடிக்க முன்வருவார்களே ஒழிய, தங்களின் இயல்பான வயதுக்கு ஏற்ற பாத்திரத்தை ஏற்க மாட்டார்கள். ஏழை ரிக்ஷாக்காரன் பாத்திரமென்றாலும் ரீபாக் கேன்வாஸ் ஷூவும் லீ ஜீன்ஸும் அணிந்து உலாவரும் நாயகன் அந்த ஏழைச்சிறுமியின் கண்ணீரைப் பொறுக்கமாட்டாமல் தன் கையிலிருக்கும் அத்தனை பணத்தையும் அவளிடம் திணித்துவிட்டு கூடவே ஏழைகளின் துயர்நீக்க விரும்பும் சோசலிசப் பாவனைப் பாடல் ஒன்றைப் பாடி தன்னுடைய நாயக பிம்பத்தை ஊதிப் பெருக்கிய திருப்தியுடன் பார்வையாளர்களின் ஏகோபித்த கரகோஷத்தையும் ஒருங்கே பெற்றுக் கொள்வான்.

மஜித் மஜிதியின் மேற்குறிப்பிட்ட படத்தின் உள்ளடக்கம், ஏறக்குறைய 'பா' வரிசைப் பட புகழ் ஏ. பீம்சிங்கின் வழக்கமான 'அழுகாச்சி' படங்களைப் போன்றதுதான். அமைதியான வாழ்க்கையை வாழ்ந்து கொண்டிருக்கும் ஒருவன், காலச் சூழ்நிலைகளினால் பிரச்னைகளில் சிக்குவதும் அந்த அவஸ்தைகளின் உச்சியில் மீண்டும் தன் அமைதியான வாழ்க்கைக்குத் திரும்பிப் பார்வையாளனை ஆசுவாசப்படுத்துவதும் தான் கதை. ஆனால் நுண்ணுணர்வு மிக்க யதார்த்தமான காட்சிகளின் உருவாக்கத்திலிருந்தும் நடிகர்களின் பங்களிப்பிலிருந்தும் எப்படி இரு படங்களும் எதிரெதிர் திசையில் பயணிக்கின்றன என்பதை ஒரு சாதாரணப் பார்வையாளன் கூட உணர முடியும். ஒரு சினிமா இயக்குநர், 'கலைஞன்' என்கிற உயர்நிலைப் புள்ளிக்கு உருமாறுகிற மாயத்தை அவரேதான் தீர்மானித்துக் கொள்கிறார். அவரால்தான் அது ஒரு சாதாரணப் பொழுதுபோக்கு சினிமாவா... காலத்தை கடந்து நிற்கப் போகிறதொரு கலைப்படைப்பா என்பது நிர்ணயிக்கப்படுகிறது. அவ்வாறு உருவாகிற கலைஞர்கள்தான் சர்வதேச அரங்கில் 'திரைப் படைப்பாளிகளாக' அடையாளம் காட்டப்படுகின்றனர். அவர்களின் படைப்புகள் 'உலக சினிமா'வாக ரசிகர்களால் கொண்டாடப் படுகின்றன.

தீக்கோழிப் பண்ணையில் பணிபுரியும் கரீம், கோழியொன்று தப்பியோடியதன் காரணமாக பணிநீக்கம் செய்யப்படுகிறார். மகளின் காதுகேளா கருவியைப் பழுதுபார்க்க நகரத்துக்குச் செல்லும் அவரைத் தற்செயலான பணியைக் கொடுத்து நகரம் தன்னுள் ஈர்த்துக் கொள்கிறது. நகரம் அவருக்குப் பல அனுபவங்களைத் தருகிறது. சற்று பொருளீட்ட முயன்றாலும் தன்னுடைய ஆன்மா அமைதியின்றித் தவிப்பதை அவ்வப்போது உணர்கிறார் கரீம். மறுபடியும் அவருடைய பழைய பணியைத் திரும்பப் பெற்றவுடன்தான் இயல்பான நிம்மதியைப் பெறுகிறார். மேலே குறிப்பிட்டபடியான பல நுட்பமான காட்சிகளின் மூலம் இத்திரைப்படம் ஓர் உன்னத அனுபவத்தைத் தருகிறது.

நகரப் பணிக்குப் பழகிக் கொண்டிருந்தாலும் தப்பிச் சென்ற தீக்கோழி அவருடைய அல்லலுறும் ஆன்மாவைப் பல்வேறு சமயங்களில் மறைமுகமாகத் தொடர்ந்து நினைவுபடுத்திக் கொண்டேயிருக்கிறது. எங்கோ இறக்கி வைக்க வேண்டிய ஒரு குளிர்பதனப் பெட்டிச்சுமையை வழி தவறுதல் காரணமாக வீட்டுக்குக் கொண்டு வர வேண்டி யிருக்கிறது. திருடுவது அவரது நோக்கமில்லையென்றாலும் தானாக வந்த அந்த அதிர்ஷ்டத்தை அந்த எளிய கிராம மனம் உடனடியாக ஏற்றுக்கொள்ள இயலவில்லை. இரவெல்லாம் அதை விக்கித்துப் பார்த்தபடி அமர்ந்திருக்கிறார் கரீம். நகரத்தில் எங்காவது அதை விற்றுக்

காசாக்கிக் கொள்ளும் முடிவுடன் புறப்படுகிறார். தானாகவே முன்வந்து விசாரிக்கிற காசு தருகிற வியாபாரியைப் புறக்கணித்து (இப்படித்தானே நம் மனம் இயங்கும்) வேண்டாமென்று துரத்துகிற வனிடம் கெஞ்சுகிறார். இப்படியாக அலைகிறபோது வழியில் தென்படுகிற ஒரு காட்சி அவரைத் திகைக்கவைக்கிறது. அது வண்டியில் ஏற்றப்பட்டிருக்கிற சில தீக்கோழிகள். அவை அவரின் பழைய நிம்மதியான வாழ்க்கையை நினைவுபடுத்துகின்றன. அடுத்த காட்சியில் குளிர்பதனப் பெட்டியை அதற்குரிய இடத்தில் கரீம் சேர்த்து விடுகிற காட்சி காட்டப்படுகிறது.

கிராமம் என்றாலே அது வெள்ளந்தியான மனிதர்களின் இடம் போலவும் நகரம் என்றால் அது கொடூரமானது என்கிற கறுப்பு-வெள்ளைச் சித்திரம்தான் பொதுவாக முன்வைக்கப்படும். பெரும் பாலும் கிராமத்திலிருந்து புலம்பெயர்கிற மனிதர்களுடனும்தான் நகரம் இயங்குகிறது என்கிற உண்மையை ப் பலரும் சௌகரியமாக மறந்துவிடுவார்கள். தவறுதலாக அதிகப் பணத்தைத் தந்துவிட்டு விரைகிற செல்வந்தரை கிராமத்தானான கரீம் திருப்பித் தரத் துரத்துகிற அதே நகரத்தில்தான், அதிகப் பணத்தை பாக்கிச் சில்லறையாக தந்துவிடும் கரீமிடம் அதைத் துரத்தி வந்து திரும்பத் தரும் நகரவாசியும் சித்திரிக்கப்படுகிறார்.

திரைமொழியை எத்தனை நுட்பத்துடன் உபயோகிக்க வேண்டும் என்பதைப் பல காட்சிகளில் சூசகமாக உணர்த்துகிறார் மஜித் மஜிதி. விபத்தொன்றில் சிக்கி நகரப் பணியின் வருவாயையும் இழந்து படுத்துக்கிடக்கும் கரீம், தன் குடும்ப உறுப்பினர்கள் அனைவரும் தனக்குப் பதிலாகப் பணிபுரிவதை கையாலாகாததனத்துடன் பார்த்துக் கொண்டிருக்கிறார். உடம்பு ஓரளவுக்குக் குணமான ஒரு தனிமையில் கீச்கீச்சென்று கத்திக் கொண்டிருக்கிற குருவியின் சப்தம் அவரது கவனத்தை ஈர்க்கிறது. எப்படியோ அறைக்குள் மாட்டிக்கொண்ட அந்தக் குருவி தப்பிக்கும் நோக்கத்துடன் கண்ணாடிச் சன்னலில் முட்டி முட்டி கீழே விழுகிறது. மெல்லத் தவழ்ந்து சென்று சன்னலைத் திறந்து குருவியை விடுவிக்கிறார் கரீம். அதே சமயத்தில் அவரது பழைய பணி திரும்பக் கிடைக்கும் நல்ல செய்தியும் கிடைக்கிறது. குருவியைப் போலத் தத்தளித்துக் கொண்டிருந்த அவர் அதிலிருந்து விடுவிக்கப் படுகிற சூழலை மிகப் பொருத்தமாக உபயோகித்திருக்கிறார் இயக்குநர்.

காது கேளா மகளுடான தகப்பனின் பரஸ்பர அன்பும், தங்க மீன்கள் வளர்ப்பதன் மூலம் செல்வந்தனாகிவிடலாம் என்ற கனவுடன் அலையும் அவரது மகனும், எப்பவும் அவனைக் கொலைவெறியுடன்

துரத்தியடிக்கும் கரீமும், வளர்ந்த பிள்ளைகளிடமிருந்து விலகி மனைவியின் நேசத்தைத் தனிமையில் அடைய விழைகிற கரீமின் குழைவும் அதற்கான மனைவியின் வெட்கமும், சிறுவர்களின் தங்கமீன் கனவு நிராசையில் முடிகிற அநீதியும் அதிலிருந்து துளிர்க்கிற நம்பிக்கையும் எனப் பல நுட்பமான காட்சிகள் நம்மை நெகிழ்ச்சியடையவும் பரவசமடையவும் செய்கின்றன. சிறுவர்களின் உலகை இயல்பாகக் காட்சிப்படுத்துகிறவிதத்தில் மஜித் மஜிதியின் தனித்துவம் இதிலும் வெற்றி பெறுகிறது.

கரீமாக நடித்த Reza Naji-ஐ தோற்றப் பொலிவில்லாததின் காரணமாகவே நம்மூர்களில் துணைநடிகராகக்கூட ஏற்றுக் கொள்ள மாட்டார்கள். நாடக நடிகரான இவர் 'சில்ரன் ஆஃப் ஹெவன்' மூலம் பரவலான கவனத்தைப் பெற்றார். இத்திரைப்படத்துக்காகச் சிறந்த நடிகர் விருதை பெர்லின் சர்வதேச திரைப்பட விழாவில் பெற்றார். இரானின் நிலப்பரப்பைக் கூடுதல் அழகியல் கவனத்துடன் படமாக்கும் மஜித் மஜிதி இதிலும் அவ்வாறே இயங்கியுள்ளார். நகரத்தின் காட்சிகளும் அதற்கேயுரிய பரபரப்புடன் காட்சிப் படுத்தப்பட்டுள்ளன. என்றாலும் பெரும்பாலும் மிக யதார்த்தமாக இயங்கும் ஒளிப்பதிவு, பருந்துப் பார்வையுடன் கூடிய இரண்டு ஏரியல் ஷாட் காட்சிகளில் பிரமாண்டமாயும் செயற்கையாயும் நம்மை உணரச் செய்து அந்நியமாக விலகி நிற்பதைத் தவிர்த்திருக்கலாம் என்று தோன்றுகிறது.

மற்ற எந்த நாட்டுத் திரைப்படங்களையும்விட இரான் திரைப்படங்கள் மனத்துக்கு மிக நெருக்கமாக இருப்பதைப் பலமுறை உணர்ந்திருக்கிறேன். The Song of Sparrows அதிலொன்று.

# பித்தத்தில் மூழ்கும் சலனம்

Irréversible | 2002 | FRANCE | Richard Roxburgh

**கா**கம்-வடை-நரி கதையை, நரி வடையைக் கவ்விக் கொண்டு போவதிலிருந்து ஆரம்பித்துச் சொன்னால் எப்படி யிருக்கும்? அப்படித்தானிருக்கிறது இந்த அப்பட்ட நான்-லீனியர் திரைப்படமும். ''பழிவாங்குதல் உன்னுடைய உரிமை'' என்பது இப்படத்தின் ஒரு வசனம். படம் முழுக்கவும் இதை அடிப்படையாகக் கொண்டுதான் இயங்குகிறது, ஆனால் தலைகீழாக.

தன்னுடைய காதலியை வன்புணர்ச்சி செய்து ஏறக்குறைய பிணமாக்கினவனைப் பழிவாங்க நண்பனுடன் ஆவேசமாய் தேடிப் போகிறான் ஒருவன். படம் முடிகிற காட்சியில் தான் துவங்குகிறது. துவங்குகிற காட்சியில்தான் முடிகிறது. இதைப் புரிந்து கொள்ள தலைகீழாய் நிற்க வேண்டுமென்கிற அவசியமில்லை. காட்சிக் கோர்வை களை chronological order-ல் புரிந்து கொண்டால் போதும்.

இயக்குநர் Gaspar Noe-ன் முந்தையப் படமான I Stand Alone-ன் தொடர்ச்சியோடு இந்தப் படம் துவங்குகிறது. அங்கிருந்து விலகுகிற கேமரா கே க்ளப்பிலிருந்து (gay club) காவல் துறையால் கைது செய்யப் பட்டு கொண்டுவரப்படும் இருவரைக் காண்பிக்கிறது. அவர்கள் கூடவே பின்னோக்கி ஓடினால்தான் முழுத் திரைப்படத்தையும் நம்மால் உள்வாங்கிக்கொள்ள முடியும்.

ஏறத்தாழ ஒன்பது நிமிடங்கள் நீடிக்கிற ஒரு குத வன்புணர்ச்சிக் காட்சியை இதில் பார்த்து அதிர்ந்து போனேன். மிகக் குரூரமான திரைப்படம் எனக் கருதப்படும் பசோலினியின் Salo, or the 120 Days of Sodom (1975) திரைப்படத்தைவிட இந்தக் காட்சி அதிக பாதிப்பை என்னுள் ஏற்படுத்தியது. பெண்ணாகப் பிறந்திருக்கிற காரணத்தினா லேயே அந்த உடல் படுகிற பாட்டைக் கண்டு பரிதாபமாகவும், நல்ல வேளையாக நான் பெண்ணாகப் பிறக்கவில்லை என்கிற சுயமகிழ்ச்சியுடன் கூடிய குரூரமும் ஒருசேர எழுந்தது. அப்படியும் மகிழ்ந்துவிட முடியாது. எம்மதமும் சம்மதம் என்பதைப் போல் எந்த துவாரமாக இருந்தாலும் திணிக்கத் துடிக்கும் மனநோயாளிகள் வாழும் இந்தச் சமூகத்துக்குள்தான் வாழ வேண்டியிருக்கிறது. திரைப்பட விழாவின் போது இந்தக் குறிப்பிட்ட காட்சியைக் காணச் சகிக்காமல் அரங்கி லிருந்து பல பார்வையாளர்கள் வெளியேறினார்கள். ஒரு மனிதன் குரூரமாகச் சாகடிக்கப்படும் இன்னொரு காட்சியையும் இத்தோடு இணைக்கவேண்டும்.

போதைப் பொருள் உட்கொண்டவனின் பித்தம் தலைக்கேறிய உன்மத் தோடு நிகழும் அரை மணி நேர ஆரம்பக் காட்சிகளை பொறுமையுடன் கடந்தால்தான் உங்களால் படத்துக்குள் நுழைய முடியும். இதற்குத் துணைபுரியும் திட்டமிட்ட அபத்தக் குழப்ப இசையால் (low-frequency sound) உங்களுக்குத் தற்காலிகப் பைத்தியம் கூடப் பிடிக்கலாம்.

மனதின் சமநிலையைக் கலைத்துப் போடும் குரூரமான காட்சிகள் இருப்பதால் மென்மையான மனதுடையவர்கள் இத்திரைப்படத்தைப் பார்க்காமலிருப்பது நல்லது.

வாழ்வின் சில கசப்பான நிமிடங்களைப் பற்றிப் பின்னால் யோசிக்கும் போது தவிர்த்திருக்கலாமே என்று தோன்றும். ஆனால் அவ்வாறு செய்ய முடியாததில்தான் வாழ்க்கையைக் குறித்த வசீகரமே அடங்கியுள்ளது. காட்சிக் கோர்வைகளைப் பின்னிலிருந்து நகர்த்திச் சென்றதுதான் இந்தப் படத்தின் மிக முக்கிய விஷயம். அதனாலேயே இந்தப் படத்தில் வெளிப்படும் வன்முறையும் குரூரமும் நமக்குள் அதிக பாதிப்பை ஏற்படுத்தி அதைப்பற்றிச் சிந்திக்க வைக்கின்றன.

ஒவ்வொரு காட்சிக் கோர்வைகளுக்கும் உண்டான இடைவெளியை கேமராக் கோணம் விட்டம் நோக்கிச் சுழல்வதிலிருந்து நாம் முந்தைய காட்சியை நோக்கி நகர்ந்து கொண்டிருக்கிறோம் என்பதைப் புரிந்து கொள்ள முடிகிறது. பல காட்சிகள் ஒரே ஷாட்டில் எடுத்தது போலப் பிரமையைத் தந்தாலும் தனித்தனியான தொழில்நுட்பத்தின் மூலம் திறமையாக ஒருங்கிணைக்கப்பட்ட காட்சிகளே என்றொரு தகவல் சொல்கிறது. படத்தின் கலவரமான ஒளிப்பதிவும் (இயக்குநரே) இந்த நான்-லீனியர் படைப்புக்குப் பெரிதும் துணை செய்கின்றது.

யாரைப் பழிவாங்க வேண்டும் என்று மார்க்கஸீம் பியர்ரியும் ஆவேசமாகத் தேடிச் செல்கிறார்களோ, அவனை விட்டுவிட்டு இன்னொருவனைக் கொல்கின்றனர். நாம் வாழ்க்கையில் பெரும்பாலும் செய்யும் அபத்தங்களும் இதைப் போன்றதுதானே?

குரூரமாகக் கற்பழிக்கப்படும் அலெக்ஸ் என்கிற பெண்ணாக மோனிகா பெல்லூச்சி (Monica Bellucci) நடித்துள்ளார். பெரும் பாலானோர் ஏற்கத் தயங்கும் பாத்திரமிது. படத்தின் பின்னோக்கிய காட்சிகளில் (அதாவது முந்தைய காட்சிகள்) அலெக்ஸ், அவளது முன்னாள் கணவன், இந்நாள் காதலன் என்று மூன்று நபர்களும் ஓடும் ரயிலில் பாலியல் உச்சத்தைப் பற்றியும் அது தொடர்பாக அவர் களுக்குள் நிகழ்ந்தவை பற்றியும் உரையாடும் காட்சி சுவாரசியமானது.

ஒரு சிறந்த நான்-லீனியர் படைப்பை உருவாக்குவது அத்தனை எளிதானதல்ல என்பதை இந்தப் படம் உணர்த்தினாலும் இதில் நிறைந்திருக்கும் வன்முறை மற்றும் குரூரம் காரணமாகவே இதையொரு 'சிறந்த படமாக' என்னால் ஏற்க முடியவில்லை. ஆனால் பார்வையாளனிடம் ஏதோவொரு பாதிப்பை ஏற்படுத்துகிற வகையில் இத்திரைப்படம் வெற்றி பெற்றுள்ளது.

# அதிகாரத்தின் பக்கத்து வீட்டுக்காரர்

Lemon Tree | 2008 | ISRAEL | Eran Riklis

**பொ**துவாக 'அரசியலுக்கும் எனக்கும் சம்பந்தமில்லை' என்பதான தொனியில் பலர் உரையாடுவதைக் கவனித் திருக்கிறேன். அவ்வாறில்லை. நம் அன்றாட வாழ்வின் நிகழ்வுகளின் ஒவ்வொரு பகுதியிலும்கூட அரசியல் நேரடியாகவோ மறைமுகமாகவோ பொதிந்துள்ளது. தனிநபரின் படுக்கையறைக்குள்ளும் நுழையும் அளவுக்கு அது காற்றைப்போல 'அங்கிங்கெனாதபடி எங்கும் நிறைந்திருக்கும்' பொருளாக மாறி நீண்ட காலமாகி விட்டது. கேயாஸ் தியரி போல எங்கோ ஒரு அதிகாரப் பிரதிநிதி எடுக்கும் முடிவு வேறெங்கோ இருக்கும் ஒரு தனிமனிதனைப் பாதிக்கிறது. இதைப் பற்றிதான் இந்தப் படம் பிரதானமாகப் பேசுகிறது.

பல்லாண்டுகளாக நீண்டு கொண்டிருக்கும் இஸ்ரேல் - பாலஸ்தீன பிரச்னையின் பின்னணியை

மேலோட்டாகவாவது அறிந்திருந்தால் இந்தப் படத்தை இன்னும் அழுத்தமாக உணர முடியும். இல்லையென்றாலும் ஒன்றும் குடி முழுகிவிடாது. இந்தப் பிரச்னையைப் பற்றி இயக்குநர் அழுத்தமாகப் பேசாமல் அதை மறைமுகமாக ஓர் எலுமிச்சைத் தோட்டத்தின் மூலம் நமக்கு உணர்த்த விரும்புகிறார். இங்கு எலுமிச்சைத் தோட்டமும் அது அமைந்திருக்கும் இடமும் ஒரு குறியீடாகவே தோன்றுகிறது.

படத்தின் ஒளிப்பதிவு மிகச் சிறப்பாக அமைந்துள்ளது. படத்தின் முதல் பாதிக் காட்சிகளின் பெரும்பான்மையிலும் எலுமிச்சையின் அற்புத மணம் நம்மை வருடிக் கொண்டேயிருக்கிறது. அந்த அளவுக்கு அந்தத் தோட்டத்தையும் எலுமிச்சைகளின் அழகையும் நாம் நிஜத்திலேயே அனுபவிக்கும் அளவுக்கு மிகுந்த அழகியல் உணர்வுடன் பதிவாக்கி யிருக்கிறார் ஒளிப்பதிவாளர் Rainer Klusmann. அரியப்படும் எலுமிச்சை, எரியும் அடுப்பின் நெருப்பு, பலத்த சப்தத்துடன் நிறுவப் படும் கண்காணிப்பு கோபுரம், அதிகாரத்தின் குறியீடாகவே நீண்டிருக்கும் சுற்றுப்புறச் சுவர் போன்றவற்றின் அண்மைக் காட்சிகள் மிகுந்த அர்த்தபூர்வமாக உபயோகப்படுத்தப்பட்டுள்ளன. அதே போல் படத்தின் எடிட்டிங்கையும் (Tova Asher) குறிப்பிட்டுச் சொல்ல வேண்டும். தெளிவான நீரோடைபோல அமைந்துள்ள திரைக்கதைக்கு ஏற்றாற் போல் காட்சிகள் நறுக்குத் தெறித்தாற் போல் அடுத்த நிகழ்வை நோக்கி நகர்கிறது.

பாலஸ்தீன விதவைப் பெண்மணியாக Hiam Abbass மிகச் சிறப்பாக நடித்துள்ளார். பாதுகாப்பு அமைச்சரின் மனைவியாக Rona Lipaz-Michael-ம் சிறப்பாக நடித்துள்ளார். ஆண்கள் அமைக்கும் அதிகாரப் பலகையின் கோடுகளில் பெண்கள் எவ்வாறு பகடைக்காய்களாகப் பயன்படுத்தப்படுகிறார்கள் என்பதை இந்த இரு பெண் கதாபாத்திரங் களின் மூலம் மறைமுகமாக வெளிப்படுத்தியுள்ளார் இயக்குநர். என்றாலும் பாதுகாப்பு அமைச்சராக நடித்திருக்கும் Doron Tavory-ன் நடிப்பு எனக்கு மிகவும் பிடித்திருந்தது. அதிகாரம் அளித்திருக்கும் கர்வமும் பெருமிதமும் எப்போதும் முகத்தில் கொப்பளிக்க உலாவரும் இவர், இறுதிக்காட்சியில் பரிதாபமாக நின்றிருக்கும் தோற்றம் மறக்கவியலாதது.

இயக்குநர் Eran Riklis இந்தத் திரைப்படத்தை மிக மென்மையாகவும் அதே சமயம் மிக அழுத்தமாகவும் உருவாக்கியுள்ளார். தனிநபர் வாழ்க்கையில் நுழையும் அதிகாரத்தின் ஆதிக்கமும் அதை எதிர் கொள்பவரின் இயலாமையையும் சமூகம் இதை அணுகும் விதத்தையும் மிகுந்த நுண்ணுணர்வோடும் கலை மனத்தோடும்

சொல்லியிருக்கிறார். எலுமிச்சை தோட்டத்தின் பிரச்னை கூடவே அந்த விதவைப் பெண்மணியின் தனிமையையும் வழக்கறிஞருக்கும் அவருக்கும் ஏற்படும் நேசத்தையும் அதைக் கண்டிக்கும் கலாசாரக் காவலர்களையும் மிகச் சிறப்பாகச் சித்திரித்திருக்கிறார். படத்தின் இறுதியில் வழக்கறிஞருக்கு ஏற்பட்டிருக்கும் மாற்றத்தை சொற்பமான நேரக் காட்சியின் மூலம் பார்வையாளருக்கு உணர்த்தியிருப்பது அழகு.

இயல்பானதொரு முத்தக் காட்சியைத் தவிர படத்தின் வேறு எந்தவொரு 'சங்கடமான' காட்சிகளும் இல்லாதிருப்பதால் அனைவருமே பார்க்கக் கூடிய அளவில் இத்திரைப்படம் அமைந்துள்ளது.

# காட்சிப் பிழை

The Willow Tree | 2005 | IRAN | Majid Majidi

**க**ண்ணொளி அற்ற கதாபாத்திரங்கள் இயல்பாகவோ மிகையாகவோ இயங்கும் பல திரைப்படங்களை நாம் பார்த்திருக்கிறோம். தமிழ்த் திரைப்படங்களில் கமலின் ராஜபார்வை, விக்ரமின் காசி, 'அமர்க்களத்தின்' சார்லி பாத்திரம், 'நான் கடவுள்' அம்சவல்லி... போன்றவற்றை ஓரளவுக்குக் குறிப்பிட்டுச் சொல்லலாம். ஆனால் கண்ணொளியை இழந்த ஒரு பாத்திரம் அதை மீண்டும் பெற்ற பிறகு அவர்களுக்கு ஏற்படும் மனச்சிக்கல்களை எந்தவொரு திரைப்படமும் முன்வைத்ததாக எனக்குத் தெரியவில்லை. கண் பார்வை கிடைத்ததோடு அவர்கள் மகிழ்ச்சியாக இருப்பதாகவே அவை நிறைவுறும். பார்வையற்ற ஒருவர் அந்தக் குறைபாட்டில் இருந்து விடுபடுவது மகிழ்வடையக்கூடிய நிகழ்வுதானே, அதில் என்ன பிரச்னை இருக்கப் போகிறது என்பதைத்தான் ஒரு சராசரி மனம் யோசிக்கும். ஆனால் அதிலிருக்கும்

மனச்சிக்கல்களை பிரதானமாக வைத்து இயங்குகிறது மஜித் மஜிதியின் The Willow Tree திரைப்படம். (Beed-e majnoon - 2005).

யூசுப் கல்லூரி பேராசிரியர். சிறுவயது விபத்தில் கண்பார்வையை இழந்தவர். மனைவியுடனும் அன்பான மகளுடனும் வாழ்க்கை நகர்கிறது. தம்முடைய தீராத முனைப்பின் மூலம் தம்முடைய தடையைத் தாண்டி சிறந்த பேராசிரியராக இருக்கிறார். என்றாலும் தம்முடைய கண் பார்வை திரும்புவதைப் பற்றின ஆசையும் வேண்டுதலும் அவருக்கு இருக்கிறது. ஏறத்தாழ முப்பத்தெட்டு ஆண்டு களுக்குப் பிறகு ஒரு மருத்துவ அதிசயமாக, ஃபிரான்ஸில் நடைபெறும் அறுவைச் சிகிச்சையின் மூலம் அவருடைய பார்வை திரும்பக் கிடைக்கிறது. இலையைச் சுமந்து செல்லும் ஒரு எறும்பைக் காண நேர்கிற முதல் காணலில் மிகவும் அகமகிழ்ந்து போகிறார் யூசுப். தாம் இதுவரை குரல்களாகவும் விரல்தடவல்களாகவும் உணர்ந்த விஷயங் களைக் காணப்போகிற மகிழ்ச்சித் திகைப்பில் ஆழ்கிறார். ஆனால் நிகழ்வுகள் எதிர்த்திசையில் பயணிக்கின்றன. இதன் காரணமாக தீராத மன உளைச்சலுக்கு ஆளாகிறார். மனைவி அவரை விட்டுப் பிரிந்து போகிறார். யூசுப் என்கிற அந்த மனிதன் எதிர்கொள்கிற அகச்சிக்கல் களை அறிய நாம் இந்தத் திரைப்படத்தினைக் காண வேண்டும்.

சிறந்த நடிப்புக்காக நாம் யாரையெல்லாமோ பாராட்டிக் கொண்டிருக் கிறோம். ஆனால் யூசுப்பாக நடித்த Parviz Parastui-ன் திறமையைக் காண நேர்ந்தால் வியப்பால் நாம் திகைப்படைந்து விடுவோம். அந்த அளவுக்கு தம்முடைய உயிரோட்டமான, இயல்பான பங்களிப்பின் மூலம் இந்தப் படைப்பு முழுக்க நிறைந்திருக்கிறார். Scent of a Woman-ல் பார்வையற்றவராக அல்பசினோ வெளிப்படுத்திய நடிப்பைப் பின்னுக்குத் தள்ளிக்கொண்டு Parviz Parastui முன்னே நிற்கிறார்.

பார்வையற்ற நிலையில் தம்முடைய மகளுடன் பழகுகிற ஆரம்பக் காட்சியில் அவருடைய முகத்தில் தந்தையின் கனிவு நிறைந் திருப்பதைக் காணலாம். அறுவைச் சிகிச்சை முடிந்த பிறகு தம்முடைய நீண்ட வருட வேண்டுகோள் நிறைவேறப் போகிற மகிழ்ச்சியிலும் பதற்றத்திலும் மருத்துவர் பிரிப்பதற்கு முன்னாலேயே தம்முடைய கண் கட்டுக்களைத் தாமே மெல்ல அவிழ்த்துக்கொண்டு சுற்றுப் புறக்காட்சிகள் தெரிவதைக் கண்டு மகிழும் காட்சி குறிப்பிடத் தகுந்தது. பார்வையற்ற நிலையில் ஊன்றுகோலின் உதவியுடன் இயல் பாக நடக்க முடிந்தவருக்கு, பார்வை கிடைத்தவுடன் அப்போதுதான் நடக்க முயல்கிற குழந்தை போல் நடக்கிற காட்சியில் அவருடைய உடல் மொழி மிக அற்புதமாய் அமைந்திருக்கிறது. இதிலிருந்து மெல்ல மெல்ல விடுவதைத் தொடர்ச்சியாகக் காட்சிகளில் மிகத் திறமையாகப் பின்பற்றியிருக்கிறார்.

விமான நிலையத்தில் தம்மைக் காண வந்திருக்கும் பெருந்திரளான கூட்டத்தில் எந்த முகம் தம்முடைய மனைவி, மகள் என்று தேடுகிற காட்சியும் மிக அற்புதம். மெல்ல அவருக்குள் ஏற்படுகிற ஏமாற்றத்தையும் அவர் கற்பனைக்கு மாறாக உலகம் இயங்கும் ஏமாற்றத்தையும் இயக்குநர் மஜித் மஜிதி உணர்வுபூர்வமான காட்சிப் பின்னணிகளின் மூலம் நகர்த்துகிறார். ரயில் பயணத்தில் பிக்பாக்கெட் திருடனின் சாகசத்தை வியப்புடனும் திகைப்புடனும் பார்க்கும் காட்சி ஒரு உதாரணம். தம்முடைய வாழ்க்கை இத்தனை வருடங்கள் வீணாகக் கழிந்ததாக தம்முடைய தாயிடம் வெடிக்கும் காட்சியும் இறுதியில் தம்முடைய புத்தகங்கள் அனைத்தையும் வீசியெறியும் காட்சியும் பார்வையாளனுக்கு திகைப்பையும் அதிர்ச்சியையும் ஏற்படுத்தும் காட்சிகள்.

மஜித் மஜிதியின் இன்னுமொரு சிறந்த திரைப்படம்.

# ஹிட்ச்காக்கின் அட்டகாசமானதொரு திரில்லர்

Rope | 1948 | AMERICA | Alfred Hitchcock

**வ**ன்முறை மனித இனத்தால் தவிர்க்கப்பட வேண்டியது என்பதைப் பற்றி நாம் தொடர்ந்து உரையாடிக்கொண்டு வந்தாலும் நம் ஒவ்வொருவருக்குள்ளும் இன்னொரு உயிரைக் கொல்லும் இச்சை ஆழமாகப் புதைந்திருக்கிறது என்பதை நம்முடைய அன்றாடச் செயல்களின் மூலம் உணர முடிகிறது. தரையில் ஊர்ந்து கொண்டிருக்கும் கரப்பான் பூச்சியை நாம் சுவாதீனமாக அழுத்தி தேய்த்துக் கொல்கிறோம் அல்லது அப்படி விரும்புகிறோம். போகிற போக்கில் செடியின் இலையைப் பறித்துக் கசக்கி எறிகிறோம். யாரையாவது அடிக்கும் போது இன்னும் இன்னும்... என்று நம் மனம் மூர்க்கமாக உறுமுகிறது. விபத்தில் சிக்கி ரத்தவெள்ளத்தில் கிடக்கும் மனித உடலைப் பார்க்க மனம் ரகசியமாக விரும்புகிறது. ஆனால் உள்ளே ஆழத்தில் தொடர்ந்து இயங்கிக் கொண்டிருக்கும் மனிதமும் கற்பிக்கப்பட்டிருக்கிற நாகரிகமும் இதை

மழுப்புகிறது. ஹிட்ச்காக்கின் 'Rope' *(1948)* திரைப்படம் இந்த முரண் உணர்வை திறமையாக வெளிக்கொணர்கிறது.

பிராண்டன் மற்றும் பிலிப் ஆகிய இருவர் தங்களுடைய நண்பனான டேவிட்டைக் கழுத்தை இறுக்கிக் கொலை செய்யும் 'மங்கலகரமான' காட்சியுடன் திரைப்படம் துவங்குகிறது. ஏன் இந்தக் கொலை? கொலை செய்வதில் உள்ள அழகியலும் அதன் மூலம் கிடைக்கும் திரில்லும் இவர்களை இயக்குகின்றன. மேலும் டேவிட்டை விட தாங்கள் உயர்ந்தவர்கள் எனவும் எனவே அவன் வாழ்வதற்கு தகுதியில்லாதவன் என்று இருவரும் கருதுகின்றனர். பிராண்டன் தன்னுடைய சாகசத்தை எண்ணி ரசிக்கிறவனாக இருக்கிற நிலையில் பிலிப் தன்னுடைய செயலுக்கான பயத்துடனும் குற்ற உணர்வுடனும் இருக்கிறான்.

இந்தக் கொலையை இன்னும் சுவாரசியப்படுத்த ஏற்கெனவே தன்னுடைய அபார்ட்மெண்டில் ஏற்பாடு செய்யப்பட்டிருந்த விருந்து நடக்கும் அறையிலேயே பிணத்தை ஒரு பெட்டியில் வைத்து மூடி அதன் மீது உணவு வகைகளை வைக்கின்றனர். 'தங்களை யாராவது சந்தேகப்பட முடியுமா?' என்கிற சவாலே இதைச் செய்ய அவர்களைத் தூண்டுகிறது. இவர்களின் முன்னாள் ஆசிரியரான ரூபர்ட் என்பவரையும் விருந்துக்கு பிராண்டன் அழைத்திருக்கிறான். எதையும் 'சந்தேகப்படும்' அவரின் குணாதிசயம் தெரிந்தும் அவரை விரும்பி அழைத்திருக்கும் காரணம் இந்த ரகசியமான 'சவால்' உணர்வே. அது மாத்திரமல்லாமல் மாணவர்களாயிருந்த அவர்களிடம் அவர் ஏற்கெனவே ''கொலை செய்வதின் அழகியலைப்'' பற்றி உரையாடியிருக்கிறார்.

விருந்துக்கு, கொலை செய்யப்பட்ட டேவிட்டின் தந்தை, அத்தை, மற்றும் டேவிட்டின் காதலி, அவளின் முன்னாள் காதலன் ஆகியோரும் அழைக்கப்பட்டிருக்கின்றனர். விருந்துக்கு டேவிட் வராதது குறித்தே அனைவரும் விசாரிக்கின்றனர். பிராண்டன் இதைத் திறமையாகச் சமாளித்தாலும் பிலிப் குற்ற உணர்வு காரணமாக நடுங்கிச் சாகிறான். பிராண்டன் தன்னுடைய முன்னாள் ஆசிரியரிடம் 'கொலை செய்வதில் உள்ள அழகியலைப் பற்றின உரையாடலை இடையே ஆரம்பிக்கிறான். இந்த அபத்தத்தைச் சகிக்க முடியாமல் பிலிப் உணர்ச்சி வசப்படுகிறான். பிராண்டன் தன்னுடைய சவால் உணர்வை இன்னும் சுவாரசியப்படுத்திக்கொள்ள, டேவிட்டின் தந்தைக்கு அவர் எடுத்துச் செல்ல விரும்பின புத்தகங்களை டேவிட்டை கொலை செய்யப் பயன்படுத்திய அதே கயிற்றின் மூலம் கட்டித் தருகிறான். பிலிப் இதைப் பார்த்து முகம் வெளிறிப் போகிறான். ரூபர்டுக்கு மெல்ல மெல்ல டேவிட் கொலை செய்யப்பட்டிருப்பானோ என்றும் பிராண்டனும் பிலிப்பும் இணைந்து இந்தக் கொலையை நிகழ்த்தியிருக்

கலாம் என்ற சந்தேகம் வலுக்கிறது. பின்னர் தனது திறமையான யூகத்தின் பேரில் இதை நிரூபிக்க முயல்கிறார்.

பிறகு என்ன நிகழ்கின்றது என்பதைப் படம் பார்த்துத் தெரிந்து கொள்ளுங்கள்.

ஹிட்ச்காக்கின் முதல் டெக்னிகலர் திரைப்படமான இதில் முக்கிய மாகக் குறிப்பிடப்பட வேண்டியது எல்லாக் காட்சிகளும் மிக மிக நீளமான தொடர்ச்சியான டேக்குகளைக்கொண்டு (மொத்தமே 10 லாங் டேக்குகள்தான்) திறமையான திட்டமிடலுடன் எடுக்கப்பட்டிருக் கின்றன. மேலும் பெரும்பான்மையான காட்சிகள் விருந்து நடக்கும் அறையிலேயே உருவாக்கப்பட்டிருக்கின்றன. திறமையான உரையாடல்களின் மூலமும் சுவாரசியமான திரைக்கதையின் மூலமும் புதுமையான கேமரா கோணங்களின் மூலம் ஓர் அற்புதமான அனுபவத்தைத் தருகிறார் ஹிட்ச்காக். இரு பாத்திரங்கள் உரையாடிக் கொண்டிருக்கும்போதே இன்னொருவரின் உரையாடலுக்கு கேமரா மிக இயல்பாகத் தாவுகிறது. 'எப்படி கொலை நடந்திருக்கலாம்' என்று ரூபர்ட் விளக்கிக் கொண்டிருக்கும் போது கேமரா அதற்கேற்றவாறு அந்தந்த இடங்களுக்கு நகர்கிறது.

சிகாகோவில் நடந்ததொரு உண்மைச் சம்பவத்தை மூலமாகக் கொண்டு பேட்ரிக் ஹாமில்டன் ஒரு நாடகம் எழுதினார். இந்தத் திரைப்படம் அந்த நாடகத்தை அடிப்படையாகக் கொண்டு உருவாக்கப் பட்டது. அந்தக் காலத்தில் இருந்த சென்சார் பிரச்சினை காரணமாக பிராண்டனுக்கும் பிலிப்புக்கும் உள்ள ஒருபால் உறவு மிகவும் பூடகமான முறையில் அமையுமாறு திரைக்கதை மாற்றி எழுதப் பட்டுள்ளது (உண்மைச் சம்பவத்தில் சம்பந்தப்பட்டவர்கள் ஒருபால் உறவினர்). 'முதலில் ஒரு கொலை, பின்னர் கொலையாளி யார்'' என்கிற வழக்கமான திரில்லர் பட யுக்திகள் மீறப்பட்டு கொலை யாளிகள் முதல் காட்சியிலேயே பார்வையாளர்களுக்கு அடையாளம் காட்டப்பட்டு அவர்களின் குற்றம் வெளிப்படுமா இல்லையா என்கிற பதைபதைப்பைப் பார்வையாளர்களுக்கு ஏற்படுத்துவதில் மிகப் பெரிய வெற்றி பெற்றிருக்கிறார் ஹிட்ச்காக்.

பிராண்டன் மற்றும் பிலிப்பின் பாத்திரங்கள் உச்சபட்சமான திறமையுடன் உருவாக்கப்பட்டிருக்கின்றன. படத் துவக்கத்திலேயே நிகழும் கொலை முடிந்தவுடன் சாகசத்தை விரும்பும் பிராண்டன் அறையின் விளக்கைப் போடுகிறான். மதிய நேரத்தின் வெளிச்சத்தில் அறையின் திரைகள் மூடப்படாமலேயே அந்தக் கொலை நிகழ்த்தப் பட்டிருக்கவேண்டும் என விரும்புகிறான். ஆனால் பயப்படும் பிலிப் 'சற்று நேரம் அப்படியே இருக்கட்டும்' என்று தன்னை ஆசுவாசப்

படுத்திக்கொள்ள அவகாசம் கேட்கிறான். விருந்தினர்களின் உரையாடலின் போது 'பிலிப் விருந்து தயாரிப்புக்காகக் கோழிகளின் கழுத்தைத் திறமையாக நெரித்துக் கொலை செய்வான்'' என்று யதேச்சையாக பிராண்டன் சொல்லப் போக சற்றுமுன் நடந்த கொலை காரணமாக குற்ற உணர்விலும் பயத்திலும் வியர்த்துப் போயிருக்கும் பிலிப் இதை ஆவேசமாக மறுக்கிறான். ஆசிரியர் ரூபர்டின் சந்தேகம் இந்தப் புள்ளியிலிருந்து தொடங்குவதாகச் சொல்லலாம். இவ்வாறான பல நுண்ணிய தகவல்களின் மூலம் படம் நகர்த்தப்படுகிறது.

பிராண்டனாக John Dall-ம் பிலிப்பாக Farley Granger-ம் ரூபர்ட்டாக James Stewart-ம் திறமையாக நடித்திருக்கின்றனர். பிராண்டன்-பிலிப் இருவருக்குமிடையேயான முரண்களும் உரையாடல் மோதல்களும் மிகத் திறமையாக உருவாக்கப்பட்டிருக்கின்றன. 'புதுமை மன்னனான' ஹிட்ச்காக்கின் கிளாசிக் திரைப்படமான இதை ஹிட்ச்காக் ரசிகர்கள் மாத்திரமல்லாது அனைவருமே கண்டு களிக்கவேண்டும். இத்திரைப் படத்தைப் பார்த்துக் கொண்டிருக்கும்போது இதேபோல் தமிழ்நாட்டில் நடந்த (நாவரசு கொலை) சம்பவம் ஒன்று நினைவுக்கு வந்தது. இந்த வழக்கில் குற்றம் செய்தவராகக் கருதப்பட்டவரின் பெயர் (ஜான்) டேவிட் என்பது ஒரு சோகமான ஆச்சரியம்.

# ‘புது அப்பா’ நல்லவரா, கெட்டவரா?

The Father | 1996 | IRAN | Majid Majidi

முன்முடிவுகளின் அடிப்படையிலேயே நாம் பெரும்பான்மையான நேரங்களில் இயங்குகிறோம் என்று எனக்குத் தோன்றுகிறது. இந்த நோக்கில் அனுபவம் என்பது இறக்கி வைக்க முடியாத சுமை. சில நபர்களை நமக்குப் பார்த்த கணத்திலேயே பிடிக்காமற் போவதும் சிலரை பார்க்காமலேயே பிடித்துப் போவதும் முன்முடிவுகளின் அடிப்படையில்தான். ரயில் பயணத்தின் போது எதிரே அமரப் போகின்ற பயணி, சிடுமூஞ்சியாகவும் அவருடைய பெட்டிகளை வைத்துக்கொள்ள நம்முடைய இடத்தை ஆக்ரமிக்கப் போகிறவர் என்பதான கற்பனைகளுடனும் அதற்குண்டான ஜாக்கிரதை முன்னேற்பாடுகளுடனும் அமர்ந்திருக்கிறோம். வெளியே வரும் போது ஆட்டோகாரரர் நிச்சயம் நம்மை ஏமாற்ற முயல்வார் என்ற முன்முடிவுடன் அவர் கேட்பதிலிருந்து ஐம்பது

சதவீதத்தைக் குறைத்து பேரம் பேசுகிறோம். உறவுகளில் முன்முடிவோடு பெரிதும் தவறாக அணுகப்படுவது 'சித்தி' என்கிற உறவுமுறை. சித்தி என்றாலே அவர் தன்னுடைய கணவரின் குழந்தைகளை நிச்சயம் சரியாக வளர்க்காமல் கொடுமைப்படுத்துவார் என்பது பொதுவான எண்ணம்.

என்னுடைய மூத்த சகோதரருக்குத் திருமணமாகியிருந்த சமயம். அதுவரை எங்களுக்குள் நாங்கள் அடித்துக்கொண்டும் கூடிக் கொண்டும் விரோதித்துக் கொண்டும் நட்பு பாராட்டிக்கொண்டும் இருந்தோம். அதுவரை இருந்த சூழ்நிலையைக் கலைத்துக்கொண்டு புதிதாக ஒரு அந்நியர் எங்கள் வீட்டில் நுழைகிறார். என்னுடைய பதின்மத்தில் இருந்த அந்த வயதுக்கேயுரிய அறியா வன்மத்தோடு 'அண்ணி' என்கிற அந்த உறவைப் புரிந்து கொள்ள முயலாமலேயே அவரை வெறுக்கவும் புறக்கணிக்கவும் செய்தேன். அவர் சாப்பாடு கொண்டு வந்தால் சாப்பிடமாட்டேன்; எதிரில் வந்தால் வெறுப்போடு திரும்பிச் செல்வேன். அவரின் நல்ல குணத்தைப் புரிந்துகொள்ள ஒரு மாதம் பிடித்தது. 'புதிதாக வரப்போகிறவள்' தன் மகனைப் பிரித்து விடுவாளோ என்கிற வழக்கமான possessiveness குணத்தை வெளிப் படுத்தும்விதமாக என் அம்மா ஒரு முன்முடிவுடன் அண்ணனின் திருமணத்துக்கு முன்பிருந்தே எங்களிடையே உரையாடிக் கொண்டிருந்தது எனக்குள் ஒரு பாதிப்பை ஏற்படுத்தியிருக்கலாம் என்று பிறகு உணர்ந்தேன். உறவுகளை முன்முடிவுடன் அணுகக்கூடாது என்கிற படிப்பினையை இது அளித்தது.

•

இரானிய திரைப்பட இயக்குநர் மஜித் மஜிதியின் திரைப்படமான 'Pedar' (தந்தை என்று பொருள்) இதைத்தான் பிரதானமாகச் சொல்வதாக எனக்குத் தோன்றுகிறது.

ஒரு விபத்தில் தன்னுடைய தந்தையை இழந்த சிறுவனான Mehrollah பொருளாதாரக் காரணங்களுக்காகக் கிராமத்திலிருந்து நகரத்துக்குச் சம்பாதிக்கச் செல்கிறான். விடுமுறையில் அம்மாவுக்கு, தங்கைகளுக்கு என்று ஒவ்வொரு பொருளாகத் தேடி வாங்கி ஊருக்குத் திரும்பும் போது தன்னுடைய பால்ய நண்பனின் மூலம் அந்த அதிர்ச்சியான தகவல் கிடைக்கிறது. அவனுடைய அம்மா ஒரு போலீஸ்காரனை திருமணம் செய்து கொண்டு வேறொரு வீட்டில் வசிக்கிறார். ''அந்த போலீஸ்காரன் ரொம்ப நல்லவனாம். உங்க அம்மா அதிர்ஷ்டம் செஞ்சவங்கன்னு ஊருக்குள்ள பேசிக்கறாங்க''. கேட்ட மாத்திரத்தி லேயே முகம் தெரியாத அந்த போலீஸ்காரனின் மீதும் அதற்குக்

காரணமாகியிருக்கிற அம்மாவின் மீதும் ஆத்திரமும் வன்மமும் பெருகுகிறது மெஹ்ருல்லாவுக்கு. தான் வாங்கி வந்த பொருட்களை அவர்கள் வீட்டு வாசலில் எறிந்து விட்டு அம்மாவையும் ஆத்திரப் பார்வையுடன் முறைத்துவிட்டுத் தன்னுடைய பழைய வீட்டில் தங்குகிறான். எப்படியாவது அந்த போலீஸ்காரனை நிம்மதியிழக்கச் செய்யவேண்டும் என்பதே அவனுடைய பிரதான நோக்கமாயிருக்கிறது.

நடுஇரவில் அவர்கள் வீட்டின் ஜன்னலைக் கல்லெறிந்து உடைக்கிறான். தன்னுடைய தங்கைகளை யாருக்கும் தெரியாமல் கூட்டி அழைத்து வந்து அம்மாவைப் பதைக்கச் செய்கிறான். தன்னுடைய புதுத் தகப்பனை வழியில் முறைத்து 'தாயின் மருத்துச் செலவுக்கான' பணத்தை விட்டெறிகிறான். அவனுடைய அம்மா தன்னுடைய ஆதரவற்ற நிலையை எடுத்துச் சொல்லிக் கதறுவதை ஏற்காமல் புறக்கணிக்கிறான். ''குடும்பத்துக்கு வேண்டிய பணத்தைத் தான் நான் சம்பாதிக்கப் போயிருந்தேன். நீ எதுக்காக இந்த ஆள கல்யாணம் செஞ்சிக்கிட்ட'' என்று ஆணில்லாமல் ஒரு பெண் எதிர் கொள்ள சங்கடங்களையெல்லாம் அறிந்திருக்க முடியாத பால்யத்தின் அறியாமையுடன் எதிர்க்கேள்வி கேட்கிறான்.

ஒரு விபத்தில் சுவற்றின் மேலேயிருந்து கீழே விழுந்து சுவாதீனமின்றிக் கிடக்கும் மெஹ்ருல்லாவைத் தங்களுடைய பராமரிப்பில் வைத்துக் கவனிக்கின்றனர் அவனுடைய அம்மாவும் புதுத் தகப்பனும். தன்னுடைய இருப்பு அவனுக்குச் சங்கடத்தை தரக்கூடாது என்பதற் காகவே பணியிடத்திலேயே தற்காலிமாக தங்கிக் கொள்கிறார் புது தகப்பன். இவை எதுவும் மெஹ்ருல்லாவின் வன்மத்தைக் குறையச் செய்யவில்லை. போலீஸ்கார புதுத் தகப்பனின் துப்பாக்கியைக் களவாடிக் கொண்டு தன்னுடைய பால்ய நண்பனுடன் நகரத்துக்குப் பறக்கிறான். அவனைத் தேடிக் கோபத்துடன் போலீஸ்காரரும் நகரத்துக்குச் செல்கிறார். நகரத்தில் ஜாலியாகச் சுற்றித்திரியும் அவர் களைப் பெருமுயற்சிக்குப் பின் துரத்திப்பிடித்து நண்பனைப் பேருந்தில் ஏற்றி அனுப்பி விட்டு மெஹ்ருல்லாவைக் கைவிலங்கிட்டு தன்னுடைய பைக்கிலேயே அழைத்து வருகிறார். வழியெங்கும் பிடிவாதமான மௌனத்துடன் பயணிக்கிறான் மெஹ்ருல்லா. ''எத்தன திருட்டுப் பசங்கள பாத்திருப்பேன். எங்கிட்டயே உன் போக்கிரித்தனத்தைக் காட்டறியா'' என்று அவனைத் திட்டிக்கொண்டே வருகிறார் போலீஸ்காரர்.

ஒரு சூழ்நிலையில் அவரிடமிருந்து வண்டியுடன் தப்பித்துவிடுகிறான் மெஹ்ருல்லா. ஆனால் இதுபோல் பல திருடர்களைப் பார்த்து அனுபவமுள்ள அந்த போலீஸ்காரர் மலையைச் சுற்றிவந்து பாதையில்

தடையை ஏற்படுத்தி வைக்கிறார். இதை எதிர்பார்க்காத மெஹ்ருல்லா வண்டியுடன் கீழே விழுந்து திரும்பவும் மாட்டிக்கொள்கிறான். திரும்பவும் கைவிலங்கு மாட்டி அழைத்து வருகிறார். இரவு ஓரிடத்தில் தங்குகிறார்கள். அவர் தரும் உணவைப் புறக்கணிக்கிறான் மெஹ்ருல்லா. உறக்கத்தின் இடையில் தப்பிக்க முடியுமா என்று பார்க்கிறான். ஆனால் பயங்கர இருட்டில் ஓநாய்களின் ஊளையோசை அவனைத் தடுக்கிறது. இதை நன்றாக அறியும் போலீஸ்காரர் நிம்மதியாக உறங்குகிறார். திரும்பவுமான பயணத்தில் வண்டி பழுதாகிப் பாலைவனத்தின் நடுவிலேயே நின்றுவிடுகிறது. பழுதைச் சரிசெய்யும் எந்த முயற்சியும் பலனளிக்கவில்லை. எரிச்சலின் உச்சியில் மெஹ்ருல்லாவைப் போட்டுச் சாத்தியெடுக்கிறார். பின்பு அவனைக் கைவிலங்கிட்டு கால் நடையாகவே அந்தப் பாலைவனத்தைக் கடக்க முயற்சிக்கிறார். திடீரென்று ஏற்படும் பாலைவனப் புயல் இருவரையும் அலைக் கழிக்கிறது. தன்னையும் மெஹ்ருல்லாவையும் பாதுகாத்துக் கொள்ளப் பெருமுயற்சியெடுக்கிறார். புயல் ஓய்ந்து மறுபடியும் நடக்க ஆரம்பிக்கும் போது வயதான அந்த போலீஸ்காரரால் ஒரு நிலைக்கு மேல் நடக்க முடியவில்லை. அதீதமான தாகமும் களைப்பும் கண் தெரியுமளவுக்கு நீளும் மணற்பரப்பும் அவருக்கு உயிர்பயத்தை ஏற்படுத்திவிடுகிறது. கண்ணீருடன் தன்னை அங்கேயே விட்டுவிட்டு மெஹ்ருல்லாவைப் போகச் சொல்கிறார்.

கடுமையானவராகத் தெரிந்தாலும் அவரிடமிருந்து அவ்வப்போது கசியும் அன்பை ஓரளவுக்குப் புரிந்து கொண்டிருக்கும் மெஹ்ருல்லா இந்த உச்சநிலையில் அவரின் அன்பை முழுமையாகத் தெரிந்து கொள்கிறான். நினைவின்றிக் கிடக்கும் அவரை மிகுந்த சிரமத்துக்குப் பிறகு அருகிலிருக்கும் ஒரு எதிர்பாராத ஓடையின் குளிர்ச்சியில் வந்து கிடத்துவதுடன் முடிகிறது திரைப்படம்.

பொதுவாக இரானியத் திரைப்படங்களின் உருவாக்கமும் கதை சொல்லும்விதமும் அதன் நிலப்பரப்பும் என் மனத்துக்கு மிக நெருக்க மாக இருப்பதைப் பார்க்கிறேன். இதுவும் அவ்வாறே. மஜித் மஜிதி இந்தத் திரைப்படத்தின் மூலம் எந்தவித கோணங்கித்தனமான உத்திகளு மில்லாமல் நேரடியாக பார்வையாளனிடம் உரையாடுகிறார். இந்தப் படத்தின் இரண்டே இரண்டு பிரதான பாத்திரங்களான போலீஸ்காரர் மற்றும் அந்த பதின்ம வயதுச் சிறுவன் ஆகிய இரண்டு பாத்திரங்களும் மிகத் திறமையாக உருவாக்கப்பட்டுள்ளன. போலீஸ்காரர் மெஹ்ருல்லாவைக் கருணையோடு அணுகினாலும் திரும்பத் திரும்ப அவனுடைய வன்மமான செயல்கள் வெளிப்படும்போது ஆத்திரமும் கோபமும் அடைந்து அதே வன்மம் அவருக்குள்ளும் பரவுவது இயல்பாகச் சொல்லப்பட்டிருக்கிறது.

நம்முடைய தமிழ்த் திரைப்படங்களின் பாத்திரங்கள் நீண்ட காலமாகவே கருப்பு-வெள்ளைத்தனத்துடனே உருவாக்கப்படுகின்றன. நாயகன் எல்லாவிதக் கல்யாண குணங்களுடன் அதீத நல்லவனாகச் சித்திரிக்கப்படும் வேளையில், வில்லன் குடும்பம் குட்டி என்ற எந்தக் கருமாந்திரங்களுமில்லாமல் எப்போதும் மது, மங்கைகளுடன் உல்லாசபுரி நாயகனாகவும் அதீதக் கொடுமைக்காரனாகவுமே சித்திரிக்கப்பட்டுக் கொண்டிருக்கிறார்கள் (தங்கத்தையோ போதைப் பொருளையோ கைமாற்றின 'டீல்' வெற்றிகரமாக முடிந்தவுடன் 'என்ன வெறும் தண்ணிதானா என்பார் விருந்தாளி. வில்லன் புன்னகையுடன் கையைத் தட்டினவுடன் இதற்காகவே காத்திருந்த, எந்தெந்த பாகங்கள் தெரியவேண்டுமோ அதற்காக பிரத்யேகமாகத் தயாரிக்கப்பட்ட விநோதமான உடையுடன் இரட்டை அர்த்தப் பாடலுடன் வருவார் கவர்ச்சி நடிகை). அவ்வாறில்லாமல் பயபக்தி யாக சாமி கும்பிடுகிற ஒரு முதியவரைக் காட்டும் அறிமுகக் காட்சியுடன் இயல்பான வில்லனைக் காட்டிய படம் மணிரத்னத்தின் 'பகல் நிலவு' என்று நினைக்கிறேன்.

இந்தப் படம் எனக்கு உணர்த்திய இன்னொரு செய்தி, ஒரே சூழ்நிலையில் திரும்பத் திரும்ப வாழ நேரும் மனிதர்களுக்குள் நீடிக்கும் முரண்கள், நீண்ட பயணங்களின்போது அது தரும் இனிய அனுபவங்களால் புகையாய் மறைந்துபோவது. 'காப்பி போட்டாச்சா' என்பது போன்றவற்றுக்கு மாத்திரம் வீட்டில் வாயைத் திறக்கும் சிடுமூஞ்சி அப்பா, ரயில் பயணத்தின் போது கொய்யாப் பழம் விற்கும் சிறுமியின் விற்பனை சாதுர்யத்தை நினைத்து வாய்விட்டு சிரிப்பதைப் பார்க்கும்போது நமக்கு ஆச்சரியமாக இருக்கும். சமையலறையையும் அம்மாவையும் பிரித்துப் பார்க்க முடியாத அளவுக்கு அங்கேயே புழங்கிக் கொண்டிருக்கும் எரிச்சலுடன் பதிலளிக்கும் அந்த ஜீவன் அடக்க மாட்டாத மகிழ்ச்சியுடன் தன் உறவினர் தோழியுடன் திருமண வீட்டில் உரையாடிக் கொண்டிருப்பதைக் காணும்போது இன்னும் ஆச்சரியம் நீளும். பயணங்களை நம்முடைய தொன்மையான சம்பிரதாயங்களுடன் பின்னிப் பிணைக்க வைத்திருப்பதின் காரணம் இதுவாகத்தானிருக்கவேண்டும். அதுவரை தன்னுடைய புதுத் தகப்பனிடம் முரண் கொண்டிருக்கும் மெஹ்ருல்லா பயணங்களின் இடையில் ஏற்படும் உயிர்போகும் சிக்கலான தருணத்தில் அவரின் அன்பைப் புரிந்துகொள்கிறான்.

போலீஸ்காரராக நடித்திருக்கும் Mohammad Kasebi தொழில்முறை நாடக நடிகர் மாத்திரமல்லாது இயக்குநரும் ஆவார். Hassan Sadeghi மெஹ்ருல்லா என்கிற சிறுவனாக மிகத் திறமையான முகபாவங் களுடன் தன்னுடைய பங்களிப்பை அளித்திருக்கிறான்.

மெஹ்ருல்லாவின் நண்பனாக வரும் சிறுவனின் துணைப்பாத்திரமும் திறமையாக உருவாக்கப்பட்டுள்ளது. கிராமத்தின் வறுமையில் உழன்று கொண்டிருக்கும் அவனுக்கு 2000 டோமன் (ரியால்) பணத்தைச் சம்பாதிப்பதே கனவாக இருக்கிறது. தன்னையும் நகரத்துக்கு அழைத்துப் போகச் சொல்லி மெஹ்ருல்லாவை நச்சரித்துக் கொண்டேயிருக்கிறான். இதற்காகவே மெஹ்ருல்லாவுக்கு ஒரு விசுவாசமான அடிமைபோல இருக்கிறான். நகரத்தின் செளகரியங்களை அனுபவிக்கும்போது அவனுடைய கனவு நிறைவேறி விட்டதாகவே தோன்றுகிறது. ஆனால், போலீஸ்காரரால் பிடிபட்டுத் திருப்பியனுப்பப்படும்போது ஆற்றாமையால் அழுகிறான். பொருளாதாரக் காரணங்களுக்காக நகரத்துக்குப் புலம்பெயரும் கனவுகளுடன் இருக்கும் பல சிறுவர்களை இந்தப் பாத்திரம் நினைவுபடுத்துகிறது.

இந்தத் திரைப்படம் நிறைவடையும் காட்சி மிக முக்கியமானது. சற்றும் நாடகத்தனமில்லாமல் இயல்பான நிகழ்வுடன் தன்னுடைய புது தகப்பனின் அன்பை அந்தச் சிறுவன் முழுக்கவும் புரிந்து கொள்வதான காட்சியுடன் படம் முடிகிறது. நினைவின்றிக் கிடக்கும் போலீஸ்காரனின் சட்டையிலிருந்து மெஹ்ருல்லாவின் குடும்பம் சந்தோஷமாகச் சிரிக்கும் புகைப்படமொன்று மிதந்து சிறுவனின் கையில் படருவதோடு திரை இருளடைகிறது. மாறாக இருவரும் கட்டிப்பிடித்து கதறியழுதிருந்தால் அது கேவலமானதொரு காட்சியாக அமைந்திருக்கும். இந்தப் புள்ளியில்தான் உலக சினிமாவுக்கும் மற்ற சினிமாவுக்குமான வித்தியாசம் பொதிருந்திருக்கிறது.

# ஒரு சைக்கிளும் இரண்டு சிறுவர்களும்

Beijing Bicycle | 2001 | CHINA | Wang Xiaoshuai

**எ**னக்கு சுமார் 12 வயதாக இருந்தபோது இரண்டு ரூபாயை அந்நியனிடம் திருட்டுக் கொடுத்த தருணத்தில் எனக்கு ஏற்பட்ட பதைபதைப்பும், பயமும், ஏமாற்றப்பட்ட கோபமும், திருடியவனைத் தப்பிக்கவிட்ட ஏமாற்றமும் ஒன்று சேர்ந்து உருவான கலவையான உணர்ச்சி இன்னமும் என் மூளை நரம்புகளில் பத்திரமாகப் பொதிந் திருக்கிறது. வெற்றிகரமாகத் திருடுவதில் உள்ள சந்தோஷத்தைவிட திருட்டுக் கொடுக்கும்போது ஏற்படும் துயரத்தின் சதவிகிதம் அதிகமாகவே இருக்கிறது. அதிக விலை மதிப்பில்லாததாக இருந்தாலும், மிகவும் ஆசையாக, சென்டிமென்ட்டாகப் பாதுகாக்கிற பொருள் திருட்டுப் போகிறபோது ஏற்படுகிற துயரம் பிரத்யேக மானது. இத்திரைப்படத்தில், பதினேழு வயதுச் சிறுவன் Guei-யும் தொலைந்து போன தனது பிரியமான சைக்கிளை மீட்க ஆரம்பத்திலிருந்தே தீவிரமாகப் போராடுகிறான்.

கிராமப்புறம் ஒன்றிலிருந்து பீஜிங் நகருக்குப் பிழைப்பு தேடி வருகிறான் Guei. பெட்டிக்கடை வைத்திருக்கும் ஒரு நண்பனுடன் தங்குகிறான். கொரியர் கம்பெனி ஒன்றில் அவனுக்கு வேலை கிடைக்கிறது. பணி நிமித்தம் ஒரு புத்தம் புதிய சைக்கிள் ஒன்று வழங்கப்படுவதுடன் குறிப்பிட்ட காலத்துக்குப் பின் அந்தச் சைக்கிள் அவனுக்கே சொந்தமாகும் வாய்ப்பு உள்ளது என்றும் சொல்லப் படுகிறது. சைக்கிளைச் சொந்தமாக்கிக் கொள்வதற்காகத் தீவிரமாக உழைக்கிறான் Guei. பரபரப்பான பீஜிங் நகரின் வீதிகளில் சைக்கிளில் வேகமாகப் பயணிப்பது அவனுக்கு உற்சாகமாகவே இருக்கிறது. சைக்கிள் அவனுக்கு சொந்தமாகப் போகும் நாளன்று அது திருட்டுப் போகிறது. சைக்கிளுடன் வந்தால்தான் வேலை என்று அவனுடைய மேலாளர் தெரிவிக்கிறார். அவ்வளவு பெரிய நகரத்தில் இந்தச் சிறுவனால் எப்படி சைக்கிளைக் கண்டுபிடிக்க முடியும் என்று அவநம்பிக்கையாக இருக்கிறது அவருக்கு.

Guei சைக்கிளில் கீறல்களின் மூலம் அடையாளத்தை ஏற்படுத்தி வைத்திருப்பதால், அந்தக் குறியீடு இருக்கிற சைக்கிளைத் தேடி நகர் முழுவதும் அலைகிறான். ஒரு இரவில் சைக்கிளைத் திருட வந்ததாகத் தவறாகக் குற்றஞ்சாட்டப்பட்டுப் பிறகு அவனுடைய மேலாளரால் கடுமையான வசவுகளுக்குப் பிறகு காவல் துறையினரிடமிருந்து மீட்கப்படுகிறான். பள்ளிக்கூட மாணவன் ஒருவன், குறிப்பிட்ட அடையாளமுள்ள அந்த சைக்கிளோடு தம்முடைய பெட்டிக்கடைக்கு வந்ததாக அவனுடைய நண்பர் தெரிவிக்கிறார்.

Jian என்கிற பள்ளிக்கூட மாணவன் தம்முடைய புதிதான சைக்கிளுடன் சக மாணவர்களுடன் விளையாடுகிறான். சைக்கிளின் மூலம் தனது காதலியையும் அவனால் கவர முடிகிறது. வீட்டை அடைந்ததும் சைக்கிளை யாருக்கும் தெரியாமல் ஒளித்துவைக்கிறான். சைக்கிள் அவனுக்கு மிகுந்த தன்னம்பிக்கையை ஊட்டுகிறது. அவன் தன்னுடைய காதலியுடன் தனிமையாக இருக்கும் ஒரு தருணத்தில், அவனைப் பின்தொடரும் Guei தன்னுடைய சைக்கிளை அடையாளம் கண்டுகொண்டு அதை மீட்டெடுத்து ஓடுகிறான். வேகமாக அவனைப் பின்தொடர்ந்து ஓடிவரும் Jian எப்படியோ அவனைப் பிடித்துச் சைக்கிளைத் திருப்பி எடுத்துக் கொள்கிறான். சாலையிலிருக்கும் மற்ற இளைஞர்கள் அப்பாவிச் சிறுவன் Guei-ஐ சைக்கிள் திருடன் என்று தீர்மானித்து அடித்து உதைக்கிறார்கள்.

வீட்டுக்குத் திரும்பும் Jian தனது தந்தை காணாமற் போன பணத்தை பரபரப்புடன் தேடிக் கொண்டிருப்பதைப் பார்க்கிறான். அது அவனுடைய தங்கையின் உயர்படிப்புக்காகச் சேமித்து வைக்கப்பட்டது.

''பணத்தை எடுத்தாயா'' என்று கேட்கும் தந்தையிடம் ''இல்லை'' என்கிறான் Jian. அவனுக்கு வாங்கித் தருவதாகச் சொல்லியிருந்த சைக்கிளை அந்த மாதமும் வாங்கித்தர முடியவில்லையென்றும் அடுத்த மாதம் கண்டிப்பாக வாங்கித் தருவதாகவும் கூறும் தந்தையிடம் ''எனக்குத் தேவையில்லை'' என்று எரிச்சல் அடைகிறான் Jian.

Jian தனது வீட்டில் சைக்கிளை ஒளித்து வைப்பதை, பின்தொடரும் Guei கவனித்து மறுபடியும் எடுத்துக்கொண்டு ஓடிவிடுகிறான். தன்னுடைய பணியையும் மிகுந்த பிடிவாதத்துக்குப் பிறகு மீட்டுக் கொள்கிறான். சைக்கிள் இல்லாத காரணத்தால் தன்னுடைய மகிழ்ச்சியைத் தொலைத்தாக உணரும் Jian நண்பர்களிடமும் காதலியிடமும் எரிச்சலைக் காண்பித்து அவர்களைப் புறக்கணிக்கிறான். அந்தச் சிறுவனைக் கண்டுபிடித்து சைக்கிளை மீட்டு விடலாம் என்று அவனுடைய நண்பர்கள் ஆறுதல் சொல்கிறார்கள். Guei பணிபுரியும் கொரியர் நிறுவனத்தை ஊகித்து, அவனை அடித்து உதைத்து சைக்கிளை தம்முடைய நண்பனிடம் மீட்டுக் கொடுக்கிறார்கள்.

காதலியுடன் சுற்றிவிட்டு சைக்கிளுடன் வீட்டுக்கு திரும்பும் Jian-க்கு அதிர்ச்சி காத்திருக்கிறது. அவனுடைய அப்பாவுடன் சைக்கிளின் உரிமையாளனான Guei நிற்கிறான். ''சைக்கிள் எப்படி வந்தது'' என்று கேட்கும் தந்தையிடம் ''நான்தான் பணத்தைத் திருடி வாங்கினேன். எத்தனை மாதமாக என்னை ஏமாற்றினீர்கள்? தங்கைக்கு மாத்திரம் செலவழிக்க பணம் இருக்கிறதா?'' என்று வெடிக்கிறான். அவனை 'பளார்'ரென்று அறையும் அவனுடைய அப்பா, சைக்கிளை அவனிட மிருந்து பிடுங்கி Guei-யிடம் கொடுக்கிறார்.

Jian-ன் நண்பர்கள் அவனிடம் ''இந்தச் சைக்கிளை திருடினாயா?'' என்று கேட்டு கோபப்படுத்துகிறார்கள். அதை தாம் 500 யென்கள் கொடுத்து Second Hand மார்க்கெட்டில் வாங்கியதாகக் கூறுகிறான். அத்தோடு இருக்கையை மாற்றியதற்கான ரசீதைக் காண்பிக்கிறான். ''அப்படியென்றால் அந்தப் பையனிடமிருந்து நாம் சைக்கிளைப் பிடுங்குவதற்கான உரிமை இருக்கிறது. நீ சரியென்றால் செய்யலாம்'' என்கின்றனர் நண்பர்கள். அவர்களது ஆலோசனைப் படி Guei-யிடமிருந்து சைக்கிளைப் பிடுங்க முயற்சிக்கையில் Guei சைக்கிளை மிக இறுக்கமாகப் பிடித்துக்கொண்டு இயலாமையின் காரணமாக 'ஓ'வென்று கதறுகிறான். ''இந்தச் சைக்கிள் என்னுடையது'' என்று கூறும் அவனிடம் ''இந்தச் சைக்கிளை எங்கள் நண்பன் காசு கொடுத்து மார்க்கெட்டில் வாங்கியிருக்கிறான். வேண்டுமானால் நீ சைக்கிளைத் திருடியவனைக் கண்டுபிடித்து மீட்டுக்கொள். இது எங்கள் நண்பனுக்குத்தான் சொந்தம்'' என்று விவாதிக்கிறார்கள். ஆனால் Guei

சைக்கிளை இறுகப் பற்றின கைகளை விடுவிக்காமல் மௌனமாக அமர்ந்திருக்கிறான்.

இந்த விவாதம் கிட்டத்தட்ட இரவு வரை நீடிக்கிறது. ''வேண்டுமானால் எங்கள் நண்பன் செலவழித்த பணத்தைத் திருப்பிக் கொடுத்து விட்டு நீ சைக்கிளை எடுத்துக் கொண்டு போ'' என்கிற மாற்று ஆலோசனையையும் ஏற்றுக் கொள்ள மறுக்கிறான் Guei. சோர்ந்து போகும் நண்பர்கள் இறுதியாக ஒரு யோசனையை முன்வைக்கிறார்கள். இருவருமே சைக்கிளை ஒரு நாள் விட்டு ஒரு நாள் உபயோகப்படுத்திக் கொள்ளலாம் என்கிற யோசனைதான் அது. இருவருமே அதை ஏற்றுக்கொண்டு ஒரு நாள் விட்டு ஒரு நாள் மாற்றி மாற்றி உபயோகிக்கின்றனர் (Children of heaven நினைவுக்கு வருகின்றதா?). சில நாட்கள் இவ்வாறாகக் கழிகின்றன.

சைக்கிள் சாகச விளையாட்டில் சிறந்தவனாக இருக்கும் Da Huan என்பவனை எல்லோரும் வியந்து பாராட்டுகின்றனர். Jian காதலியின் பார்வை இவன் மீது விழுகிறது. இதனால் தன்னைத் தொடர்ந்து வரும் Jian-ஐ புறக்கணிக்கிறாள். பின்தொடரும் அவனை Da Huan அவமானப்படுத்தி விட்டுப் போகிறான். எரிச்சலின் உச்சத்தை அடையும் ஒரு கல்லை எடுத்து Da Huan-ன் மண்டையை உடைக்கிறான்.

மறுமுனையில் சைக்கிளுக்காக காத்துக் கொண்டிருக்கும் Guei-யிடம் சைக்கிளைக் கொடுத்து விட்டு ''இனிமேல் எனக்கு சைக்கிள் தேவைப் படாது. நீயே வைத்துக்கொள்'' என்று விரக்தியுடன் கூறுகிறான். அடிபட்ட Da Huan பழிவாங்குவதற்காக தம்முடைய நண்பர்களை அழைத்துக்கொண்டு வரும்போது இருவரும் தென்படுகிறார்கள். துரத்தும் குழு இரண்டாகப் பிரிந்து இருவரையும் பிடித்து நையப் புடைக்கிறார்கள். அப்பாவியான Guei-யையும் அடித்துப் போடுகிறார்கள். அவர்கள் விலகும் போது ஒருவன் Guei-ன் சைக்கிளை தூக்கிப் போட்டு உடைக்க முயல்கிறான். ''சைக்கிளை ஒன்றும் செய்ய வேண்டாம்'' என்று கெஞ்சும் அவனுடைய அழுகைக்குரல் அவன் காதில் விழுவதில்லை. Guei ஒரு கல்லை எடுத்து அவன் மண்டையை உடைக்க, அவன் கீழே சாய்கிறான். சேதமடைந்த தன்னுடைய சைக்கிளைத் தூக்கிக்கொண்டு பீஜிங் நகரின் தெருவில் எல்லோரும் கவனிக்க நடப்பதோடு படம் முடிகிறது.

ஒரு சைக்கிள் மற்றும் இரண்டு சிறுவர்களை வைத்துக் கொண்டு இவ்வளவு சுவாரசியமான திரைக்கதையை அமைக்க முடியுமா என்று ஆச்சரியமாக இருந்தது. பொதுவாக சைனா, ஜப்பான்காரர்களில் எனக்கு ஜாக்கிசானைத் தவிர வேறு யாரையும் அடையாளம் தெரியாது.

அவர்களுக்கு உணர்ச்சிகளை வெளிப்படுத்தும் முகங்கள் கிடையாது. இதில் Guei-யாக நடிக்கும் சிறுவனும் அப்படித்தான். சில காட்சி களைத் தவிர பல இடங்களில் அவனுடைய முகபாவம் மொண்ணை யாகவே இருக்கிறது. என்றாலும் கதையின் சுவாரசியமான போக்கில் இது பொருட்படுத்தத் தேவையில்லாததாக இருக்கிறது. Guei-யின் கதாபாத்திரம் மிகத் தெளிவாக வடிவமைக்கப்பட்டிருக்கிறது. பொருளாதார சூழ்நிலை காரணமாக கிராமப்புறத்திலிருந்து நகர்ப்புறத்துக்கு நகரும் மக்களின் work performance பொதுவாகச் சிறப்பாகவே இருக்கும்.

விளம்பர நிறுவனமொன்றில் பணிபுரியும் என்னிடம், எங்கள் வாடிக்கை கயாளர் ஒருவர் அவருடைய நிறுவனத்துக்காக சென்னையில் தேவைப் படும் பணியாளர்களுக்காக சென்னையைத் தவிர, தமிழ்நாட்டின் இதர நகரங்களில் விளம்பரம் செய்வார். ''சென்னை இளைஞர்கள் உல்லாச மான வாழ்க்கைக்குப் பழகிப் போனவர்கள். எனவே, அவர்களால் முனைப்புடன் வேலை செய்ய இயலாது. ஆனால், கிராமத்திலிருந்து வருபவர்களிடம் ஆங்கில மொழியறிவு முன்னே பின்னே இருந்தாலும், நல்ல சம்பளத்தைப் பெறுவது அவர்களின் பிரதான நோக்கமாக இருப்பதால் சிறப்பாகப் பணிபுரிவார்கள்'' என்பது அவரின் அனுபவரீதியான கருத்து. கிராமத்திலிருந்து நகரத்துக்கு இடம் பெயரும் Guei-யும் சைக்கிளை சொந்தமாக்கிக் கொள்ள ஊக்கமுடன் பணியாற்றி, கைவிட்டுப்போன வேலையைப் பிடிவாதத்துடன் திரும்பப் பெற்று அவனுடைய மேலாளரை வியக்கச் செய்கிறான்.

படத்தின் திரைக்கதையின் மூலம் Jian சைக்கிளைத் திருடியிருப்பான் என்பது மாதிரி பார்வையாளர்களுக்கு உணர்த்தப்படுகிறது. மேலும் அவன் வீட்டில் காணாமல் போன பணத்தையும் அவன்தான் எடுத்திருப்பான் என்பதையும் பார்வையாளர்கள் ஊகிப்பதன் காரண மாக அவன் மீது வெறுப்பு படர்கிறது. ஆனால் கதையின் போக்கில் அவன் சைக்கிளை second hand மார்க்கெட்டில் வாங்கியிருப்பது தெரிவதும், காதலியை இழந்து அடிவாங்கி சைக்கிளைத் திருப்பித்தரும் தருணத்தில் அவன் மீதான கோபம் மறைந்து அனுதாபம் வருகிறது. இரண்டு சிறுவர்களுமே எந்த சினிமா அனுபவமுமில்லாத புதுமுகங்கள் என்பது குறிப்பிடத்தக்கது. பிரபல இத்தாலிய திரைப்பட மான 'Bicycle Thieves' -ன் சாயல் இத்திரைப்படத்தில் உள்ளது.

படத்தின் கிளைக்கதையாக, பெட்டிக்கடைக்கார நண்பரும் Guei-யும் அருகிலிருக்கிற பங்களாவில் உள்ள ஒரு பணக்காரப் பெண்ணின் அழகை ரகசியமாகப் பார்த்து ரசிக்கின்றனர். அவள் விதவிதமான உடை உடுத்துவதைக் கண்டு ஆச்சரியப்படுகின்றனர். ஆனால், அவள் அந்த வீட்டில் பணிபுரியும் பெண் என்பதும் உரிமையாளர் இல்லாத

நேரங்களில் அவர்களுடைய உடைகளை அணிந்து பிடிபட்டு வெளியேற்றப்படுபவள் என்பதும் கதைப்போக்கில் தெரிகிறது.

சைக்கிளில் வேகமாக வரும் Guei பணக்காரப் பெண்ணாகக் கருதப்படும் பெண்ணின் மீது மோதிவிடுகிறான். தனது சைக்கிளை Jian-னிடமிருந்து மீட்டுக் கொள்ளும் பொருட்டு வேகமாகச் செல்லும் போது இன்னொரு பெரிய வாகனத்தின் மீது மோதி கீழே விழுகிறான். படத்தின் இவ்வாறான மோதல் காட்சிகள் நேரடியாக பார்வையாளர் களுக்குக் காண்பிக்கப்படுவதில்லை. மோதலுக்கு முன்னதான காட்சியையும் கீழே அலங்கோலமாக விழுந்து கிடக்கும் காட்சியையும் வைத்து பார்வையாளர்கள் யூகித்துக் கொள்ளும் படியான விதத்தில் காட்சிகள் அமைக்கப்பட்டிருக்கின்றன.

படத்தின் இயக்குநர் Wang Xiaoshuai. இந்தப் படத்துக்கு முன்னதாக இவர் நான்கு படங்களை இயக்கியிருந்தாலும் Beijing Bicycle வெளியான பின்னர்தான் சர்வதேச அரங்கில் இவர் மீதான பார்வை விழுந்தது. இந்தப் படத்தில் சில திருத்தங்களைச் செய்ய சைனா திரைப்பட நிர்வாகம் இவரைக் கேட்டுக்கொண்டது. பெர்லின் திரைப் பட விருதுக்குக் காலதாமதமாகிவிடும் என்பதால் நிர்வாகத்தின் அனுமதியில்லாமலேயே படத்தை விழாவுக்கு அனுப்பியதால் இந்தப் படத்தின் மீது தடை விதிக்கப்பட்டது. பின்னர் இது விலக்கி கொள்ளப் பட்டது.

கிராமப்புற மக்களின் வறுமையையும் கல்வியறிவு பெற முடியாத அவர்களின் சூழ்நிலையையும் படம் வெளிப்படுத்துவதாகச் சித்திரித் திருப்பதால் அரசு தடையை ஏற்படுத்தியிருக்கலாம் என்று யூகிக்கிறேன். பெர்லின் திரைப்பட விருது உட்படப் பல விருதுளை இந்தப் படம் பெற்றுள்ளது. தமிழில் வெளியான, தனுஷ் நடித்த 'பொல்லாதவன்' திரைக்கதையில் Beijing Bicycle-ன் சாயல் உள்ளது.

# மரணத்துடன் ஒரு விளையாட்டு

The Hurt Locker | 2008 | AMERICA | Kathryn Bigelow

'இந்த நாடு அந்த நாட்டை வென்றது: இது அதை வென்றது' என்று உலகப் போர்களைப் பற்றிப் பாடப் புத்தகங்களில் படித்துவிட்டு மதிப்பெண்களுக்குப் பிறகு மறந்து போகிறோம். 'எல்லையோரப் படைக்காவலர் களுக்கும் ஊடுருவ முயன்ற தீவிரவாதிகளுக்கும் நடந்த சண்டையில் 8 தீவிரவாதிகள் கொல்லப்பட்டனர்' என்கிற ஒரு பத்தி அளவில் பிரசுரமாகும் பத்திரிகைச் செய்தியை காஃபி அருந்தியபடி ஓரக்கண்ணால் பார்த்துவிட்டு சினிமா பக்கத்துக்குத் தாவிவிடுகிறோம். இரு நாடுகளுக் கிடையில் சிறிதான ஒரு பிரச்னை ஏற்பட்டால்கூட ''அவங்கள விட்டுருக்கக்கூடாது சார். மிலிட்டிரிய அனுப்பி யிருக்கணும்'' என்று ஓடும் பேருந்தின் நெரிசலில் நின்று கொண்டே சர்வதேச அரசியல் பேசுகிறோம்.

ஆனால் ஒரு போரை நேரில் எதிர்கொள்ளாத நாட்டு மக்களால் அதன் உக்கிரத்தை, கொடுமையை, வலியைப் புரிந்துகொள்ளவே முடியாது. இன்னொரு பக்கம் போர்

வீரர்கள் எதிர்கொள்ளும் பிரச்னைகள், உயிர் மீதான பயம், குடும்பத்தினரைப் பிரிந்திருக்கும் ஏக்கம், கண்ணெதிரே சக நண்பன் தசைக்கூழாகக் கிடப்பதைப் பார்க்க வேண்டிய வேதனை, இது தொடர்பான உளவியல் பிரச்னைகள் ஆகியவற்றையும் பார்க்க வேண்டும். போர்ப் படங்கள் என்றாலே அது வீடியோ கேம்ஸின் அடிப்படை உத்தியோடும் சஸ்பென்ஸ்களான காட்சிகளோடும் எதிரி களை அழித்த வெற்றிக்களிப்போடும் முடியும். தாமே அந்த வெற்றியை அடைந்த திருப்தியோடு பார்வையாளர்களும் இருக்கையி லிருந்து எழுவார்கள்.

ஆனால், சில வருடங்களுக்கு முன் பார்த்த Das boot என்றொரு ஜெர்மானியப்படம் இதிலிருந்து வேறுபட்டிருந்தது. மிகுந்த ஆரவாரத் தோடும் தனிமனித சோகங்களுடன் பயணிக்கும் அந்த நீர்மூழ்கிக் கப்பலின் வீரர்கள் சுற்றிலும் கடல் சூழ்ந்திருக்கும் தனிமையோடும், இயற்கையின் சீற்றங்களுடனும் எதிரியை நோக்கிப் பயணிக்கிறார்கள், பயணிக்கிறார்கள், பயணித்துக் கொண்டேயிருக்கிறார்கள். இதிலும் நான் பார்த்தது uncut version வேறு. எப்போது நம்மை மரணம் எதிர் கொள்ளும் என்று தெரியாமலும் அப்படியே ஜலசமாதி ஆகிவிடு வோமோ என்ற பயத்துடனும் ஒவ்வொரு வீரர்களின் உணர்வுகளின் வெளிப்பாடும் ஒவ்வொருவிதமாக இருக்கும். பெரும்பாலான பகுதிகள் கப்பலின் உள்ளேயே நிகழ்வதால் அவர்களுக்கிடையே ஏற்படும் சோர்வு நம்மையும் தொற்றிக் கொள்கிறது.

எப்படியோ எதிரிக் கப்பலொன்றை வீழ்த்தி விட்டு அவர்கள் திரும்பும் போது ... சரி அந்தப் படத்தைத் தேடி எடுத்துப்பார்த்துவிடுங்கள்.

●

இதே போல The Hurt Locker-ம், போர்வீரர்களின் பிரச்னைகளை உளவியல்ரீதியாக அணுகுகிறது. அமெரிக்கத் துருப்புகள் ஈராக்கில் நுழைந்த 2004-லிருந்து படம் தொடங்குகிறது. சுற்றிலும் வெறுப்புடன் பார்க்கும் மக்களிடமும் ஆங்காங்கே குண்டுகளை ஒளித்து வைக்கும் தீவிரவாதிகளின் இடையில் எப்போதும் விழிப்புடன் கண்காணிக்க வேண்டிய சூழல்.

குண்டுகளைக் கண்டுபிடித்துச் செயலிழக்கச் செய்யும் (Explosive Ordnance Disposal) ஒரு குழுவில் குண்டு வெடிக்கப்பட்டு தாம்சன் இறந்துவிட அவரின் இடத்தில் பணிபுரிய வருகிறான் வில்லியம் ஜேம்ஸ் (Jeremy Renner). உயிர் குறித்த பயமோ நடுக்கமோ இல்லாமல் அவன் குண்டுகளை விளையாட்டு பொம்மைபோல் கையாள்வது சக வீரர்களை வியப்புடனும் திகைப்புடனும் பார்க்க வைக்கிறது. மாத்திர

மல்லாமல் அனைவரும் பதைபதைப்புடன் சூழ்நிலையை எதிர் கொள்ளும்போது இவன் குழுவுடனான தொடர்பைத் துண்டித்துக் கொண்டு தனியாகச் செயல்படுவது அவர்களை எரிச்சல் கொள்ள வைக்கிறது. மற்றவர்களுக்கு வெடிகுண்டென்பது மரணத்துக்கான அழைப்பாகத் தெரியும்போது ஜேம்ஸ் அதை விளையாட்டில் வெற்றி கொள்ளும் விருப்பத்தோடு அணுகுகிறான். தான் செயலிழக்கச் செய்யும் குண்டுகளின் பாகங்களையெல்லாம் அடையாளச்சின்னமாக வைத்துக் கொள்கிறான்.

Bravo என்கிற இந்தக்குழு பாக்தாத் நகரத்தில் ஒளிக்கப்பட்டிருக்கும் வெடிகுண்டுகளைச் செயலிழக்க வைக்கும் காட்சிகள் அனைத்தும் பரபரப்பாகவும் டாக்குமெண்டரி பாணியில் அதிகபட்ச நம்பகத் தன்மையுடனும் உருவாக்கப்பட்டிருக்கிறது. வாழ்வுக்கும் மரணத்துக்கும் இடையேயுள்ள பதற்றமான பகடைக்காய் விளையாட்டு போலவே இந்தக் காட்சிகள் அமைக்கப்பட்டிருக்கின்றன.

தீவிரவாதிகள் கட்டடத்திலிருந்து திடீரென்று தாக்கும் தருணத்தில் வெட்ட வெளியில் நிற்கும் இவர்கள் ஒளிந்து கொள்ளக்கூடிய போதிய வசதியில்லாமல் அங்கு இருக்கும் பாறைகளின் பின்னால் அமர்ந்து கொண்டு தீவிரவாதிகளை மிகுந்த சிரமத்துக்கிடையில் சுட்டு வீழ்த்துவதும் எல்லோரும் இறந்துவிட்டார்களா எனத் தெரியாமல் மணிக்கணக்கில் அவர்களின் அசைவுக்காகத் தாகத்துடன் காத்திருக்கும் காட்சிகளும் போர்க்களத்தின் தீவிரத்தை உக்கிரமாக வெளிப்படுத்தக் கூடியவை. இந்தக் காட்சியையே தீவிரவாதிகளாகக் கருதப்படு கிறவர்களின் பார்வையில் இருந்து நோக்கினால் வேறொரு சித்திரம் வெளிப்படக்கூடும்.

படத்தின் இறுதிக்காட்சியில் தீவிரவாதிகளால் உடலெங்கும் வெடிகுண்டு வைக்கப்பட்டு எளிதில் அதை எடுக்க முடியாதபடி பூட்டுக் களால் இணைக்கப்பட்டிருக்கும் அப்பாவியான ஒரு பொதுஜனம் உயிருக்காக அமெரிக்க ராணுவத்தினரிடம் கதறுவதும் குண்டு வெடிக்கவிருக்கும் கடைசி விநாடிகள்வரை அவரை மீட்க வில்லியம் ஜேம்ஸ் போராடுவதும் இயலாதநிலையில் அவரிடம் மன்னிப்பு கேட்பதும் அற்புதமான காட்சிகள். தாம் நிச்சயமாக இறக்கப் போகிறோம் என்று தெரிந்த அந்த பொதுஜனம் அதுவரைக் கூப்பாடு போட்டிருந்ததை நிறுத்தி, கடைசித் தருணத்தில் அமைதியான முகபாவத்துடன் இறைவனை வழிபடும் காட்சியை என்னால் மறக்க வேயியலாது.

முன்னர் குறிப்பிட்டதுபோல வீரர்களுக்கிடையே நிகழும் உளவியல் ரீதியான பிரச்னையும் இதில் சிறப்பாக அணுகப்பட்டிருக்கிறது.

குழுவிலுள்ள மற்றவர்கள் பதற்றத்துடன் செயல்படும்போது ஜேம்ஸ் அது குறித்தான சுவடே இல்லாமல் விளையாட்டுணர்வோடு இருப்பது இவர்களை வெறுப்பேற்றுகிறது. கைப்பற்றப்பட்ட குண்டுகளை யாருமில்லாத மணற்பகுதியில் வைத்து வெடிக்கும்போது, ஜேம்ஸ் தன்னுடைய கையுறைகளைக் குண்டுகளிருக்கும் பகுதியில் மறந்து வைத்துவிட்டதாகக் கூறி எடுத்துவரப் புறப்படுகிறான். அவன் அபாயப் பகுதியில் இருக்கும்போது சக வீரனான Sanborn, 'இப்போது குண்டை வெடிக்க வைத்துவிட்டு விபத்து நேர்ந்ததாக ரிப்போர்ட் எழுதி விடலாம்' என்கிறான்.

அந்தக் கணத்தின் வெறுப்பில் அவன் அதை விளையாட்டாகக் கூறுகிறான் என்பதை யூகிக்கமுடிந்தாலும் ஜேம்ஸ் மீது அவனுள் பதிந்திருக்கும் எரிச்சலுணர்வை வெளிப்படுத்தும் காட்சியாக எடுத்துக் கொள்ளலாம். முரட்டுத்தனமாகச் சித்திரிக்கப்படும் இவன் தொடர்ந்து மரணத்தை நெருக்கமாகப் பார்க்க நேரும் தொழிலை நினைத்து இறுதிக்காட்சியில் கதறி அழுகிறான். ''இந்த ஒப்பந்தத்தோடு இதைத் தொடரப் போவதில்லை ஜேம்ஸ். எனக்கென்று ஒரு மகன் வேண்டும். அதற்காகவாவது நான் உயிரோடு இருக்கவேண்டும்''.

இன்னொரு வீரனான Eldridge-ன் பகுதிகளும் சுவாரசியமானது. தாம்சனின் மரணத்தைக் கண்ட பதற்றவுணர்வோடு அலையும் இவனை கவுன்சலிங் செய்ய வரும் ஒருவரை ''களத்தில் சண்டையிட்டால்தான் அது உனக்குப் புரியும்'' என அலட்சியப்படுத்துகிறான். இவனை ஊக்குவிக்கும் நோக்கத்தோடு களத்துக்கு வரும் அவர் வெடிகுண்டுப் பையின் மீது காலை வைத்து வெடித்துச் சிதற, Eldridge-ன் பதற்றமும் குற்றவுணர்வும் அதிகமாகிறது. இறுதிக்காட்சியில் காயமடையும் இவன் ''நீ ஒரு வெறி பிடித்தவன்'' என்று ஜேம்ஸைத் திட்டிவிட்டுச் செல்கிறான்.

ஒப்பந்த நாட்கள் முடிந்து வீட்டுக்குத் திரும்பும் ஜேம்ஸ், திரும்பவும் களத்துக்குச் செல்ல முடிவு செய்து அதற்கு முன் தன்னுடைய சிறிய மகனிடம் உரையாடும் காட்சி அற்புதமானது. ''இந்த வயதில் அற்புத மாகத் தோன்றும் விளையாட்டுப் பொருட்கள் அனைத்தும் நீ வளர்ந்தவுடன் அற்பமானதாகிவிடும். இன்னும் பெரியவனாகும் போது அப்படி அற்பமாகும் பொருட்களின் எண்ணிக்கை அதிகமாகி அற்புதமாகத் தங்கும் விஷயங்கள் ஒன்றோ அல்லது இரண்டோதான் மீதமாகும். அப்படி எனக்கு அற்புதமாகத் தேங்கியிருக்கும் விஷயம் ஒன்றேயொன்றுதான்''.

அவன் பாம் ஸ்குவாட் உடையுடன் நடக்கும் அடுத்த காட்சியில் அந்த அற்புதம் என்னவென்று நம்மால் உணர முடிகிறது. குண்டுகளை வெற்றிகரமான எடுப்பதில் உள்ள ஆர்வம் மாத்திரமல்ல அது. அதன்

மூலம் பல அப்பாவி மக்களைக் காப்பாற்றும் வாய்ப்பும் அதன் மூலம் கிடைக்கும் மகிழ்ச்சியும்தான் அந்த அற்புதம் என்பதாகப் படம் முடிகிறது.

அவ்தார் இயக்குநரான ஜேம்ஸ் கேமரூனின் முன்னாள் மனைவியான Kathryn Bigelow இத்திரைப்படத்தை மிகச் சிறப்பாக இயக்கி யிருக்கிறார். 'அவ்தார்'க்கு சிறந்த திரைப்படத்துக்கான விருது கிடைக் கலாம்' என்று பரவலாக எதிர்பார்க்கப்பட்டுக் கொண்டிருக்கும் போது அவரது முன்னாள் மனைவியின் இந்தத் திறமையான உருவாக்கம் கடுமையான போட்டியாக நிற்கும் நிலை பரபரப்பை ஏற்படுத்தி, விருதையும் வென்றார் என்பது குறிப்பிடத்தக்கது.

# ஒரு மழலையை மௌனமாக்குதல்

Daisy Diamond | 2007 | DENMARK | Simon Staho

இந்தத் திரைப்படத்தினைப் பற்றின எவ்வித அறிமுகமும் இல்லாமல் இரவில் பார்க்கத் தொடங்கி தொடரும் மனஅவஸ்தையைத் தாங்க முடியாமல் அணைத்துவிட்டு மஸோக்கிஸ மனதின் உந்துதலில் மறுபடியும் விடியற் காலையில் எழுந்து பார்த்து முடித்தேன்.

அன்னா ஒரு சிறந்த நடிகையாகிவிடும் பேராவலில் இருப்பவள். அதற்கான உண்மையான தேடலும் உழைப்பும் கொண்டவள். நண்பனால் கற்பழிக்கப்பட்டு குழந்தையொன்று பிறக்கவே குடும்பத்தாராலும் நிராகரிக் கப்பட்டு ஒரு வறுமையான single mom படும் அத்தனை அவஸ்தைகளையும் பாடுகிறார். அவளது குழந்தையான டெய்சி சில சொற்பமான அற்புதகணங்களைத் தவிர மற்ற நேரம் முழுக்க அழுதுகொண்டும் வீறிட்டுக் கொண்டும் இருக்கிறது. இதனால் அவள் நடிக்க வாய்ப்பு தேடும் இடங்களிலெல்லாம் நிராகரிக்கப்பட்டுக் கொண்டே யிருக்கிறாள். 'நான் நடிப்புக்குத் தேர்வு செய்யப்

பட்டால்தான் பணம் கிடைக்கும். அப்போதுதான் உனக்கு பால் வாங்கமுடியும்' என்று குழந்தையிடம் அன்பாகவும் நயமாகவும் சொல்லிப் பார்க்கிறாள். ஆனால், அதுவோ நெருக்கடியான நேரங்களில் அழுது உயிரை வாங்கி அவளை அவஸ்தைக்குள்ளாக்கி சாவகாசமான நேரங்களில் 'ஙே' என்று அபூர்வமாகச் சிரிக்கிறது.

தொடரும் குழந்தையின் அழுகையும் சப்தமும் அவளை மனநெருக் கடியின் உச்சத்துக்கே கொண்டு செல்கிறது. அவளால் இரண்டு நிமிடங்கள் கூட நிம்மதியாகத் தூங்க முடிவதில்லை. நடிக்கும் வாய்ப்புக்காகத் தன்னைத் தயார்படுத்திக் கொள்ள முடிவதில்லை. இந்த நெருக்கடிகளின் உச்சத்தில்தான் அவள் அந்த முடிவை எடுக்கிறாள்.

அதன் பிறகும் அவளால் திரை வாய்ப்பைப் பெற முடிவதில்லை. அதிலுள்ள பலரும் அவளைத் தங்களின் பாலியல் விழைவுகளுக்காகப் பயன்படுத்திக் கொள்கிறார்கள். இதில் ஆண் பெண் என்கிற பேதமில்லை என்பதுதான் அதிர்ச்சியே. வேறு வழியின்றி porn படங்களில் நடிக்கிறாள். பாலியல் தொழிலாளியாகிறாள். கடைசியாக அவள் எதிர்பார்க்கும் திரை வாய்ப்பு கிடைக்கிறது. முதல் நாள் படப்படிப்பில் அவள் என்ன செய்கிறாள் என்பதை டிவிடி பார்த்து அறிந்து கொள்ளுங்கள்.

2007-ல் வெளியாகியிருக்கும் இந்த டென்மார்க் திரைப்படத்தை Simon Staho என்பவர் அற்புதமாக, இயக்கியிருக்கிறார். அன்னாவின் மனநெருக்கடிகளை அகச்சிக்கல்களைப் பார்வையாளனும் மிக நெருக்கமாக உணர முடிகிறது. படத்தின் ஒரேயொரு பிரதான பாத்திர மான அன்னாவாக Roomi Rapace என்பவர் சிறப்பாக நடித்திருக்கிறார். படத்தின் பெரும்பாலான சட்டகங்களில் இவரது முகம் அண்மைக் கோணத்தில் காட்சிப்படுத்தப்பட்டு உரையாடுவது நல்ல உத்தி. படப்பிடிப்புத் தளங்களில் நிகழும் ஒத்திகைகளும் அன்னாவின் அப்போதைய வாழ்க்கைத் துயரங்களும் ஒன்றோடு ஒன்று இணைந்து பொருந்திப்போவது செயற்கையானதாக இருந்தாலும் தற்செயலானது என்கிற நோக்கில் திரைக்கதைக்கு அழுத்தம் சேர்க்கிறது.

ஏறத்தாழ படத்தின் முதல் 40 நிமிடங்களைக் குழந்தையின் தொடர்ச்சி யான அழுகையே ஆக்ரமிக்கிறது. அதைக் கட்டுப்படுத்த அன்னா எடுக்கும் முயற்சிகள் தோற்றுப்போகும்போது அவள் எதிர்கொள்ளும் உளவியல்ரீதியான சிக்கலைப் பார்வையாளனும் அடைகிறான். மழலை, புன்னகை, தாய்மை போன்றவை புனிதப்படுத்தப்பட்ட விழுமியங்களாகப் பெண்களின் தலையில் சுமத்தப்பட்டிருக்கும் நிலையில் நடைமுறையில் ஒரு பிடிவாதமான குழந்தையை வளர்க்க

நேரும் அனைத்து தாய்களும் அன்னா எதிர்கொள்ளும் சிக்கல்களை எதிர் கொள்வார்கள் என்று தோன்றுகிறது. வெளியில் சொல்ல முடியா விட்டாலும் உள்ளூர அந்தக் குழந்தையை வெறுக்கும் கணங்களும் நேரக்கூடும். கலவியின்பத்தை இருபாலரும் அனுபவிக்கும்போது குழந்தை பெற்றுக் கொள்ளும் உடற்கூற்றையும் வளர்ப்பதற்கான பொறுமையையும் பொறுப்பையும் பெண்களுக்கு மட்டும் அளித்தது இயற்கையின் வரமா சாபமா?

அன்னா அந்த அதிர்ச்சியான முடிவை எடுக்கும்போது ஏறத்தாழ பார்வையாளர்களும் அந்த மனநிலைக்கு இணங்க நெருங்கி வருவது அற்புதமான திரையாக்கத்துக்கு உதாரணம். குடும்பம் எனும் அமைப்பு கீழை தேசங்களில் ஏறத்தாழ தொடரும் போது மேற்குலகில் single parent குடும்பத்தால் குழந்தைகள் எதிர்கொள்ளும் வன்முறைக்கு இத்திரைப்படம் உதாரணமானதாக இருக்கிறது. ஒரு நபரின் அகச்சிக் கல்களைப் புரிந்து கொள்ளக்கூடியநிலையில் இருக்கக்கூடிய திரைப் படைப்பாளிகளே அன்னாவை பாலியல் சுரண்டலுக்கு ஆளாக்கும் போது பாலியல் தொழிலை நடத்தும் ஒரு திருநங்கை நபர் அன்னாவுக்கு ஆதரவாக இருப்பது ஆறுதலாக இருக்கிறது. அவளுடனான உறவுக்கு வரும் வாடிக்கையாளர்களின் வக்கிரங்கள், பொதுச் சமூகத்தில் நாகரிக கனவான்களாக உலவும் நபர்கள் அந்தரங்கமான தருணங்களில் எத்துணை விகார எண்ணங்களை ஒளித்து வைத்திருக்கிறார்கள் என்பதற்குச் சாட்சியாக இருக்கிறது.

தம்முடைய பாவச்செயலுக்காகக் குற்றவுணர்வு கொள்ளும் அன்னா, அக உலகில் குழந்தையுடன் அவள் சிறுமியாகும் வரையும்கூட தொடர்ந்து உரையாடிக் கொண்டேயிருக்கிறாள். அதுவும் அவளை குற்றஞ்சாட்டிக் கொண்டேயிருக்கிறது. இந்த உரையாடலின் மூலம் தான் தன்னுடைய துயரங்களை அவளால் கடக்க முடிகிறது. பாலியல் தொழிலாளியாகும்போது தனக்கொரு முகமூடிப் பெயர் தேவைப் படும்போது 'Daisy Diamond' என்கிற பெயரைத் தேர்வு செய்வதின் மூலம் மகளின் மீது அவளுக்குள்ள நேசத்தைப் புரிந்து கொள்ள முடிகிறது. குழந்தையின் அழுகை அல்ல, கலைத்துறையில் அவள் எதிர்கொள்ளும் தொடர் நிராகரிப்பும் கசப்பும்கூட அவளுடைய விபரீதமான முடிவுக்குக் காரணமாக இருக்கக்கூடும்.

பாலியல் தொடர்பான நம்முடைய விகார எண்ணங்களுக்கு வடிகாலாக அமையும் திரை நடிகைகளுக்கும், பாலுறவுக் காட்சிகளின் வீடியோக் களில் நடிக்கும் நடிகைகளுக்கும் பின்னால் எத்தனை கசப்புகளும் துயரங்களும் ஒளிந்திருக்கின்றன என்கிற நிர்வாண உண்மையை அறிய வேதனையாகத்தான் இருக்கிறது.

# ஒரு வன்முறையாளனின் குழந்தைமை

TSOTSI | 2005 | SOUTH AFRICA | Gavin Hood

**எ**ல்லா மனிதர்க்குள்ளும் கடவுளும் சாத்தானும் இருப்பார்கள். சதவிகிதம்தான் வெவ்வேறு அளவில் இருக்கும். நூறு சதவிகித கடவுளையோ சாத்தானையோ ஒருவரிடம் காண முடியாது என்பது என் நம்பிக்கை. கொடூர வன்முறையாளனுக்குள்ளும் எங்கோ ஒரு ஓரத்தில் ஒளிந்திருக்கும் ஈரம் கசியும் சூழ்நிலையும் ஏற்படலாம். சாந்த சொரூபியும் வெறி கொள்ளும் தருணங்களும் உண்டுதான். சூழ்நிலைதான் ஒரு மனிதனை உருவாக்குவதில் பெரும் பங்கு வகிக்கிறது. எந்தக் குழந்தையும் நல்ல குழந்தைதான் மண்ணில் பிறக்கையிலே என்பது பெரும்பாலும் உண்மைதான் என்றாலும் மரபு ரீதியாக அதற்குள் கடத்தப்பட்டிருக்கும் குணாதிசயங்களும் அதற்கு வாய்த்திருக்கும் சூழல்களும்தான் ஒரு குழந்தையின் நடத்தையைத் தீர்மானிக்கும் முக்கிய காரணிகளாக இருக்கின்றன.

புதிய பாதை என்கிற பார்த்திபனின் தமிழ்ப் படத்தை சற்றே நினைவு படுத்தும் இத்திரைப்படத்தின் முக்கிய பாத்திரமான tsotsi சிறிதளவு பணத்துக்காக ஒரு உயிரையே கொல்லத் துணிபவன். அவ்வளவாக முதிர்ச்சியுறாத இளைஞன்தான். கல்வியறிவு இல்லாதவன். ரயில் நிலையத்தில் அதிகப்பணம் வைத்திருப்பவர்களை நோட்டமிட்டு, இடையூறு ஏற்படுத்தும் பட்சத்தில் அவர்களைக் கொன்றும் பணத்தைப் பறிப்பதைத் தொழிலாக (mugging) வைத்திருக்கும் இவனுக்கு மூன்று நண்பர்கள். Boston ஓரளவுக்கு படித்தவன். decency என்கிற வார்த்தையின் பொருளை அறிந்தவன். ஆசிரியர் பயிற்சிக்காகப் படிக்க முயல்பவன். Die-ape சுயபுத்தி இல்லாதவன்; tsotsiயின் நிழலைக் கண்மூடித்தனமாகப் பின்தொடர்பவன். Butcher மகா முரடன். tsotsi-யிடம் உள்ள சிறிதளவு மனிதாபிமானம்கூட இல்லாதவன்.

ரயிலில் ஒரு கிழவரைக் கொன்று பணத்தைக் கைப்பற்றி மூவரும் மது அருந்திக் கொண்டிருக்கும்போது boston அந்தக் கொலை தவிர்த்திருக் கப்படக்கூடியது என்று கூறுகிறான். decency என்றால் என்னவென்று தெரியுமா என்று மற்றவர்களை வினவுகிறான். tsotsi-யை ''உன்னுடைய உண்மையான பெயர் என்ன? யார் உன் பெற்றோர்? என்று கேட்கிறான். ஆத்திரமடையும் tsotsi அவனை நையப்புடைத்து விட்டு எங்கோ ஓடுகிறான். ஒரு பெண்ணைத் துப்பாக்கியால் சுட்டுவிட்டு காரை திருடிக்கொண்டு போகும் tsotsi சற்று தூரம் போன பிறகுதான் பின்சீட்டில் ஒரு கைக்குழந்தை அழுது கொண்டிருப்பதைக் கவனிக் கிறான். காரிலிருந்த பொருட்களையும் குழந்தையையும் திருடிக் கொண்டு தன்னுடைய சேரிக்குச் செல்கிறான். யாரும் அறியாமல் தன்னுடைய குடிசையில் குழந்தையை வளர்க்க முடிவு செய்கிறான். இதன் காரணமாகத் தன்னுடைய நண்பர்களைக்கூடப் புறக்கணிக்க முடிவு செய்கிறான்.

குழந்தை பசியால் அழுவதைக்கண்டு பக்கத்தில் குழந்தை வைத்திருக்கும் ஒரு பெண்ணை (Miriam) மிரட்டி பால் கொடுக்கச் சொல்கிறான். Miriam குழந்தையைத் தன்னுடைய குழந்தையுடனே இணைத்து பராமரிப்பதாகச் சொல்கிறாள். ''வெளியே சொன்னால் உன்னைக் கொன்றுவிடுவேன்'' என்று மிரட்டுகிறான் tsotsi. மருத்துவமனையில் அனுமதிக்கப் பட்டிருக்கும் குழந்தையின் தாயும், தந்தையும் குழந்தையை எப்படியாவது மீட்கச் சொல்லிக் காவல் துறையை வேண்டுகின்றனர். அவனுடைய உருவப்படம் வரையப்பட்டு பத்திரிகைகளில் பிரசுரமாகிறது.

இதற்கிடையில் சிறுவயதிலேயே தாயின் அண்மையை இழந்த, தந்தையால் வீட்டை விட்டுத் துரத்தியடிக்கப்பட்ட, தெருவோரச் சிறுவர்களுடன் வளர்ந்த tsotsiயின் கடந்த கால வாழ்க்கை சொற்ப

கணங்களில் ஆனால் மிகவும் உணர்ச்சிகரமான காட்சிகளால் சொல்லப் படுகிறது.

குழந்தையை வளர்ப்பதற்காகவும் Boston-ன் மேற்படிப்புச் செலவுக்காகவும் பணம் திருட tsotsiயும் அவனது நண்பர்களும் குழந்தையின் வீட்டுக்கே செல்கிறார்கள். குழந்தையின் தகப்பனைக் கட்டிப் போட்டுவிபோட்டு விட்டுத் தின்பதற்கான பொருளையும் Butcher மதிப்புள்ள பொருளையும் தேடும் சூழலில் tsotsi குழந்தைக்கான பால் பவுடர் டப்பாக்களையும், பொம்மைகளையும் எடுத்துக் கொண்டிருக்கிறான். குழந்தையின் தகப்பன் இடையில் அலாரத்தை அழுத்திக் காவல் துறைக்கு சமிக்ஞையை ஏற்படுத்த ஆத்திரமடையும் Butcher அவனைச் சுடப் போகும் தருணத்தில் tsotsi நண்பனையே சுட்டு வீழ்த்துகிறான். பயந்து போகும் Die-ape இவனை விட்டுப் பிரிந்து போகிறான்.

திருடின காரை விற்ற பணத்தைக் குழந்தையைப் பராமரிக்கும் Miriamத்திடம் தரும்போது வாங்க மறுக்கும் அவள், ''பத்திரிகையில் நானும் படித்தேன். நீ சுட்டதால் இந்தக் குழந்தையின் தாய் கால்களை இழந்துவிட்டாள். அதை உன் பணத்தால் திருப்பித்தர முடியுமா?'' என்று கேட்கிறாள். tsotsi மனம் மாறிக் குழந்தையைத் திருப்பித் தரும் தருணத்தில் காவல்துறை அவனைச் சூழ்கிறது.

tsotsi என்ன ஆனான்? குழந்தை பத்திரமாகப் பெற்றோர்களிடம் சேர்ந்ததா? விடையை அறியப் படத்தைப் பாருங்கள்.

Athol Fugard என்பவர் எழுதின நாவலின் அடிப்படையில் Gavid hood இயக்கியிருக்கும் இந்தப் படத்தை தெற்கு ஆப்ரிக்க அரசும் இணைந்து தயாரித்திருக்கிறது. 2005-க்கான ஆஸ்கார் விருதையும் (சிறந்த வெளிநாட்டுத் திரைப்படம்) இந்தப் படம் பெற்றிருக்கிறது.

குழந்தை பசியால் அழும்போது தன்னிடமுள்ள பால்டின்னைக் குழந்தைக்குப் புகட்டிவிட்டு யாரோ வருவதால் அவசரம் அவசரமாகக் குழந்தையையும் பால்டின்னையும் ஒரு பைக்குள் வைத்து விட்டுச் சென்று விடியற்காலையில் திரும்பும்போது குழந்தையின் முகம் பூராவும் எறும்புகள் சூழ்ந்திருக்கும் காட்சி நம் மனத்தைப் பதைக்கவும் நெகிழவும் செய்கிறது. கணவனை இழந்து வறுமையில் வாடும் Miriam, அந்தச் சூழ்நிலையிலும் tsotsi தரும் பணத்தை ஏற்றுக் கொள்ளாதிருக்கும் திடமனதும் நேர்மையும் நம்மைக் கவர்கிறது. Miriam குழந்தையைக் குளிப்பாட்டும் போது தன்னுடைய தாயின் நினைவுவர அதைக் கனிவோடு கவனித்துக் கொண்டிருக்கும் tsotsi, Miriam தன்னைப் பார்ப்பதைக் கவனித்தவுடன் தன்னுடைய முகபாவத்தைக் கடுமையாக்கிக் கொள்ளும் காட்சி சிறப்பு.

குழந்தையின் வீட்டில் திருடப் போகும் tsotsi, குழந்தையின் அறை விலையுயர்ந்த பொருட்களாலும் பொம்மைகளாலும் அலங்கரிக்கப் பட்டிருப்பதை ஏக்கத்துடனும் பிரமிப்புடனும் காண்பதும் நம்மைக் கவர்கிறது.

தான் சிறுவயதில் இழந்த பெற்றோர்களின் அண்மையையும் அரவணைப்பையும், ஒரு குழந்தைக்குத் தர முடிவு செய்யும் tsotsi நடைமுறைச் சிக்கல்களால் அதைத் தொடர முடியாத சோகம் நம்மையும் சூழ்கிறது. மிகச் சிறந்த படமென்று சொல்ல முடியா விட்டாலும், மயிலிறகால் நம் மனதை வருடி நெகிழச் செய்து மனிதம் இன்னும் எத்தனை வருடங்களானாலும் உயிர்ப்போடுதான் இருக்கும் என்ற நம்பிக்கையை ஏற்படுத்துகிறது tsotsi.

தமிழில் இத்திரைப்படம் ‘யோகி’யாகக் கொத்துப் பரோட்டா செய்யப் பட்டிருக்கிறது.

# வரலாற்றை நிறுவுதல்

Kon-Tiki | 2012 | NORWAY |
Joachim Rønning, Espen Sandberg

Thor Heyerdahl என்கிற இனக்குழு ஆராய்ச்சியாளர், தம்முடைய ஆய்வொன்றை நிறுவ பெருவுக்கும் பொலினிசியாவுக்கும் இடையில் 1947-ல் சாகசமான கடற்பயணமொன்றை நிகழ்த்தினார். தம்முடைய உயிரைப் பணயம் வைத்து வரலாற்றை நிறுவும் பிடிவாதத்துக்காகவே இந்தப் பயணத்தை மேற்கொண்டார். இதன் பின்னணி மிக சுவாரசியமானது. இந்தப் பயணத்தை அடிப்படையாகக் கொண்டு உருவாக்கப்பட்டது, Kon-Tiki (2012) என்கிற நார்வே திரைப்படம்,

2012 அகாதமி விருதுகளில் 'சிறந்த வெளிநாட்டுத் திரைப்பட' பிரிவில் இந்தத் திரைப்படம் பரிந்துரை செய்யப்பட்டது. கோல்டன் குளோப் விருதுக்கும் பரிந்துரைக்குத் தேர்ந்தெடுக்கப்பட்டது. ஆனால் வெற்றி பெறவில்லை. நார்வே நாட்டிலிருந்து இது போன்ற சர்வதேச விருதுகளுக்காகப் பரிந்துரைத் தகுதி பெறுவது இதுவே முதல் முறை. மாறாக இந்தப் பயணத்தைக் கொண்டு தோர் உருவாக்கிய

ஆவணப்படம் (Documentary) 1950-ல் அகாதமி விருதை வென்றிருக்கிறது.

மேற்கிலிருந்து வந்த மனிதர்கள் மூலமே பொலினிசியா உருவாகி யிருக்க முடியும் என்று மனிதவியல் ஆராய்ச்சியாளர்கள் அதுவரை நம்பியும் எழுதியும் கொண்டிருந்தனர். தோர் இதற்கு மாற்றான ஓர் ஆய்வை முன்வைத்தார். இந்த ஆராய்ச்சிக்காகப் பத்து ஆண்டுகளைச் செலவிட்டார். தென்அமெரிக்காவிலிருந்து கடலின் மூலம் பொலினிசியாவுக்கு பசிபிக் பெருங்கடலின் மூலம் 1500 ஆண்டுகளுக்கு முன்பு பயணம் செய்திருக்க முடியும் என்பதை அவர் தீவிரமான நம்பினார். அவரது ஆராய்ச்சியை எந்தப் பதிப்பகமும் ஏற்கவில்லை. படகு என்கிற போக்குவரத்து சாதனம் அந்தக் காலக்கட்டத்தில் கண்டுபிடிக்கப்படாமலிருந்ததால் தோர் குறிப்பிடும் கடற்பயணம் நிகழ்ந்திருக்க சாத்தியமேயில்லை என்பது பதிப்பகத்தார்களின் வாதம். ஆனால் Raft எனப்படும் காற்றாடி மூலம் இயங்கும் அடிப்படையான படகைக்கொண்டு அந்தப் பயணம் நிகழ்ந்திருக்கும் என்று தோர் தீவிரமாக நம்பினார். பதிப்பகத்தார் மற்றும் ஆராய்ச்சியாளர்களின் புறக்கணிப்பு அவரை வருத்தம் கொள்ள வைத்தது.

தம்முடைய ஆய்வை அழுத்தமாக நிரூபிக்க விபரீதமான முடிவொன்றை எடுத்தார். 1500 ஆண்டுகளுக்கு முன்பு நிகழ்ந்ததாக அவர் நம்பும் பயணத்தை அதே முறையில் 1947-ல் நிகழ்த்துவது. அதாவது நவீனப் படகையும் சாதனங்களையும் உபயோகப்படுத்தாமல் முந்தைய காலத்தில் பயன்படுத்தப்பட்ட அதே மாதிரியான காற்றாடிப் படகின் மூலம் பசிபிக் பெருங்கடலைக் கடப்பது. என்றாலும் ரேடியோ கருவிகள், கத்திகள், வரைபடம் போன்ற நவீன உபகரணங்களைப் பயன்படுத்திக் கொள்ள முடிவு செய்தார். காற்றாடிப் படகின் மூலம் இந்தப் பயணம் நிகழ்ந் திருக்க முடியும் என்பதை நிறுவுவதே அவரது முதன்மையான நோக்கம்.

ஆட்கொல்லி சுறாக்கள், பெரிய படகுகள், கப்பல்களையே கவிழ்த்து வீசும் மோசமான வானிலை கொண்ட பெருங்கடலில் நிகழும் இந்த ஆபத்தான பயணத்துக்கான நிதியுதவி கிடைப்பது அத்தனை எளிதானதாக இருக்கவில்லை. மனைவியின் ஆட்சேபத்தையும் இரண்டு மகன்களின் பிரிவையும் தாங்கிக்கொண்டு பயணம் செய்ய வேண்டியிருந்தது.

பழைய கால முறையிலான படகை இதற்காக உருவாக்கினார். இன்கா நாகரிகத்தில் சூரியக் கடவுளின் பெயர் Kon-Tiki. அதையே தம்முடைய படகுக்குப் பெயராக வைத்தார் தோர்.

1947-ம் ஆண்டு ஏப்ரல்28-ம் தேதி இந்தப் பயணம் துவங்குகிறது. தோர் உள்ளிட்ட ஆறு நபர்கள். சுமார் 4300 மைல்கள். 101 நாட்கள். நிறைய சிரமங்களுக்கு இடையிலும் உயிராபத்துக்கு இடையில் ஆகஸ்டு 7, 1947 அன்று இந்த வரலாற்றுப் பயணம் நிறைவுறுகிறது.

Joachim Rønning மற்றும் Espen Sandberg இயக்கியுள்ள இத்திரைப் படம், பயணத்துக்கு முந்தைய காட்சிகளையும் பயணக் காட்சி களையும் மிகச் சிறப்பாகக் காட்சிப்படுத்தியுள்ளது. சிறுவயதில் தோருக்கு ஏற்படும் விபத்துக் காட்சியோடுதான் படம் துவங்குகிறது. சிறுவன் தோர் விளையாட்டின்போது பனிப்பாறைக்கு அடியில் நீரில் மூழ்கி அவனுடைய நண்பனால் காப்பாற்றப்படுகிறான். இந்த விபத்து அவனுடைய ஆழ்மனதில் பதிந்துவிடுவதால் நீச்சலைக் கற்றுக் கொள்ள முடியவில்லை. இந்தக் குறைபாட்டை மீறி ஆபத்தான கடற் பயணத்தை மேற்கொள்ள தோர் முடிவு செய்வது அவரது மன உறுதிக்குச் சான்றாக உள்ளது.

தோர் மற்றும் அவரது நண்பர்களுடன் படகில் பயணம் செய்யும் இன்னொரு நபராக (Herman Watzinger) Anders Baasmo Christiansen அற்புதமாக நடித்துள்ளார். திரைப்படத்தின் படி குளிர்பதனப் பெட்டி விற்பனையாளராக உள்ள இவர், தோர் தம்முடைய நண்பர்களுடன் படகுப் பயணத்தைப் பற்றியும் அதற்கான நிராகரிப்புகளையும் பற்றி உரையாடுவதைக் கண்டு தோரை பின்தொடர்ந்து சென்று அந்தப் பயணத்தில் தம்மை இணைத்துக் கொள்ள வேண்டுகிறார். தம்மைவிட உற்சாகமாகவுள்ள ஹெர்மனை, தோர் பயணத்தில் இணைத்துக் கொள்கிறார். ஆனால், மற்றவர்கள் இவரைக் குறை கூறிக் கொண்டிருக் கின்றனர். பயணத்தின் போது இவர் பதற்றமானவராகவே உள்ளார். படகின் அடிக்கட்டைகள் தளர்ந்து வருவதைக் கவலையுடன் கவனித்துக் கொண்டே வருகிறார். அது அபாயத்தை நெருங்கும் வேளையில் தோரிடம் அதைச் சுட்டிக் காட்டி ''படகு உடைந்து நாம் அழிந்துவிடுவோம். ஆகையால் படகிலுள்ள இரும்புக் கம்பியின் மூலம் சரி செய்துவிடலாம்'' என்று முறையிடுகிறார். ஆனால் நவீன உபகரணங்களை மறுத்துப் பயணம் செய்யும் தோர் அதை உறுதியாக மறுத்து இரும்புக் கம்பிகளைக் கடலில் எறிந்துவிடுகிறார். ஹெர்மன் கடலில் தவறி விழுந்து சுறாக்களிடம் மாட்டிக் கொள்ளும் காட்சியும் அனைவரும் இணைந்து அவரைக் காப்பாற்றும் பதற்றமான காட்சிகள் சிறப்பாக உருவாக்கப் பட்டுள்ளன.

*1950*-ல் தோர் உருவாக்கின ஆவணப்படத்தைப் பார்க்கும் ஆவலை இந்தத் திரைப்படம் ஏற்படுத்தியுள்ளது.

இயற்கையை முதலில் அஞ்சிய ஆதி மனிதன் அதன் ரகசியங்கள் மெல்லப் புலப்பட்ட பின்னர் அதை வென்றுவிடக்கூடிய நிறைவேறாத கனவுடன் முயற்சி செய்துகொண்டே இருக்கிறான். மனித குலத்தின் பயணத்தில் இந்த நிகழ்வுகள் வரலாறாகப் பதியப்படுகின்றன. இந்தப் பதிவுகளில் எத்தனை உண்மையானது, எத்தனை உண்மையிலிருந்து விலகி சுயபெருமைகளுக்காகத் திரிக்கப்பட்டது, திரிக்கப்படுவதின் பின்னாலுள்ள அரசியல் போன்றவற்றை அறிவது அவசியம்.

# அழகான திரைக்கதையுடன் ஒரு cross-culture சினிமா

The Edge of Heaven | 2007 |
Germany, Turkey | Fatih Akin

The Edge of the Heaven என்கிற இந்த துருக்கி-ஜெர்மன் திரைப்படத்தின் திரைக்கதை மிகச் சுவாரசியமாக அமைந்துள்ளது. உறவுகளுக்கிடையேயுள்ள அன்பையும் மனித வாழ்வின் அபத்தத்தையும் பற்றி இந்தப் படம் பேசுகிறது. துருக்கி-ஜெர்மன் இரு நாடுகளுக்கிடையே அலையும் இந்தப் படத்தை இயக்கியிருப்பவர் ஜெர்மன் நாட்டவரான Fatih Akin.

பகுதி - I

ஜெர்மன் நாட்டில் குடியேறிய ஓய்வு பெற்று பென்ஷன் வாங்கும் முதியவரான Ali Aksu தன்னுடைய தனிமையைப் போக்கிக் கொள்ள துருக்கியைப் பிறப்பிட மாகக் கொண்ட ஒரு செக்ஸ் தொழிலாளியை (Yeter

Ozturk) துணையாக வைத்துக் கொள்கிறார். கல்லூரி பேராசிரியராக இருக்கும் அவருடைய மகன் (Nejat Aksu) இதை விரும்பவில்லை யென்றாலும் கூட அந்த செக்ஸ் தொழிலாளி தன்னுடைய மகளின் கல்லூரிப் படிப்புக்காக இந்தத் தொழிலைச் செய்கிறார் என்று அறியும் போது நெகிழ்ந்து போகிறார். இவர் பாலியல் தொழில் செய்வது மகளுக்குத் தெரியாது என்றும் காலணிகள் விற்கும் கடையில் பணிபுரிவதாகப் பொய் சொல்லியிருப்பதாகவும் சொல்கிறார்.

அதிகக் குடிபோதையில் கிழவருக்கு மாரடைப்பு வந்து மருத்துவமனையில் சேர்க்கப்படுகிறார். வீட்டிற்கு வந்ததும் மகனைக் கூப்பிட்டுக் கேட்கும் முதல் கேள்வி: Did you fuck her? வெறுப் படையும் மகன் வீட்டிலிருந்து வெளியேறுகிறார். பாலியல் உறவுக்காக Yeter-ஐ கிழவர் அதிகாரமாக வற்புறுத்த, மறுக்கும் அவரை கிழவர் ஓங்கி அறைய Yeter இறந்து போகிறார். கிழவர் ஜெயிலுக்குப் போகிறார். கிழவரின் மகன் Yeter-ன் கல்விக்கு உதவ அவரைத் தேடி துருக்கிக்கு வருகிறார். அவரைக் கண்டுபிடிக்க இயலாமல் அங்கேயே ஒரு புத்தகக் கடையை நடத்துகிறார்.

பகுதி - II

செக்ஸ் தொழிலாளியின் மகளான Ayten Ozturk புரட்சிகர இயக்கத்தின் போராட்டமொன்றில் காவல் துறையினரின் துப்பாக்கியைப் பறித்துக் கொண்டு தப்பி ஓடுகிறார். தோழர்கள் அவரைத் தலைமறைவாக ஜெர்மனிக்கு அனுப்பி வைக்கின்றனர். அங்கு காலணிக் கடைகளில் தன் தாயைத் தேடுகிறார். தோழர்களுடன் ஏற்படும் வேறுபாடு காரணமாகப் பணமின்றித் தனிமையில் சுற்றித் திரியும் அவருக்கு Lotto என்கிற கல்லூரி மாணவி புகலிடம் அளிக்கிறார். இருவருக்குமான நட்பு நெருக்கமாகி உடல்ரீதியாக நீள்கிறது. ஜெர்மனியில் சட்ட விரோதமாகத் தங்கும் Ayten-ஐ காவல்துறை அடைக்கலம் மறுத்து துருக்கிக்குத் திருப்பியனுப்புகிறது. அங்கு அவர் சிறையில் அடைக்கப் படுகிறார். தன் தோழியை மீட்க Lotto தாயின் மறுப்பையும் தாண்டி துருக்கிக்குப் பயணமாகிறார். செலவை மிச்சம் பிடிக்க Netjat-ன் வீட்டில் குடியிருக்கிறார். சிறையில் சந்திக்கும் தன் தோழியின் குறிப்புகளின்படி மறைத்து வைக்கப்பட்டிருக்கும் துப்பாக்கியை எடுத்துக் கொண்டு திரும்புகையில் தெருவோரச் சிறுவர்கள் அவர் பையைப் பறித்துக்கொண்டு ஓடுகிறார்கள். ஒருவாறு அவர்களைத் துரத்திப்பிடிக்கும்போது ஒரு சிறுவன் விளைவறியாது துப்பாக்கியால் அவளை நோக்கிச் சுட அபத்தமாகச் செத்துப் போகிறாள்.

Ayten கல்விக்கு உதவ அவரைத் தேடிக் கொண்டிருக்கும் பேராசிரியர் அவரைக் கண்டடைந்தாரா... தன் தாயைத் தேடி வந்த Ayten

சிறையிலிருந்து விடுபட்டாரா என்பதையெல்லாம் பகுதி III-ல் காணலாம்.

படத்தின் திரைக்கதை வித்தியாசமாக அமைக்கப்பட்டுள்ளது. தன் தந்தையைத் தேடிச் செல்லும் காட்சியோடு படம் துவங்குகிறது. படத்தின் முதல் பகுதியும் இரண்டாம் பகுதியும் சமகாலத்திலேயே நிகழ்கின்றன. இரண்டு பகுதிகளும் ஏதாவதொரு துளிக்கணத்தில் உரசிக் கொள்கின்றன. இருந்தாலும் அவை அடுத்தடுத்தே பார்வை யாளர்களுக்கு காண்பிக்கப்படுகிறது.

இந்தப் படத்தில் வரும் ஒரு காட்சி மிக நெகிழ்ச்சியாக அமைந்துள்ளது. Lottoவின் மரணத்துக்குப் பிறகு துருக்கிக்கு வரும் அவளது தாய், Lotto தங்கியிருந்த அதே அறையில் தங்குகிறார். கல்லூரிப் பேராசிரியருடனான உரையாடல் இசுலாமியரின் ஒரு சடங்கைப் பற்றி அமைகிறது. ஜெர்மனியரான Lotto-வின் தாய்க்கு அதைப் பற்றி விளக்குகிறார்.

''இப்ராகிமின் விசுவாசத்தைச் சோதிக்க இறைவன் அவருடைய மகனைப் பலியிடச் சொல்லி உத்தரவிடுகிறார். கடவுளின் உத்தரவுக்கு அடிபணிந்து இப்ராகிமும் தன் மகனைப் பலி கொடுக்க மலை உச்சிக்கு அழைத்துச் செல்கிறார். பலியிடப்போகும்போது கத்தி மழுங்கி விடுகிறது. இப்ராகிமின் விசுவாசத்தில் திருப்தியடைந்த இறைவன் மகனுக்குப் பதிலாக ஓர் ஆட்டைப் பலியாக ஏற்றுக்கொள்கிறார்.''

பிறகு பேராசிரியர் சொல்கிறார். ''சிறுவயதில் என் அப்பா என்னிடம் இதைச் சொல்லும்போது மிகவும் பயந்து போனேன். என் தாயும் அப்போது உயிருடன் கிடையாது. எனவே, அப்பாவிடம் கேட்டேன். 'ஒருவேளை என்னையும் அவ்வாறு பலியிட நீங்கள் முன்வருவீர்களா அப்பா?' அப்பா சொன்னார்: 'உன்னைப் பாதுகாக்கக் கடவுளைக் கூட நான் பகைத்துக் கொள்வேன்''.

ஏற்கெனவே தந்தையின் மீது வெறுப்பிலும் கோபத்திலும் உள்ள பேராசிரியர் இதை நினைவுகூர்ந்த பிறகுதான் அவையெல்லாம் மறைந்துபோய்த் தந்தையின் மீது வைத்துள்ள ஆழ்மன அன்பு விளங்குகிறது. கடைசிக்காலத்தை கழித்துக் கொண்டிருக்கும் அவரைக் காணச் செல்கிறார்.

இந்தப் படம் ஜெர்மனி நாட்டின் சார்பில் ஆஸ்கர் விருதுக்கு அனுப்பப் பட்டாலும் பரிந்துரைப் பட்டியலில் இடம்பிடிக்க முடியவில்லை. என்றாலும் சிறந்த திரைக்கதைக்கான விருதை கான் திரைப்பட விழாவில் பெற்றுள்ளது. இன்னும் பல விருதுகளும். படத்தின் இயக்குநரான Fatih Akin-ன் இதர படங்களில் Short Sharp Stock-ம், Head on-ம் சிறந்த படங்களாகக் கருதப்படுகின்றன.

# குழந்தைகள் நம்மைக் கவனிக்கிறார்கள்

The Children Are Watching Us | 1944 | ITALY | Vittorio De Sica

இத்தாலிய நியோ-ரியலிசப் படைப்புகளின் முன்னோடி களில் ஒருவர் விட்டோரியா டிசிகா. படப்பிடிப்புக் கூடங்களின் செயற்கைப்படுத்தப்பட்ட சூழலில் அல்லாமல் இயற்கையான அந்தந்த சூழலிலும் தொழில்முறை நடிகர்கள் அல்லாத நபர்களையும் வைத்து உருவாக்கப் படும் முறை நியோ - ரியலிசப் பாணி என்றழைக்கப் பட்டது.

டிசிகாவின் 'பைசைக்கிள் தீவ்ஸ்' உலக சினிமா பார்வை யாளர்களுக்கு மிகப் பரிச்சயமானது. இந்தப் படத்தைக் காண்பதற்காக நீண்ட ஆண்டுகள் காத்திருந்த நான் அதற்காக இடது கையையும் வெட்டித் தரத் தயாராக இருந்தேன். அதற்கான அவசியமில்லாமல் சொற்ப

ரூபாய்களிலேயே இதன் குறுந்தகடு கிடைக்குமென்பது பிறகுதான் தெரியவந்தது. இரண்டாம் உலகப் போருக்குப் பின்னர் இத்தாலியில் ஏற்பட்டிருந்த வறுமையையும், வேலையில்லாத் திண்டாட்டத்தையும், உள்ளூர்க் கலாசாரப் படைப்புகளை ஒதுக்கி அந்த இடத்தில் அமெரிக்கத் திரைப்படங்கள் ஆக்ரமித்துக் கொண்டிருந்த அவலம் போன்றவற்றை 'பைசைக்கிள் தீவ்ஸ்' மிகச் சிறப்பாக முன் வைத்தது.

இதற்கும் நான்காண்டுகளுக்கு முன்பு அதாவது *1944*-ல் டிசிகா உருவாக்கிய திரைப்படம் The Children Are Watching Us.

'இந்தக் கட்டடம் வெறும் சிமெண்ட்டாலும் செங்கற்களாலும் ஆனது. இதை ஒரு வீடாக மாற்றுவது உன் கையிலதான் இருக்கிறது' என்று ஒரு கணவன் தன் புது மனைவியிடம் சொல்வது போல் ஒரு காட்சி மௌனராகம் திரைப்படத்தில் வரும். குடும்பம் என்கிறதொரு நிறுவனம் ஒரு பெண்ணால்தான் முழுமையடைகிறது, அவளால்தான் சிறப்பாகப் பேணப்படுகிறது, தொடர்ந்து இயங்குகிறது. அவள் அந்த நிறுவனத்திலிருந்து விலகிவிட்டால் அது தட்டுத் தடுமாறிப் பிறகு அமிழ்ந்தே போய்விடுகிறது.

'இப்படியாகச் சொல்லித்தானே எங்களை விலங்கிட்டு வைத்திருக்கிறீர்கள்?' என்பது பெண்ணியவாதிகளின் குரலாக இருந்தாலும் இதுவே உண்மை. ஒரு ஆணால் இந்த நிறுவனத்தை சிரமப்பட்டாவது விதிவிலக்காக இயங்க வைத்துவிட முடியுமென்றாலும் ஒருக்காலும் பெண் ஏற்படுத்தியுள்ள வெற்றிடத்தை அவனால் நிரப்ப முடியாது.

இந்தத் திரைப்படம் மேற்சொன்னவற்றைப் பிரதானமான முன்வைத்து இயங்குகிறது. நான்கு வயதுச் சிறுவனான பிரிக்கோ, தந்தைக்கும் தாய்க்கும் ஏற்படும் உணர்ச்சிப் போராட்டத்தினால் அலைகழிக்கப் படுகிறான். அவனது தாய் நினா, ராபர்டோ என்பவனைக் காதலிக்கிறாள். அவனுடன் தன் வாழ்க்கையை அமைத்துக் கொள்வதற்காகத் தன் குடும்பத்திலிருந்து விலகிச் செல்கிறாள். கணவனான ஆண்டிரியா இது குறித்துப் பெருத்த அவமானமும் துன்பமும் அடைகிறான். சிறுவனைப் பார்த்துக் கொள்வதற்காக உறவினர்களிடம் உதவியை நாடுகிறான். இதனால் அலைக்கழிக்கப்படும் சிறுவனான பிரிக்கோ மிகுந்த காய்ச்சலில் விழுந்து கிடப்பதைக் கேள்விப்பட்டு தாய் திரும்பிவருகிறாள். அவளுடன் இணைந்து வாழ விருப்பமில்லாவிட்டாலும் மகனுக்காக அவளைத் தன்னுடன் இருக்க அனுமதிக்கிறான் கணவன். இப்படியாகச் சில நாட்கள் கழிகின்றன. தம்பதிகளுக்குள் இயல்பாக நேசம் மலருகிறது. மனைவியை மகிழ்விப்பதற்காக அருகிலுள்ள நகருக்குச் சில நாட்களுக்கு இன்பச் சுற்றுலா ஏற்பாடு செய்கிறான் கணவன். ஆனால்,

அலுவலக விஷயமாக இரண்டொரு நாட்களிலேயே திரும்ப வேண்டிய சூழ்நிலை. மனைவியையும் மகனையும் சுற்றுலா முடிந்த பிறகு வந்தால் போதும் எனத் தான் மாத்திரம் திரும்புகிறான்.

திரும்ப வரப்போகும் மனைவிக்காக வீட்டு அலங்காரங்களைச் செய்து கொண்டிருக்கும் அவனுக்கு, தாயால் கைவிடப்பட்டு எங்கெங்கோ அலைக்கழிக்கப்பட்டு எப்படியோ திரும்பி வரும் மகனின் மூலம் அதிர்ச்சி கிடைக்கிறது. ஆம். அவனது மனைவி மீண்டும் காதலருடன் போய்விடுகிறாள். இம்முறை அவமானம் தாங்காத கணவன் தற்கொலை செய்துகொள்கிறான்.

திரைப்படங்களில் அதுவரை மிகுந்த ஆச்சாரமாகப் பேணிக் காக்கப் பட்டுக் கொண்டிருந்த 'குடும்பப் பெண்' என்னும் குறியீட்டை அதற்குரிய பிரத்யேக உணர்ச்சி வெளிப்பாடுகளின் மூலம் சித்திரித்து அந்தக் குறியீட்டை உடைத்தெறிந்ததின் மூலம் இந்தப் படம் முக்கிய மானதாக உள்ளது.

தங்களின் காதல்களை வெளிப்படையாகச் சொல்லும், மனைவியிட மிருந்து விலகி காதலியைத் தேடிச் சென்று மனம் திருந்தி மீண்டும் மனைவியிடமே வந்தால்கூட இயல்பாக ஏற்றுக் கொள்ளப்படும் ஆண்களின் உலகத்தில், அதே வகையான உணர்ச்சிகள் பெண்ணுல கத்திலும் இருக்கலாம் என்று சிந்திப்பதையே ஆபத்தானதாக இன்றும் கூடக் கருதப்படும் சூழலில் 1940-களில் இம்மாதிரியான திரைப்படம் வந்தது நிச்சயம் புரட்சியானதாகத்தான் இருந்திருக்கவேண்டும். இத்திரைப்படத்தையே அந்த மனைவியின் பார்வையில் இயக்குநர் சித்திரித்தால் நமக்கு இந்த உறவின் இன்னொரு பரிமாணம் தெரிந்திருக்கக்கூடும்.

டிசிகா இத்திரைப்படத்தை மிக சுவாரசியமாகவும் லாகவமான காட்சிக் கோர்வைகளின் மூலம் நகர்த்திச் செல்கிறார். பொதுவாக குழந்தை களை வைத்து படப்பிடிப்பு நடத்துவது கடினமானது. தாம் நினைப் பதை உடனேயே செயல்படுத்திவிடக்கூடிய சுதந்திரமுள்ள குழந்தை களை ஒரு குறிப்பிட்ட உணர்ச்சிச் சட்டகத்துக்குள் கட்டுப்படுத்தி இயங்க வைப்பது மிகுந்த பொறுமையைக் கோரக்கூடியது. இதில் பிரிக்கோவாக நடித்திருக்கும் சிறுவன் ஒவ்வொரு பிரேமிலும் மிக இயல்பாக நடித்திருக்கிறான். தந்தையின் அண்மையிலிருந்தாலும் தாயின் அரவணைப்பே அவனுக்குத் தேவை என்பதைப் பல காட்சிகளில் வெளிப்படுத்துகிறான்.

படத்தின் இறுதிக்காட்சி மிக முக்கியமானது. கணவனின் தற்கொலைக்குப் பிறகு மகனைத் தேடி வரும் தாய், அவன் தன்னிடம் வருவான் என்று

தீர்மானமாக நம்புகிறாள். இத்தனை துன்பத்துக்கும் காரணம் அவளுடைய காதல்தான் என்பதைப் புரிந்துகொள்ளும் பிரிக்கோ, கண்ணீருடன் தன்னுடைய புறக்கணிப்பையே அவளுக்குத் தண்டனை யாகத் தருகிறான். எவர் துணையுமின்றி அவன் தனியாகத் திரும்பி நடக்கும் சித்திரத்துடன் படம் முடிகிறது.

'ஒரு துப்பாக்கியை உன் படைப்பில் வர்ணனை செய்திருந்தால் பின்னர் அது நிச்சயம் வெடிக்கவேண்டும்' என்கிறார் ருஷ்ய சிறுகதையாசிரியர் ஆண்டன் செகாவ். இத்திரைப்படத்திலும் அந்தக் குடும்பம் கட்டடத்தின் எட்டாவது மாடியில் தங்கியிருப்பது ஆரம்பக் காட்சியில் சூசகமாக உணர்த்தப்படுகிறது. படத்தின் இறுதியில் கணவன் தற்கொலை செய்து கொண்ட செய்தி மாத்திரமே உரையாடல்களின் மூலம் நமக்கு வெளிப் படுத்தப்படுகிறது. எனில் அத் தற்கொலை எவ்வாறு நிகழ்ந்திருக்கும் என்பதைப் பார்வையாளன்தான் யூகிக்க வேண்டும்.

திரும்பி வந்த மனைவி உண்மையாகவே தன் குடும்பத்துடன் மீண்டும் இணைந்து கொள்ள விரும்புகிறாள். தன்னைத் தேடி வரும் காதலனையும் விரட்டியடிக்கிறாள். ஆனால் அவள் மனம் எவ்வாறு திரும்பவும் மாற நேர்கிறது என்பதை மிக இயல்பான காட்சிகளின் மூலம் சொல்கிறார் இயக்குநர். சுற்றுலா நகரில் கட்டற்ற சுதந்தரத்துடன் இரு ஆண்களுடன் சுற்றும் பெண் இவள் கண்ணில் பட்டுக் கொண்டே யிருக்கிறாள். அதில் ஒருவனும் இவளைத் தொடர்ந்தபடியே இருக்கிறான். அந்தக் குழுமத்துடன் நட்பேற்படும் சூழலும் நிகழ்கிறது. இந்நிலையில் இவளைத் துரத்தி வரும் காதலனும் அங்கு வந்து சேர இவளுக்குள் பழைய காதல் உணர்வுகள் சுதந்தரமாகத் துளிர்க்கின்றன.

இந்த கணவன்-மனைவி உறவின் விரிசலை மோப்பம் பிடித்தபடியே அலையும் பக்கத்து வீட்டுக்காரி, அந்தக் குடும்பத்தினருக்காக மிக உண்மையாக, ஆத்மார்த்தமாக உழைக்கும் தாதி, காதலனைத் தேடிப் போகும் சகோதரியை ஆதரிக்கும் தங்கை, அவளுடைய வயதான காதலன் என்று ஒவ்வொரு பாத்திரமும் அதற்குரிய தனித்தன்மை களுடன் சித்தரிக்கப்பட்டிருக்கின்றன.

இத்திரைப்படம் முழுவதுமே சிறுவனான பிரிக்கோவின் பார்வையி லேயே செல்கிறது. படத்தின் ஆரம்பத்திலேயே, தாய் இவனை விட்டு விலகிச் சென்றிருப்பதை அறியாமல் அந்நியச் சிறுவனோடு தன் சைக்கிளைப் பகிர்ந்து கொள்வதும், தந்தையைப் புண்படுத்த வேண்டாமே என்று தாயின் பொய்களுக்கு உடந்தையாக இருப்பதும், வீட்டுக்கு வரும் தாயின் காதலனைக் கையைப் பிடித்துக் கடித்துத் துரத்துவதும், சுற்றுலா நகரில் தன்னை விட்டு விட்டுக் காதலனுடன்

சுற்றும் தாயை வெறுத்து தன்னந்தனியாக ஊர் திரும்ப முடிவு செய்வதும் என்று குழந்தைகளின் அகவுணர்வுகள் இவன் மூலம் மிகச் சிறப்பாக வெளிப்படுத்தப்பட்டிருக்கின்றன.

படத்தின் ஒளிப்பதிவு குறிப்பிட்டுச் சொல்லப்பட வேண்டியது. நுட்பம் வளர்ந்ததின் காரணமாக நாம் இழந்தவைகளில் கறுப்பு -வெள்ளைத் திரைப்படங்களும். அட்சரம் பிசகாத துல்லியமான வண்ணத் திரைகளில் கூடக் கொண்டு வர முடியாத உணர்ச்சி வெளிப்பாடுகளை கறுப்பு-வெள்ளைச் சட்டகங்கள் சிறப்பாக வெளிப்படுத்துகின்றன.

குழந்தைகளின் உலகின் மூலம் பெரியவர்களின் அபத்த உலகைக் காண விரும்புபவர்கள் தவற விடக் கூடாத திரைப்படமிது.

# சுஜாதாவும் அசத்தலான ஒரு கொரிய திரைப்படமும்

Memories of Murder | 1990 |
SOUTH KOREA | Bong Joon-ho

**சு**ஜாதாவின் நாவல்களில் எனக்குப் பிடித்தவற்றில், 'எதையும் ஒரு முறை' என்ற நாவலைச் சொல்வேன். ஏனெனில், வழக்கமான துப்பறியும் நாவல்களின் முடிவுகளிலிருந்து அந்த நாவல் விலகி நிற்கும். கொலையாளி யாரென்று நன்றாகத் தெரிந்தும் அவனைச் சட்டத்தின் முன்னால் நிறுத்த இயலாமல் போகிற நடைமுறை யதார்த்தத்துடன் முடிகிற நாவல் அது. பணக்கார சைக்கோ ஒருவன் உலகிலுள்ள 'எதையும் ஒரு முறை' முயன்று பார்ப்பவன். அவ்வாறு அவன் முயன்று பார்க்க விரும்பும் பட்டியலில் 'கொலையும்' உண்டு. ஏழ்மையான செக்ஸ் தொழிலாளி ஒருத்தியை வரவழைத்துக் கொன்று விடுவான். கணேஷூம் வசந்தும் அவன்தான் கொலையாளி என்பதைத் தங்களுடைய

பிரத்யேக உத்திகளின் மூலம் கண்டுபிடித்து விடுவார்கள். ஆனால் அந்த சைக்கோ தன்னுடைய பணபலத்தின் மூலம் அனைத்து சாட்சியங் களையும் கலைத்துவிடுவான். எனவே, சட்டரீதியாக அவனைத் தண்டிக்க முடியாத நிலையிலேயே அந்த நாவல் முடியும்.

‘எதையும் ஒரு முறை’ முயலும் அவன் ‘அதையும்’ ஒரு முறை ‘முயல்வான்’ என்பான் கணேஷ். ‘என்ன பாஸ்’ என்ற வசந்தின் கேள்விக்கு ‘‘தற்கொலையை’’ என்று பதில் வரும்.

●

இந்தப் படமும் ஏறக்குறைய இதே போக்கில்தான் செல்கிறது என்றாலும் முடிவு எதிர்பாராதவிதமாக இருக்கிறது. தென் கொரியாவில் 1986 - 1991- காலகட்டத்தில் நிகழ்ந்த தொடர்கொலை களின் அடிப்படையில் இந்தப் படம் எடுக்கப்பட்டிருக்கிறது.

இரவில் தனியாகச் செல்லும் பெண்கள் கற்பழிக்கப்பட்டு அவர்களின் உள்ளாடைகளினாலேயே முகம் மூடப்பட்டும் கழுத்து இறுக்கப் பட்டும் கொலை செய்யப்படும் தொடர் சம்பவங்கள் நிகழ்கின்றன. அந்தப் பகுதியில் இது மாதிரியான கொலைச் சம்பவங்கள் புதிதானது என்பதால் மக்களின் இடையே இது பீதியை உண்டாக்குகிறது. உள்ளூர் துப்பறிவாளனான Park Doo-man எப்படியாவது கொலையாளியைக் கண்டுபிடிக்கவேண்டும் என்பதில் துடிப்பாக இருக்கிறான். ஆனால், அவனுடைய அதிரடியான அணுகுமுறையால் இதைச் சாதிக்க முடிய வில்லை. மன முதிர்ச்சியற்ற ஒரு இளைஞனை நையப்புடைத்துக் கொலைகளை ஒப்புக்கொள்ளச் சொல்கிறான். ஆனால் சந்தர்ப்ப, சூழ்நிலைகள் பொருந்தாமல் போவதால் அவன் வேறு வழியின்றி விடுவிக்கப்படுகிறான்.

இதனிடையே சியோலில் இருந்து சுயவிருப்பமாக Seo Tae-yoon என்பவன் இதைத் துப்பறிவதற்காக வருகிறான். இவன் Park Doo-man-ஐ போலன்றி தர்க்கரீதியாகச் சிந்தித்துக் கொலையாளியைக் கண்டு பிடிக்க முயல்கிறான். இதனால் இருவருக்குமிடையே சண்டை ஏற்பட்டு அவர்களின் உயரதிகாரியால் கண்டிக்கப்படுகிறார்கள். நடுஇரவில் பெண்களின் உள்ளாடைகளின் மேல் சுயஇன்பம் செய்பவன் ஒருவனைக் கண்டுபிடித்து அடித்து விசாரிக்கிறார்கள். நோயாளி மனைவியால் இல்லற சுகம் காண முடியாத அவன் pervert-ஆக மாறியிருப்பதும் அவனுக்கும் கொலைகளுக்கும் சம்பந்தமில்லை என்றும் தெரிகிறது. இதனிடையே பெண்கள் கொலை செய்யப் படுவதும் தொடர்ந்து கொண்டிருக்கின்றது. துப்பறிவாளர்கள் அப்பாவி களைத் துன்புறுத்துவதாகச் செய்தித்தாள்களின் வழி வெளிப்படும் செய்திகளால் பொதுமக்களுக்கு இவர்களின் மீது அதிருப்தி ஏற்படுகிறது.

கொலைக்களத்தில் எந்தவிதத் துப்பும் போதுமான தடயங்களும் கிடைக்காமல் துப்பறிவாளர்கள் மன உளைச்சலுக்கு ஆளாகின்றனர்.

இதனிடையே மழை பெய்கிற நாளில்தான் கொலைகள் நடைபெறு கின்றன என்பதையும் அந்தக் குறிப்பிட்ட நாளில் வானொலியில் குறிப்பிட்ட ஒரு பாடல் நேயர் விருப்பமாக ஒலிபரப்பப்படுவதையும் கண்டுபிடிக்கின்றனர். வானொலி நிலையத்துக்கு அனுப்பப்பட்ட கடிதத்தின் மூலம் தொழிற்சாலையில் பணிபுரியும் ஒருவனை விசாரிக் கின்றனர். ஆனால் அவனோ கல்லுளி மங்கனாக 'நான் அவனில்லை' என்று சாதிக்கிறான். துப்பறிவாளர்களுக்கு இவன்தான் என்ற சந்தேகம் வலுக்கிறது. பிறகு நடக்கின்ற கொலைச் சம்பவமொன்றில் பெண்ணின் உள்ளாடையில் படிந்திருக்கும் விந்தணுக்களோடு இவனின் விந்தணுக் களையும் ஒப்பிட்டுப் பார்க்க முடிவு செய்கின்றனர். அந்த வசதி அந்தப் பகுதியில் இல்லாததால் அமெரிக்காவுக்கு அனுப்பி அதுவரைக் காத்திருக்க முடிவு செய்கின்றனர். தகுந்த சாட்சியம் இல்லாததால் அவனை அனுப்பிவிட்டுத் தொடர்ந்து கண்காணிக்கின்றனர்.

மனமுதிர்ச்சியற்ற இளைஞன் கொலையாளியை நேரில் பார்த்திருக் கிறான் என்பதை அறிந்து அவனை விசாரிப்பதற்குள் ரயில் மோதி இறந்து போகிறான். இதனிடையே Seo Tae-yoon ஒரு சூழ்நிலையில் முதலுதவி செய்திருக்கும் ஒரு பள்ளிச் சிறுமி கற்பழிக்கப்பட்டுக் கொடூரமாகக் கொலை செய்யப்பட்டிருப்பதைக் கண்டவுடன் மிகுந்த ஆவேசம் கொள்கிறான். தொழிற்சாலைப் பணியாளனைத் தேடிப் பிடித்து கடுமையாக அடிக்கிறான். அப்போது சக துப்பறிவாளனான Park Doo-man அமெரிக்காவில் வந்திருக்கும் ரிப்போர்ட்டைக் காண்பிக்கிறான். அந்த ரிப்போர்ட்டின் படி தொழிற்சாலைப் பணியாளன் குற்றமற்றவன் என்பதாகத் தெரிகிறது. ஆவேசம் அடங்காத Seo Tae-yoon 'ரிப்போர்ட்டையெல்லாம் நம்ப மாட்டேன்'' என்று சொல்லிக் கொண்டே துப்பாக்கியால் சுடுகிறான். என்றாலும் தொழிற்சாலை பணியாளன் ஒருவழியாகத் தப்பிப் போகிறான்.

படம் உடனே சுமார் 13 வருடங்கள் தாவி 2003-ன் நிகழ்வுகள் காண்பிக்கப்படுகின்றன. Park Doo-man துப்பறியும் தொழிலில் இருந்து விலகி மார்க்கெட்டிங் தொழில் செய்கிறான். ஒரு பயணத்தின் போது முதன் முதல் கொலை நடந்த இடத்துக்கு அவன் செல்ல நேர்கிறது. பிணமிருந்த இடத்தைப் பார்க்கப் போகிறான்.

பிறகு என்ன நடக்கிறது என்பதைப் படம் பார்த்துத் தெரிந்து கொள்ளுங்கள். எந்தவிதமான உயர்நிலை தொழில்நுட்ப சங்கதிகளும் பயன்படுத்தப்படாமலேயே இந்தத் திரைப்படம் பிரமாதமான

திரைக்கதையின் மூலம் பார்வையாளனுக்கு ஒரு திகிலான காண்பனுபவத்தை வழங்குகிறது. பெண்ணைப் பாய்ந்து பிடிக்கும் கொலையாளியின் முகம் சில மைக்ரோ செகண்டுகளே தெரிகிறது. Park Dooman ஆக நடித்திருப்பவர் பிரமாதமாக நடித்திருக்கிறார். போலித் தடயங்களை ஏற்படுத்திக் குற்றவாளியை ஒப்புக்கொள்ள வைக்கும் ஆரம்ப நிலையிலும், புதிதாக வரும் Seo Tae-yoon மீது எரிச்சல் அடைவதிலும் தன் மனைவியிடம் புலம்புவதிலும் குற்றவாளியைக் கண்டுபிடிக்க முடியாமல் ஏற்படும் மன உளைச்சலையும், பின்பு Seo Tae-yoon-ன் நேர்த்தியான அணுகுமுறைகளை ஒப்புக் கொள்வதிலும் என பிரமாதப்படுத்துகிறார். இடுங்கிய கண்களை வைத்தே காட்சிகளின் உணர்வுகளுக்கேற்ப மிகத் திறமையாக இவர் நடித்திருப்பது ஆச்சரியப்படுத்துகிறது. Seo Tae-yoon-ஆக நடித்திருப்பவரும் நன்றாகச் செய்திருக்கிறார். பின்னணி இசை மிக நேர்த்தியாகவும் தேவையான காட்சிகளில் பரபரப்பை ஏற்படுத்துவதாகவும் பிரமாதமாக இருக்கிறது.

Bong Joon-ho என்பவர் இயக்கிய இத்திரைப்படம் கான், டோக்கியோ திரைப்பட விழாக்களில் விருதுகள் பெற்றது. மேலும் கொரியாவில் ''பார்வையாளர்களால் அதிகமுறை விரும்பிப் பார்க்கப்பட்ட படம்'' என்ற சிறப்பையும் பெற்றிருக்கிறது.

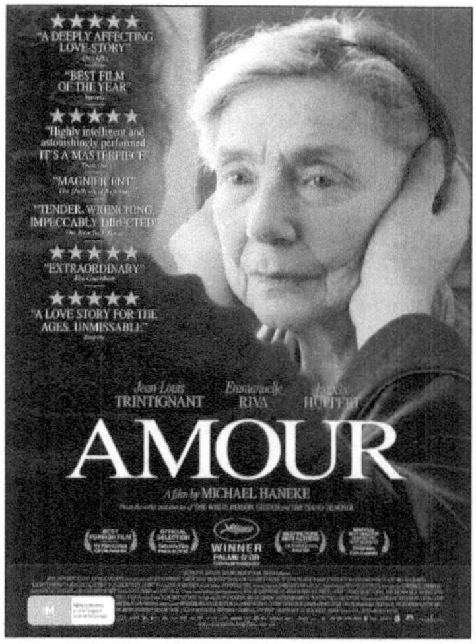


# வயோதிக காதலும் துயரமும்

Amour | 2012 | FRANCE | Michael Haneke

**தீ**யணைப்பு வீரர்கள் அந்த வீட்டின் கதவை உடைத்துக் கொண்டு உள்ளே நுழைகிறார்கள். துர்நாற்றம். படுக்கையறையில் ஒரு கிழவியின் பிணம். மலர்களால் நேர்த்தியாக அலங்கரிக்கப்பட்டிருக்கிறது.

பிளாஷ்பேக்கில் படம் பயணிக்கிறது. Georges மற்றும் Anne வயதான தம்பதிகள். தனியாக வாழ்கிறார்கள். திருமணமாகி வேறு இடத்தில் வசிக்கும் மகளும் இவர்களுக்கு உண்டு. தம்பதிகள் பரஸ்பர அன்புடன் வாழ்கிறார்கள். அதிலும் Anne மீது Georges இன்னமும் தீவிரமான காதலுடன் இருக்கிறார் என்பது அவருடைய கண்களிலும் உடல் மொழியிலும் தெரிகிறது. ஒருநாள் கிழவி, இவருடைய கேள்விக்கு பதிலளிக்காமல் சில நிமிடங்கள் உறைந்து அமர்கிறார். 'என்ன விளையாடி பயமுறுத்துகிறாய்?' என்று கோபப்படுகிறார் கிழவர். பிறகு நிகழும் மருத்துவ ஆய்வில் மூளை நரம்புகளில் ரத்தம் உறைந்திருப்பது தெரிகிறது. மருத்துவ

சிகிச்சைக்குப் பின் ரொம்பவும் பயந்துவிடுகிறார் கிழவி. ''இனிமேல் என்னை மருத்துவமனைக்குச் செல்லக் கட்டாயப்படுத்தாதே'' என்று வேண்டிக் கொள்கிறாள். அறுவைச் சிகிச்சை கோளாறாகி முடக்கு வாதம் ஏற்பட்டு சக்கர நாற்காலியில் முடங்குகிறாள் கிழவி. ஒரு குழந்தையைப் போல அவளின் அனைத்து தேவைகளையும் வீட்டிலேயே அன்புடன் பூர்த்தி செய்கிறார் கிழவர். 'மருத்துவமனைக்கு கொண்டு செல்லாமல் என்ன பைத்தியக்காரத்தனம் இது?' என்று கோபிக்கிறாள் மகள்.

தானே ஒரு வயதானவராக இருந்தாலும் கிழவியை நிதானமாகக் கவனித்துக் கொள்ளும் கிழவரின் பொறுமைக்கு சோதனை ஏற்படுகிறது. அவர் எடுக்கும் விபரீதமான முடிவு என்ன என்பதைத் திரையில் காணுங்கள்.

பெரும்பாலும் அனைத்துக் காட்சிகளும் ஒரு வீட்டுக்குள்ளேயே நிகழ்கின்றன. அதிலும் ஒரு கிழவர் மற்றும் கிழவியின் நடமாட்டங்கள் மாத்திரமே. அவுட்டோர் காட்சிகளே கிடையாது. மறுபடியும் மறுபடியும் ஒரே பின்னணியையும் நபர்களையும் காட்ட வேண்டிய நிர்ப்பந்தம், இயக்குநருக்கும் ஒளிப்பதிவாளருக்கும் சவாலை முன்வைக்கும் வேலை. அவர்கள் திறமையாகச் சமாளித்திருந்தாலும் சில காட்சிகள் எடிட் செய்யப்பட்டிருக்கலாமோ என்னுமளவுக்கு மிக மிக நிதானமாக, சாவகாசமாக காட்சிகள் நகர்கின்றன.

ஆனால் அந்த அதிர்ச்சியான உச்சத்தை நோக்கி இயக்குநர் நம்மை மெல்ல மெல்ல நகர்த்திச் செல்வதால்தான் அந்தக் காட்சி பளீரென்று நமக்குள் உறைக்கிறது. என்னால் அந்த உச்சக்காட்சியை முன்பே யூகிக்க முடிந்தாலும், எந்த மாதிரியானதொரு காட்சிக் கோர்வையில் அதை இயக்குநர் நிகழ்த்த விரும்புகிறார் என்பதில்தான் அவருடைய மேதமை நமக்கு விளங்குகிறது. ஒரு காட்சியில் நீரருந்த மறுத்து அடம் பிடிக்கும் கிழவியை எதிர்பாராத தருணத்தில் அறைகிறார் கிழவர். நமக்கு வலிக்கிறது.

எந்த இடத்திலும் நாம் ஒரு திரைப்படத்தைப் பார்த்துக் கொண்டிருக் கிறோம் என்கிற உணர்வே ஏற்படாது. அந்தளவுக்கு மிக யதார்த்தமாக, இயல்பாக அந்த தம்பதிகளின் நெருக்கமும் அன்பும் அன்னியோன்மும் வெளிப்படுகிறது. இரண்டு பேருமே அற்புதமாக நடித்திருக்கிறார்கள். குறிப்பாக நோய்வாய்ப்பட்டு மரணத்தை நோக்கிப் பயணிக்கும் கிழவியின் ஒப்பனை அந்த நோயின் வளர்ச்சி நிலைக்கேற்றவாறு மாறுவது அற்புதமாக இருக்கிறது. படம் மிக நிதானமாக நகர்வதால் சாவகாசமான மனநிலையில்தான் பார்க்க வேண்டும்.

கிழவி மிக மோசமாக நோய்வாய்ப்பட்டிருப்பதாகக் காட்டப்படும் அடுத்த காட்சியில் ஆரோக்கியமான கிழவி, பியானோ வாசிப்பதாகக் காட்டப்படுகிறது. கிழவி சுகமாகிவிட்டாளோ என்றுகூடத் தோன்றியது. ஆனால் சற்று தூரத்தில் அமர்ந்து பார்த்துக் கொண்டிருக்கும் கிழவரின் அகம் தொடர்பான காட்சிப்பிழை என்பது பிறகு புலனாகிறது. இறுதிக்காட்சியின் முன்னோட்டமாக இதைக் கொள்ளலாம். ஜன்னலில் வந்து அமரும் புறாவை முதலில் துரத்தும் கிழவர், பிறிதொரு காட்சியில் பிடிக்க முயல்வதும் கிழவருடைய மனநிலையின் அடையாளங்களே. அனைத்தையும் ஒரு குறிப்பாகக் கிழவர் எழுதிக் கொண்டிருக்கிறார் என்பது பின்னர் புலனாகிறது.

பூட்டப்பட்ட அறையில் கிழவியின் பிணம்... கிழவர் என்ன ஆனார்?...

யாருக்குத் தெரியும்...?

கான் திரைப்பட விழா உள்ளிட்ட பல திரைவிழாக்களில் விருது பெற்ற திரைப்படமிது. 10வது சென்னை சர்வதேச விழாவில் துவக்கத் திரைப்படமாகத் திரையிடப்பட்டது. The Piano Teacher, The White Ribbon உள்ளிட்ட பல சிறந்த திரைப்படங்களின் இயக்குநரான Michael Haneke இதை இயக்கியுள்ளார்.

# மரணத்தின் வாழ்க்கை

Seven Pounds | 2008 | AMERICA | Gabriele Muccino

**ந**ம் இந்திய தேசத்தில் நிகழும் விபத்துக்களைப் பற்றி மாநில வாரியாக அந்தந்த ஆண்டின் இறுதியில் வெளியாகும் ஆய்வறிக்கையைப் பார்க்கும்போது அவற்றின் சதவீதம் இன்னும் அதிகரிக்காமல் போவதற்கு அதிர்ஷ்டம் என்கிற சமாச்சாரம்தான் காரணமோ என்னு மளவுக்கு பல விபத்துகள் நுண்ணிய இடைவேளைகளில் தப்பிவிடுவதைக் கண்டிருப்பது நினைவுக்கு வரும். விபத்துக்கும் அது நிகழாமல் போவதற்கும் உள்ள வித்தியாசம் சில நொடிகள் மாத்திரமே. அந்தளவுக்கு சாலையில் பல வாகனங்கள், குறிப்பாக இளைஞர்களின் இருசக்கர வாகனங்கள் கிடைத்த இடைவெளிகளில் நுழைந்து அசுர வேகத்தில் பறப்பதைக் காணும்போ தெல்லாம் நெஞ்சம் பதறுகிறது. இவ்வாறு செல்பவர்கள் தாம் மாத்திரம் விபத்துகளில் சிக்கிக் கொள்வதோடு அல்லாமல் சாலை விதிகளை ஒழுங்காகக் கடைப்பிடித்துச் செல்பவர்களையும் விபத்துக்குள்ளாக்குகின்றனர்.

ஓட்டுநர் உரிமம் வழங்கப்படுவதின் நடைமுறைகளில் ஒன்றாக, உரிமத்துக்கு விண்ணப்பிப்பவர்களை ஒரு நாள் முழுக்க மருத்துவமனை களின்விபத்துப் பிரிவிலும் எலும்பு மற்றும் நரம்பு சிகிச்சைப் பிரிவிலும் இருப்பவர்களைப் பார்வையிடச் செய்தால் நன்றாக இருக்குமோ என்றுகூட எனக்குத் தோன்றுவதுண்டு.

தன்னுடைய கவனக்குறைவு காரணமாக ஏற்பட்ட விபத்தில் இறந்தவர்கள் குறித்த குற்றவுணர்ச்சியோடு திரிந்து அதிலிருந்து மீளுவதற்காகத் தன்னையே இழக்கத் துணியும் இளைஞனைக் குறித்த திரைப்படம் Seven Pounds. வணிகப்படங்களில் துள்ளலான, குறும்பான இளைஞனாக வரும் வில் ஸ்மித் மாற்றுத் திரைப்படங் களுக்காகவும் தன்னுடைய பங்களிப்பை வழங்குவது ஆரோக்கிய மானது. The Pursuit of Happiness-ல் பொறுப்பான தந்தை பாத்திரத்தை ஏற்ற ஸ்மித், இந்தத் திரைப்படம் முழுக்கத் தன்னுடைய தவற்றின் குற்றவுணர்ச்சியில் மன உளைச்சல் அடையும் ஒரு இளைஞனாக வருகிறார். இதற்காகத் தன்னுடைய தோற்றத்தையே மாற்றிக் கொண்டாரோ என்னுமளவுக்கு ஒடுங்கிய கன்னங்களும் குழிவிழுந்த கண்களுமாய் முகத்தில் எப்போதும் ஒரு அவஸ்தையை வைத்துக் கொண்டு படம் முழுதும் இயங்கியிருக்கிறார்.

உதவி தேவைப்படும் குறிப்பிட்ட சிலரைத் தேர்ந்தெடுத்து அவர் களுக்காகத் தன்னுடைய உடமைகள் அனைத்தையும் துறந்து மருத்துவ உதவி தேவைப்படுவோருக்குத் தன்னுடைய உறுப்புகளையே தானம் செய்து உச்சக்கட்டமாகத் தன்னையே மாய்த்துக் கொள்கிறான் நாயகன். இந்தத் திரைப்படத்தின் ஆதாரமாக நான் கருதுவது: ஒரு தனிநபரின் அலட்சியத்தால் ஏற்படும் விபத்து பல தனிநபர்களின் கனவும் வாழ்க்கையும் முடிந்துபோவதற்குக் காரணமாக அமைகிறது; அதேநேரம் தானமாகத் தரப்படும் நம்முடைய உடல் உறுப்புகள் பலரின் கனவை மீட்டெடுக்கவும் செய்கிறது. இருதயக் கோளாறு உள்ளதால் மரண அபாயத்தை எதிர்கொண்டிருக்கும் எமிலியுடன் பழக நேரும்போது இருவருக்கும் ஏற்படும் காதலும் அப்போது இருவருமே மரணத்தைத் தவிர்க்க முயன்றால் வாழ்க்கை எவ்வளவு நன்றாக இருக்கும் என்று ஏங்குவது குறித்த காட்சிகள் நெகிழ்ச்சியாக உருவாக்கப்பட்டுள்ளன.

இந்தத் திரைப்படத்தில் குறிப்பாக வில் ஸ்மித்தின் நடிப்பும் உடல் மொழியும் தவிப்பும் மிகச் சிறப்பாக வெளிப்பட்டிருக்கிறது. ஆனால் படத்தின் மெதுவான திரைக்கதை பார்வையாளனுக்கு சோர்வை யளிப்பது தவிர்க்கப்பட்டிருந்தால் இன்னும் நன்றாக இருந்திருக்கும்.

The Pursuit of Happiness படத்தை இயக்கிய Gabriele Muccino-தான் இந்தப் படத்தையும் இயக்கியிருக்கிறார்.

திரைப்படம் என்ற அளவில் மட்டுமல்லாது கண நேரக் கவனக் குறைவால் நிகழும் மனித வாழ்வின் மரணம் குறித்த சிந்தனைக் காகவும் இந்தப் படத்தை நிச்சயம் பார்க்கவேண்டும்.

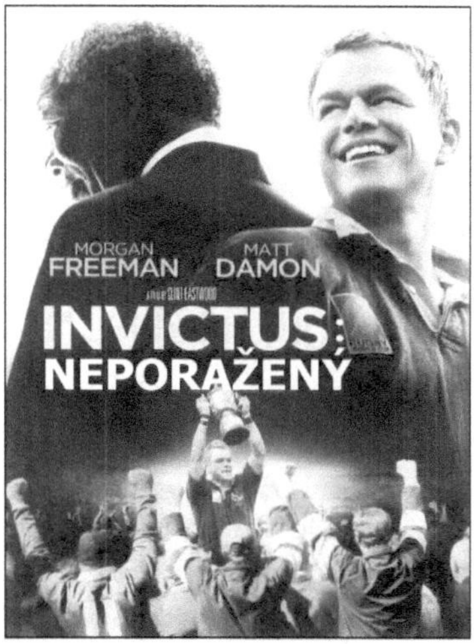


# நெல்சன் மண்டேலா நடித்த திரைப்படம்

Invictus | 2009 | AMERICA | Clint Eastwood

**மே**லே படத்திலுள்ளவர் யார் என்று சொல்லுங்கள் பார்க்கலாம்.

அட! நெல்சன் மண்டேலா தானே என்று சொல்வீர் களேயானால் நீங்கள் இன்னும் Invictus திரைப்படத்தைப் பார்க்கவில்லை என்று அர்த்தம். அது மார்கன் ஃப்ரீமேன்!

இந்தத் திரைப்படத்தைப் பார்த்ததிலிருந்து மண்டேலாவின் உருவத்தில் மார்கன் ஃப்ரீமேனே என் மண்டைக்குள் பதிந்திருக்கிறார். பரவசமாக கூக்குரலிடும் ஜனத்திரளை நோக்கிக் கையசைப்பதாகட்டும், கடுமையான சவாலையும் மிருதுவாகவும் அழுத்தமாகவும் எதிர்கொள் வதாகட்டும்... அத்தனை அற்புதமாக மண்டேலாவின் அந்த ஆளுமையை உள்வாங்கிக்கொண்டு நடித்திருக் கிறார் ஃப்ரீமேன். அகாதமியின் சிறந்த நடிகருக்கான விருதை இவருக்கு வழங்கியிருக்கலாம். என்றாலும் Crazy heart-ஐ இன்னும் பார்க்காததால் தீர்மானமாகச் சொல்ல இயலவில்லை.

ஷாருக்கான் நடித்த ‘சக்தே’ போல விளையாட்டையும் அரசியலையும் மிக நுட்பமாக இணைக்கும் திரைப்படங்களில் இதுவுமொன்று. தென் ஆப்ரிக்காவில் மண்டேலா அதிபராக இருந்த காலத்தில் நிகழ்ந்த உண்மைச் சம்பவங்களை அடிப்படையாகக் கொண்டு உருவாக்கப் பட்டது.

ஏறத்தாழ 30 வருடங்களுக்கு மேலான சிறை வாழ்விலிருந்து 1990-ல் விடுவிக்கப்படும் மண்டேலா, மக்களின் ஏகோபித்த ஆதரவோடு 1994-ல் தென் ஆப்ரிக்காவின் அதிபராகிறார். அதுவரை ஆதிக்கம் செலுத்திக் கொண்டிருந்த வெள்ளையர்களின் மனத்தில் ஆட்சி மாற்றம் காரணமாக ஏற்படும் பயத்தைப் போக்குவதும் வெள்ளை மற்றும் கறுப்பர் இனத்தவரிடையே நீண்ட காலமாக நிலவிக் கொண்டிருக்கும் வரலாற்றுப் பகையையும் நிறவெறியையும் போக்குவதுமே பிரதான பணி என்பதை உணர்கிறார்.

ரக்பி விளையாட்டு உலக கோப்பை போட்டிக்கு இன்னும் ஒரு வருடமே இருக்கும்போது அதற்காக நடத்தப்படும் தகுதி ஆட்டங் களில் வெள்ளையர்கள் அவர்களது பாரம்பரிய அணியான Springboks-க்கு ஆதரவாகக் குரலெழுப்புகிறார்கள். கறுப்பர்களோ எதிரணிக்கு ஆதரவாக - அதாவது தங்களின் சொந்த நாட்டு அணிக்கு எதிராக - குரலெழுப்புகின்றனர்! Springboks அணியில் ஒரே ஒரு கறுப்பர் இருந்தாலும் இத்தனை ஆண்டுகாலமாகத் தங்களை ஆதிக்கம் செய்து கொடுமைப்படுத்திக் கொண்டிருந்த வெள்ளையர்களை அவர்கள் அத்தனை சீக்கிரம் மன்னிக்கத் தயாராக இல்லை.

இந்தப் பகைமை உணர்ச்சியை விளையாட்டுப் போட்டியைச் சரியாகப் பயன்படுத்திக் கொள்வதன் மூலம் போக்கமுடியும் என்று தீவிரமாக நம்புகிறார் மண்டேலா. நிற வேறுபாட்டை மறந்து ‘தன்னுடைய தேசம்’ என்று இரு பிரிவினரையுமே உணரச் செய்ய விரும்புகிறார். இதற்காக அவர் மேற்கொள்ளும் முயற்சிகளே பின்னர் நிகழும் காட்சிகளாக விரிகிறது.

இரண்டு கூறாகப் பிரிந்து கிடக்கும் தேசத்தை ஒன்றுபடுத்தும் ஒரு பொறுப்புள்ள தலைவனாக மண்டேலா மேற்கொள்ளும் நடவடிக்கைகள் நெகிழ்வையும் பரவசத்தையும் ஏற்படுத்துகின்றது. ‘வன்முறைக்கு வன்முறை தீர்வாகாது’ என்கிற நோக்கில் காந்தி கொண்டு வந்த அகிம்சை போராட்டத்தை இந்தியர்களே கைவிட்ட நிலையில் மண்டேலா அதைச் செயல்படுத்தி வெற்றி பெறும்போது நமக்குப் பெருமையாக இருக்கிறது.

புதிதாகப் பொறுப்பேற்றுக் கொள்ளும் விளையாட்டு ஆணையக் குழுவிலுள்ள பெரும்பாலான கறுப்பர்கள், Springboks அணியின் நிறம், கொடி போன்றவற்றை மாற்றத் தீர்மானம் கொண்டு வருகின்றனர். மண்டேலா இதை விரும்புவதில்லை. இது மேலும் பகைமை உணர்ச்சியையே வளர்க்கும் என்று கருதுகிறார். தடுக்க வேண்டும் என விரைகிற தருணத்தில் அவரைத் தடுக்கும் அரசாங்க காரியதரிசி, ''இது பெரும்பான்மையான மக்கள் விரும்புவது, இதற்கு எதிராக நீங்கள் செயல்படுவது உங்கள் பதவிக்கும் அரசியல் எதிர் காலத்துக்கும் ஆபத்தானது'' என எச்சரிக்கிறார். ''மக்கள் தவறு செய்கிறார்கள். இந்த நேரத்தில் அதை எதிர்க்கும் துணிவில்லை யென்றால் நான் தலைமைப் பொறுப்பில் இருக்கவே லாயக்கற்றவன்'' என்கிறார் மண்டேலா.

இந்த மாதிரி நபர்களை இனி நாம் மியூசியத்தில் மாத்திரமே காண முடியும். பின்னர் அவர் விளையாட்டு ஆணையக்குழுவிடம் ஆற்றும் சிறிய அழுத்தமான உரை பரவசத்தை ஏற்படுத்தக்கூடியது. இவ்வாறான பல நுட்பமான காட்சிகள் படத்தை சுவாரசியமாக்குகின்றன.

Springboks அணியின் கேப்டனாக Matt Damon. அதிபர் தன்னைச் சந்திக்க விரும்புகிறார் என்பதை இவனால் நம்பவே முடியவில்லை. ''இந்த தேசத்தின் ஒற்றுமைக்காக இந்த விளையாட்டில் ஜெயிக்க வேண்டியது அவசியம்'' என்று மண்டேலா இவனைக் கேட்டுக் கொள்கிறார். சிறையிலிருந்த போது தம்மை ஊக்கப்படுத்தின ஆங்கிலக் கவி William Ernest Henley எழுதிய Invictus என்கிற கவிதையை அவனிடம் பகிர்ந்து கொள்கிறார்.

அணி கேப்டனின் தந்தை கறுப்பர்களை வெறுக்கும் வெள்ளை யர்களின் ஒரு பிரதிநிதி. ''இனி இந்த தேசத்தில் நமக்கு இடமிருக்காது'' என்கிறார்.

உண்மையில் திரைப்படமே இம்மாதிரியானதொரு காட்சியுடன்தான் துவங்குகிறது. மண்டேலா சிறையிலிருந்து விடுவிக்கப்பட்டு வாகனத்தில் வரும்போது கறுப்பினச் சிறுவர்கள உற்சாகக் குரலெழுப்பு கிறார்கள். எதிர் பக்கத்தில் விளையாடிக் கொண்டிருக்கும் வெள்ளைச் சிறுவர்களில் ஒருவன் கேட்கிறான். ''யார் சார் அது? அந்தத் தீவிரவாதி மண்டேலாவை விட்டுவிட்டார்களா?'' அவர்களின் கோச் சொல்கிறார். ''ஆமாம் பசங்களா! இனி இந்த தேசம் அந்த நாய்களின் கையில்தான் போகப் போகிறது''.

கறுப்பினத்தவர்களின் பிரதேசத்தை முதல் முறையாகப் பார்க்க நேரும் விளையாட்டுக் குழுவிலுள்ள ஒரு வெள்ளையர் சொல்கிறார். ''நல்ல வேளை, நான் இங்கு வாழ நேரவில்லை''

இதற்கும் மேலான சுவாரசியமான காட்சிகள், மண்டேலாவின் பாதுகாப்பு அதிகாரிகள் சம்பந்தப்பட்டது. அதிபரின் பாதுகாப்புப் பொறுப்பைக் கறுப்பின அதிகாரிகள் ஏற்றுக்கொள்கிறார்கள். மேலும் ஆட்கள் தேவை என்று அவர்கள் அரசிடம் விண்ணப்பிக்கும்போது மண்டேலா வெள்ளையர்களை அனுப்புகிறார். இரு குழுக்களுக்குமான நுட்பமான விரோதமும் பின்பான சிநேகமும் சிறப்பாகச் சொல்லப் பட்டிருக்கிறது.

மண்டேலாவும் பார்வையாளர்களும் எதிர்பார்ப்பதுபோலவே அந்த விளையாட்டுப் போட்டியின் வெற்றியை கறுப்பர்களும் வெள்ளையர் களும் இணைந்து கொண்டாடுவதுடன் படம் முடிகிறது. ஆனால் யதார்த்தத்தில் இந்தப் பகைமை உணர்ச்சி தேய இன்னும் பல ஆண்டுகளாகலாம்.

மண்டேலாவின் உறவினர்கள் உட்பட அனைவரும் வெள்ளையர்கள் தங்களுக்கிழைத்த கொடுமைகளை அவருக்கு நினைவுபடுத்திக் கொண்டேயிருக்கின்றனர். ''எல்லாவற்றையும் மன்னிக்க வேண்டிய தருணமிது. இனி நம் சிந்தனை இந்த தேசத்தைப் பற்றினதாக இருக்க வேண்டும்'' என்கிறார் மண்டேலா. பழிவாங்குகிற நோக்கில் கறுப்பர்கள் வெள்ளையர்களிடம் வன்முறையைக் காட்டினால், இருவர்களும் நிற்கும் இடம்தான் மாறியிருக்குமே ஒழிய, வன்முறையும் பகைமையும் அப்படியேதானிருக்கும் என்பதாகத்தான் அவர் சிந்தனை இயங்குகிறது. எங்காவது யாராவது தியாகம் செய்து இதை நிறுத்தித்தான் ஆகவேண்டும்.

படத்தின் சில காட்சிகள் நாடகத்தனமாக இருந்தாலும், இவ்வாறான நீதிபோதனைக் கதைகள், நமக்குத் தொடர்ந்து தேவைப்படுமளவுக்கு நம்மிடம் வன்முறையுணர்வும் பகைமையுணர்ச்சியும் ஆழமாகப் பதிந்துள்ளது. கிளின்ட் ஈஸ்ட்வுட் இந்தப் படத்தை இயக்கியிருக்கிறார். ஒரு காலத்தில் துப்பாக்கியால் சுட்டு புகையை ஸ்டைலாக ஊதிக் கொண்டிருந்த ஆக்ஷன் நடிகர், இப்படியொரு மென்மையான இயக்குநராக உருமாறியிருப்பது ஆச்சரியமாகத்தானிருக்கிறது.

# யூமா வாசுகியும் அமெரிக்கக் குற்றமும்

An American Crime | 2007 | AMERICA | Tommy O'Haver

**அ**ந்தப் புத்தகம் ஒரு கருப்பு பிசாசு போல் என் முன் அமர்ந்திருந்தது. சில பக்கங்களை வாசிப்பேன். வயிற்றைப் பிசையும் உணர்வும் நெஞ்சை அடைக்கும் உணர்வும் எழும். மனதுக்குள் அழுகை பொங்கி வரும். உடனே புத்தகத்தை மூடிவிடுவேன். உடல் மற்றும் மனரீதியான வன்முறையை எதிர்கொள்ளும் குழந்தைகளின் கதறலும் கூப்பாடும் விசும்பலும் அழுகையும் கலந்து ரத்தக்கறைகளுடனும் வாதையின் ஓலங்களுடனும் எல்லாப் பக்கங்களிலும் நிறைந்திருக்கும் அந்தப் புத்தகத்தை வாசிக்காமலே விட்டுவிட்டால்தான் என்ன என்று தோன்றும். ஆனால், விபத்தில் குடல் சரிந்து ரத்த சகதியில் விழுந்து கிடப்பவனைக் குறுகுறுப்புடன் வேடிக்கை பார்க்க நினைக்கும் குரூர மனம் ‘எடுத்து வாசி’ என்று கட்டளையிடும். தட்ட முடியாமல் மீண்டும் சில

பக்கங்கள். திரும்பவும் மூடல். இவ்வாறாகத்தான் அந்தப் புதினத்தை வாசிக்க முடிந்தது. யூமா வாசுகியின் 'ரத்த உறவு' நாவல் வாசிப்பு அனுபவத்தைத்தான் குறிப்பிடுகிறேன். ஜெயமோகனின் 'ஏழாம் உலகம்' தி.ஜானகிராமனின் 'மரப்பசு' (இதற்கு காரணம் வேறு) இவற்றையும் இவ்வாறாகத்தான் வாசிக்க முடிந்தது.

ஏறத்தாழ மேற்குறிப்பிட்ட அதே அனுபவத்தை இந்தத் திரைப் படத்தைக் கண்டபோது அனுபவிக்க நேர்ந்தது. An Amercican Crime (2007). அமெரிக்க மாவட்டமான இண்டியானாவில் 1965-ல் Sylvia Likens என்கிற சிறுமி அவள் தங்கியிருந்த வீட்டுப் பெண்மணியான Gertrude Baniszewski-ன் மூலம் சிறுகச் சிறுகச் சித்திரவதை செய்து கொல்லப்பட்டாள். "The most terrible crime ever committed in the state of Indiana" என்று இந்த வழக்கை விசாரணை செய்தவரால் கூறப்படுமளவுக்கு இந்த வழக்கு அப்போது மிகப் பெரிய அதிர்ச்சி அலையை ஏற்படுத்தியது. இந்த உண்மைச் சம்பவத்தையும் வழக்கின் நீதிமன்ற விசாரணைக் குறிப்புகளையும் அடிப்படையாகக் கொண்டு உருவாக்கப்பட்ட திரைப்படம்தான் An Amercican Crime.

•

சில்வியாவின் பெற்றோர் ஊர் ஊராகச் சென்று கண்காட்சி நடத்தி பொருள் ஈட்டுபவர்கள். அவளுக்கு போலியோ காலுடன் ஜென்னி என்கிற சகோதரியுமுண்டு. குழந்தைகளின் படிப்பு காரணமாக அவர்களைத் தங்களுடன் அழைத்துச் செல்ல முடியாமல் பெற்றோர் யோசித்துக் கொண்டிருந்த சமயத்தில் Gertrude Baniszewski என்கிற பெண்மணியின் அறிமுகம் தற்செயலாக நேர்கிறது. ஏற்கெனவே ஆறேழு குழந்தைகளுடன் கணவரைப் பிரிந்து வறுமையில் வாடும் அவள், இவர்களின் குழந்தைகளைப் பார்த்துக் கொள்வதாக முன்வருகிறாள். மாதம் 20 டாலர் தந்தால் போதும் என்றும் தமக்கு அது உதவிகரமாக இருக்கும் எனவும் வேண்டுகிறாள்.

எல்லாக் குழந்தைகளும் ஆனந்தமாக விளையாடும் காட்சிகளோடு திரைப்படம் நகர்கிறது. ஆனால் மாத தவணைப் பணம் வரத் தாமதமாகும் தருணத்தில் Gertrude Baniszewski-ன் குரூர முகம் வெளிப்படுகிறது. இரண்டு சிறுமிகளையும் நிலவறைக்கு அழைத்துச் சென்று புட்டத்தில் பெல்ட்டால் அடிக்கிறாள். சில்வியா தன்னை சமாதானப்படுத்திக்கொண்டாலும் ஜென்னியால் இதைச் சகித்துக் கொள்ள முடிவதில்லை.

மணமான ஒருவனிடம் கர்ப்பமாகிவிடுகிற அந்தக் குடும்பத்தின் மூத்த பெண், தன்னிடமுள்ள குறையை மறைக்க 'சில்வியா தன்னைப் பற்றி ஊரெங்கும் அவதூறு சொல்கிறாள்' என்று தாயிடம் பொய்ப் புகார் செய்ய சில்வியாவுக்கு சிகரெட் சூடு கிடைக்கிறது. ஒரு முறை

சில்வியா ஆண் நண்பனுடன் சர்க்கஸுக்குச் சென்று வர அதைத் தவறாக யூகிக்கும் Gertrude Baniszewski அவளுடைய யோனியுள் குளிர்பான பாட்டிலை திணிக்கிறாள். தாய் செய்யும் கொடுமை போதாதென்று அந்த வீட்டின் சிறுவ/சிறுமிகளும் பக்கத்து வீட்டுப் பையன்களையும் அழைத்து வந்து சுவாதீனமின்றி கிடக்கும் சில்வியாவை கொடுமை செய்கின்றனர். இவ்வாறான பல வதை களுக்குப் பின்"I'm A Prostitute And Pround of It" என்ற எழுத்துகளுடன் வயிற்றில் சூடு போடப்பட்ட சில்வியா ஒரு உச்சக்கட்ட பரிதாப கணத்தில் இறந்து போகிறாள். (நிஜ சம்பவங்களில் சில்வியா மலம் தின்ன வைக்கப்பட்டாள் என்கிற தகவல் நம்மை அதிர்ச்சியில் உறைய வைக்கிறது. நல்ல வேளையாகப் படத்தில் இது தவிர்க்கப் பட்டிருக்கிறது. பசோலினியின் 120 Days of Sodom திரைப்படத்தில் இவ்வாறான மலம் தின்ன வைக்கப்படும் காட்சியும் பின்னர் கூட்டாக மல விருந்து நடத்தப் பெறும் காட்சிகளையும் கண்டு சில மணி நேரத்துக்கு ஒரு மார்க்கமாகவே இருந்தது).

Gertrude Baniszewski-க்கு 18 வருட சிறைத்தண்டனையும் சில்வியாவை இரக்கமின்றித் துன்புறுத்தின சிறுவர்களுக்கு சில வருட சீர்திருத்தப் பள்ளித் தண்டனையும் அளிக்கப்படுகிறது. வழக்கு விசாரணையின்போது தாம் எந்தவிதக் குற்றமும் செய்யவில்லை என்றும் தொடர்ந்து அருந்தி வந்த இருமல் மருந்து காரணமாகத் தாம் எப்போதும் ஒருவித மன உளைச்சலிலேயே இருந்ததாகவும் தம்மைச் சுற்றி என்ன நடந்தது என்பதை அறியவில்லை என்றும் கூறுகிறார்.

•

Gertrude Baniszewski பாத்திரத்தை மிக அற்புதமாக நடித்துள்ளார் Catherine Keener. முதலில் இந்தக் கொடூரமான பாத்திரத்தை ஏற்கத் தயங்கியதாகவும் பின்னர் இதை ஒரு சவாலாக எடுத்துக் கொண்ட தாகவும் கூறுகிறார். இவரது பாத்திரம், நமது தமிழ்த் திரைப்படங் களைப்போல் முழுக்கக் கறுப்பில் அல்லாது இரண்டுக்குமான சமனுடன் உருவாக்கப்பட்டிருக்கிறது. இவரது முன்னாள் கணவன் ஒரு போலீஸ்காரன். இவளை அடித்துக் கொடுமைப்படுத்தியிருக்கிறான் என்பது உரையாடலின் மூலம் வெளிப்படுகிறது. இவளது தற்போதைய சின்னஞ்சிறு குழந்தைக்குத் தகப்பன், இவளது மகன் வயதே இருப்பவன். இவளிடமிருந்து நைச்சியமாகப் பணத்தைப் பறித்துச் செல்கிறான். ஐந்தாறு குழந்தைகளையும் வைத்துக்கொண்டு வறுமையில் சிரமப்படும் இவளுக்குத் தன்னுடைய மகளான பவுலா கர்ப்பமாயிருக்கும் விஷயம் நிச்சயமாகத் தெரிகிறது. என்றாலும் அதை ஊரார் முன்னால் ஒப்புக் கொள்ளாமல் தனிமையில் அழுகிறாள். சில்வியாவைத் தண்டிக்கும் ஒவ்வொரு முறையும் கண்ணீர் விட்டு அழுகிறாள். எந்தவிதக் கொடூர முகபாவங்களுமின்றி இவள்

தண்டனையை நிறைவேற்றும் போதெல்லாம் பார்வையாளர்களுக்குத் தான் வயிற்றைப் பிசைகிறது. 'தம்முடைய குழந்தைகள்தான் தம்முடைய வாழ்க்கையின் ஒரே ஆதாரம்' என்று ஒரு முறை சில்வியாவிடம் கதறுவதி லிருந்து கொடூர மனத்தின் பின்னேயுள்ள தாய்ப்பாசம் தெரிகிறது.

சில்வியாவைத் தவிர அவளது சகோதரியின் பாத்திரமும் இயக்குநரால் (Tommy O'Haver) திறமையாக உருவாக்கப்பட்டிருக்கிறது. போலியோ கால் காரணமாக இயல்பிலேயே தாழ்வு மனப்பான்மை உள்ள அவள், தம்முடைய சகோதரி கொடுமைப்படுத்தப்படுவதைக் கண்டு மௌனமாக அழுகிறாள். என்றாலும் Gertrude Baniszewski மீதுள்ள பயம் காரணமாக இதை வெளியுலகுக்கு வெளிப்படுத்தாமலேயே இருக்கிறாள். தாமும் அவ்வாறே கொடுமைப்படுத்தப்படலாம் என்கிற நியாயமான எண்ணம் காரணமாகச் சகோதரியின் மீதுள்ள பாசத்தைவிட தண்டனைகளின் மீதுள்ள பயமே ஜெயிக்கிறது.

நிஜ சம்பவத்தில் இல்லாத ஒன்றைத் திரைப்படத்தில் இணைப்பதின் மூலம் படைப்பாளியின் சுதந்திரத்தையும் வலிமையையும் உணர்த்து கிறார் இயக்குநர். ஒரு நிலையில் அந்த வீட்டிலிருந்து பவுலாவின் உதவியுடன் தப்பிக்கிறாள் சில்வியா. எப்படியோ தன் பெற்றோரை அடைந்து அழுகைக்கு நடுவில் அனைத்தையும் சொல்கிறாள். பெற்றோர் மிகுந்த அதிர்ச்சிக்குள்ளாகிறார்கள். மீண்டும் அதே வீட்டுக்கு வருகிறார்கள். சில்வியா மிகுந்த தயக்கத்துடன் உள்ளே நுழைகிறார். அங்கே சில்வியாவின் இறந்துபோன உடல் கிடப்பதையும் Gertrude Baniszewski குடும்பத்தினரும் ஜென்னியும் அதிர்ச்சியுடன் அதைப் பார்த்துக் கொண்டிருப்பதையும் சில்வியா காண நேருகிறது.

அங்கிருந்து தப்பிக்கும் எண்ணம் சில்வியாவினுள் பிரம்மாண்ட எண்ண மாக எழுந்து அது பிரமையாக அவள் முன் நிற்கிறது என்பதை இயக்குநர் மிகத் திறமையாக இந்தக் காட்சிக் கோர்வைகளின் மூலம் உணர்த்துகிறார்.

'ஊரார் பிள்ளையை ஊட்டி வளர்த்தால் தன் பிள்ளை தானே வளரும்' என்பது நம் பழமொழி. என்றாலும் அந்நியர்களிடம் தம்முடைய குழந்தைகளை ஒப்படைக்கும் முன் தீர யோசிக்கவேண்டும் என்ற செய்தியை இந்தப் படம் முன்வைக்கிறது. தாயும் பணிக்குச் செல்ல நேரும் இன்றைய பொருளீட்டு யுகத்தில் பணியாட்களினால் கொடுமைப்படுத்தப்படும் எத்தனை சில்வியாக்கள் இருக்கிறார்களோ? இதே சம்பவத்தை வைத்து The Girl Next Door என்கிற புதினமும் எழுதப்பட்டிருக்கிறது.

மிகுந்த மனச்சங்கடத்தை ஏற்படுத்திய திரைப்படமென்பதால் மெல்லிய உணர்வுள்ளவர்கள் இதைத் தவிர்த்துவிடலாம்.

# பாலுறவு பொம்மையும் ஒரு கூச்ச சுபாவியும்

Lars and the Real Girl | 2007 | AMERICA | Craig Gillespie

**ந**ண்பர்களிடம் வெளிநாட்டுப்படங்களைச் சிலாகித்து நான் உரையாடும்போது, ''வெள்ளைக்காரன் படம் எடுத்தாத்தாண்டா உங்களுக்கெல்லாம் ஒஸ்தி'' என்று சொல்வார்கள். ஆனால் இந்த மாதிரியான (இதே அல்ல) plot-ஐ வைத்து நம்மூரில் படம் எடுக்கத் துணியும் ஆண்பிள்ளை யாரென்று அறிய விரும்புகிறேன். ''Lars and the Real Girl'' ஒரு மனிதனின் தனிமையையும் அன்புக்கு ஏங்குவதையும், சமூகம் தன்னைப் புறக்கணிக்கிறது என்று அவன் நம்பினால் அதனால் அவனுக்கு ஏற்படும் அகச்சிக்கலையும் மெலிதான நகைச்சுவையுடனும் நேர்மை யான திரைக்கதையுடனும் அணுகுகிறது.

லார்ஸ் (Lars) மிகுந்த கூச்ச சுபாவமும், மற்ற மனிதர்களிடமிருந்து விலகிப் பெரும்பாலும் தனிமையில்

இருக்கிறவனாகவும் ஒரு விசித்திர மனநிலையில் இருக்கிறான். சிறுவயதிலேயே தாயை இழந்தவன். அவனின் மூத்த சகோதரனும் சிறுவயதிலேயே அவனை விட்டு விலகி விடுவதால் தன்னைப் போலவே குணமுடைய தந்தையின் பராமரிப்பில் மிகுந்த தனிமையில் வளர்கிறான். (இவ்வளவும் சொற்ப வசனங்களினால் பார்வையாளர் களுக்கு உணர்த்தப்படுகிறது). பிற்பாடு சகோதரன் வந்து இணைந்த பிறகு வீட்டின் கேரேஜில் தனிமையில் வசிக்கிறான். சகோதரனின் மனைவி அவனை வீட்டுக்குள் வரவழைக்க எடுக்கும் பிரயத்தனங்கள் மிக அபூர்வமாக சாத்தியமடைகிறது. ஒரு அநாதை போல அவன் இருப்பதைக் கண்டு அவளின் தாய்மை உணர்வு பரிதவிக்கிறது. அலுவலகத்திலும், ஊராரிடமும், தன்னைக் காதலிக்க முயலும் பெண் உட்பட யாரிடமும் நெருங்காமல் விலகியே இருக்கிறான் லார்ஸ்.

திடீரென்று ஒரு நாள் லார்ஸ் சகோதரனின் வீட்டுக்குள் வந்து தன்னுடைய பெண் நண்பர் வந்திருப்பதாகவும் இங்கு அவளைத் தங்க வைக்க முடியுமா என்று கேட்டவுடன் சகோவுக்கும் அவனது மனைவிக்கும் ஆனந்த அதிர்ச்சி. சமூகத்துடன் சுமுகமாக அவன் பழக ஆரம்பித்திருப்பதின் ஆரம்பப்புள்ளி என்று மகிழ்ந்துபோய் அதற்கு ஒப்புக்கொள்கின்றனர். ஆனால் அவர்களுக்கு மனித உருவத்தைப் போலவே தயாரிக்கப்பட்ட ஒரு பெண் பொம்மையை அறிமுகப் படுத்துகிறான் லார்ஸ். ஆண் தனியர்களுக்கான பாலுறவு இச்சையைத் தணிக்க adult store-லிருந்து இணையம் மூலம் ஆர்டர் செய்து வரவழைக்கப்பட்ட பொம்மை அது. அந்த பொம்மையை (binaca) தன்னுடைய மனைவி என்று ஒரு தீவிரத்தனத்துடன் அறிமுகப்படுத்தும் லார்ஸ், அவளின் குடும்ப பின்னணிகளையெல்லாம் சகோ. குடும்பத்திடம் கூறுகிறான். முதலில் அதிர்ச்சியடையும் அவர்கள், அவனுடைய மனச்சிக்கலை போக்க அவன் வழியிலேயே சென்று பொம்மையை ஒரு நபர் போலவே நடத்துகின்றனர். அவர்களின் குடும்ப டாக்டர் (உளவியல் நிபுணரும் கூட) binaca-வின் ரத்த அழுத்தத்தை சோதிக்கவேண்டும் என்று சொல்லி ஒவ்வொரு வாரமும் அவளை (?) கூட்டி வர வேண்டும் என்று லார்ஸிடம் மிகுந்த நம்பகத் தன்மையுடன் சொல்கிறார். அதன் மூலம் அவனின் நடவடிக்கைகளை ஆராய்வது அவளின் திட்டம். லார்ஸின் அலுவலக நண்பர்கள், உறவினர்கள், சர்ச் பாதர் என்று எல்லோருமே லார்ஸின் மீதுள்ள அன்பினால் binaca-வை மனிதப்பிறவி போலவே நடத்துகின்றனர்.

இவ்வாறான சென்று கொண்டிருக்கும் லார்ஸின் வாழ்க்கையில் binaca ஒரு நாள் பிரிந்து போகிறாள். binacaவுக்கு என்ன ஆனது, லார்ஸ் அதற்கு எவ்வாறு எதிர்வினை புரிகிறான் என்பதை அறிய படத்தைப் பாருங்கள்.

லார்ஸாக Ryan Gosling மிக அற்புதமாக நடித்திருக்கிறார். 'மீண்டும் கோகிலாவில்' கமல் செய்வது மாதிரி அடிக்கடி கண்களைச் சிமிட்டும் மேனரிஸத்துடன் வரும் இவர் தன்னுடைய தனிமை உணர்வையும் binaca-வை தன்னுடைய மனைவியாகத் தீவிரமாக நம்புவதின் மூலம் பார்வையாளனையும் அந்த மயக்கத்துக்கு சில கணங்களில் உட்படுத்து கிறார். பொம்மை என்றவுடன் அது கேலிச்சித்திரமாக ஆகி விடாமல் படத்தின் முக்கிய பாத்திரமாக ஆகியிருப்பதற்கு இயக்குநரின் திறமையும் ரியானின் நடிப்பும் காரணமாகியிருக்கிறது. மூத்த சகோதரராக வரும் Paul Schneider-ன் நடிப்பு மிகப் பிரமாதமாக இருக்கிறது. தன்னுடைய சகோதரன் ஒரு பொம்மையைக் கொண்டு வந்து மனைவி என்றவுடன் வரும் கோபத்தையும் அதனை ஒரு நபராகக் கருதி இயங்க வேண்டிய கட்டாயத்தையும் சகோதரனைச் சிறுவயதில் தனிமையில் விட்ட குற்ற உணர்ச்சியையும் சிறப்பான முகபாவங் களால் வெளிப்படுத்தியிருக்கிறார். binca-வையும் சகோதரனின் பைத்தியக்காரத்தனத்தையும் கண்டு இவர் நெளியும் போதெல்லாம் நமக்கு சிரிப்பு வருகிறது. இவரின் மனைவியாக வரும் Emily Mortimer-ம் சிறப்பாக நடித்திருக்கிறார்.

Nancy Oliver-ன் அற்புதமான திரைக்கதையை எந்தவித அதிகப்பிரசங் கத்தனமுமில்லாமல் தெளிந்த நீரோடை போல் இயக்கியிருக்கிறார் Craig Gillespie. 2007-ல் வெளியான இந்த அமெரிக்கத் திரைப்படம் ஆஸ்கர் உட்பட பல திரைப்பட விழாக்களில் போட்டிக்குத் தேர்வாகியும் சில விழாக்களில் வெற்றியும் பெற்றிருக்கிறது. Ryan Gosling சிறந்த நடிகருக்கான பரிந்துரையைப் பல போட்டிகளில் பெற்றிருக்கிறார்.

இந்தப் படத்தின் மிக உருக்கமான முடிவை என்னால் யூகிக்கவே இயலவில்லை. படத்தின் மிக மென்மையான பின்னணி இசையும் ரம்மியமான லொக்கேஷன்களும் பல இடங்களில் பரவத்தை ஏற்படுத்துகின்றன.

# தேசங்களைக் கடக்கும் மனிதம்

The Visitor | 2007 | AMERICA | Thomas McCarthy

‘இந்தத் திரைப்படத்தை கட்டாயம் பாருங்கள்’ என்கிற பரிந்துரையுடன் இந்தக் கட்டுரையைத் தொடங்க விரும்புகிறேன்.

‘இயற்கை ஓர் அழகான ஓவியத்தைப்போல பூமியைப் படைத்தது. சுயநலத்தின் உச்சமான மனித இனம் தனது அநாகரிகக் கூரிய நகங்களால் அதில் அசிங்கமான எல்லைக்கோடுகளை வரைந்தது’.

மேற்கத்திய அறிஞர் யாரும் சொன்னதல்ல. நான்தான். மனிதனின் கற்பிதங்களில் மிகக் கொடூரமானவைகளில் ஒன்று நாட்டின் எல்லைக்கோடுகள். எத்தனையோ நபர்களின் கண்ணீரினாலும் ரத்தத்தினாலும் போடப்பட்ட கோடுகள் அவை. இன்று பாகிஸ்தான் என அழைக்கப் படும் நிலப்பரப்பு சில வருடங்களுக்கு முன்பு இந்தியா வாக இருந்தது. அதற்கும் முன்னால் இந்தியா என்கிற தேசமே கிடையாது. பல சமஸ்தானங்களாகப்

பேரரசுகளாகச் சிதறிக் கிடந்தன. இன்று எல்லைக்கோட்டைக் கடந்து இன்னொரு நிலப்பரப்புக்குச் செல்வது அத்தனை எளிதல்ல. அதிகாரத்தின் பல்வேறு சம்பிரதாயங்களைக் கடக்கவேண்டும். இந்த விஷயத்தில் பறவைகள் மனிதனைப் பார்த்து எள்ளி நகையாடுகின்றன. விளையாட்டுப் போட்டியில்கூட பாகிஸ்தான் என்றவுடன் எப்படியாவது நாம் வெல்ல வேண்டும் என்ற வெறியுடன் கூச்சலிடு கிறோம். அந்த அளவுக்கு இந்தக் கற்பிதங்கள் நம்மை ஆட்டிப் படைக்கின்றன.

எத்தனையோ காரணங்களுக்காகப் புலம் பெயர்ந்து வாழும் மனிதர்கள் தங்களின் உறவுகளை இணையத்திலும் கடிதங்களின் மூலமாகவும்தான் துயரத்தோடு ஸ்பரிசித்து ஆறுதலையடைய முடிகிறது. இவ்வாறான அப்பாவிகள் தாங்கள் வாழும் நாடுகளில் அதிகாரத்தின் தொடர்ந்த கண்காணிப்புக்கு உள்ளாகி தனது அன்றாட வாழ்வை மன உளைச்சலுடன் கழிக்க நேரிடுகிறது. அந்த மாதிரியான மனிதர்களின் துயரத்தைப் பற்றிப் பேசுகிறது இந்த அமெரிக்கத் திரைப்படம். The Vistior.

•

பொருளாதாரப் பேராசிரியராகவும் சிடுமுஞ்சியாகவும் உள்ள வால்டர் வேல் (அமெரிக்கர்) பியானோ கற்றுக் கொள்ளும் முயற்சியோடு படம் ஆரம்பிக்கிறது. அந்த வாத்தியத்தை அவரால் கற்றுக் கொள்ள முடியாததால் சலிப்புடன் கைவிடுகிறார். ஒரு கருத்தரங்கில் கலந்து கொள்வதற்காக நியூயார்க் செல்லும் அவர், சில மாதங்களாகப் பயன்படுத்தப்படாமலிருக்கும் தன்னுடைய அபார்ட்மெண்டில் நுழையும்போது அங்கொரு இளம் தம்பதியினர் தங்கியிருப்பதைக் கண்டு அதிர்ச்சியடைகிறார். யாரோ அவர்களை ஏமாற்றி வாடகைக்குக் குடியேற்றியிருக்கின்றனர். சிரியாவில் இருந்து வந்து நியூயார்க்கில் சட்டவிரோதமாகத் தங்கியிருக்கும் அவர்கள் எந்தவித பிரச்னையையும் எதிர்கொள்ள விரும்பாமல் உடனேயே வெளியேற சம்மதிக்கின்றனர். அந்த இரவு நேரத்தில் அவர்கள் தவிப்பதைக் கண்ட வால்டர் சில நாட்களுக்கு அவர்கள் அங்கேயே தங்கிக்கொள்ள அனுமதிக்கிறார். மெல்ல அவர்களுக்கிடையே நட்பு மலர்கிறது.

உணவு விடுதியில் டிரம்மராகப் பணிபுரியும் அந்த இளம் கணவன் (தாரெக்) வால்டருக்கு டிரம் இசைக்கக் கற்றுத் தருகிறான். முதலில் தயங்கும் அவர் பின்பு அதில் மிகுந்த ஈடுபாடு காட்டத் துவங்குகிறார். இருவரின் சிநேகமும் இறுக்கமாகத் துவங்கும் போது தாரெக் போலீசாரால் கைது செய்யப்படுகிறான். சட்டவிரோதமாக அந்த நகரில் தங்கியிருக்கும் காணத்துக்காக அவனைச் சிறையில்

அடைக்கின்றனர். மகனைத் தேடி வரும் தாரெக்கின் தாய் அவனில்லாமல் அந்த நகரை விட்டு நீங்க மறுக்கிறார். வால்டர் அவளைத் தன்னுடன் தங்கச் சொல்லி வேண்டுகிறார். தாரெக்கை வால்டர் வெளியே கொண்டுவர எடுக்கும் பிரயத்தனங்களும் அதற்கு அதிகாரம் அசைந்து கொடுக்காத கொடுமையுமான காட்சிகளுமாக மீதிப்படம் விரிகிறது. 'எங்கே என்று அறியப்படாமலேயே தாரெக் அந்த நகரை விட்டு வெளியேற்றப்பட்டான்' என்ற தகவலுடன் சோகமாகப் படம் நிறைவடைகிறது.

தெளிந்த நீரோடை போல எந்த அதிரடியும் இல்லாத தெளிவான திரைக்கதையுடன் நகரும் இத்திரைப்படத்தில் வால்டராக Richard Jenkins தனது அற்புதமான நடிப்பை வழங்கியிருக்கிறார். இவர் அமெரிக்க நாடகங்களிலும் தொலைக்காட்சி தொடர்களிலுமே அதிகம் நடித்திருக்கிறார். திரைப்படத்தில் பிரதானமாக நடிக்க ஆரம்பித்தது இந்தப் படத்திலிருந்தே. எந்தவொரு காட்சியிலும் இவரின் முக உணர்வுகள் மிகையாக வெளிப்படுவதேயில்லை. ஏதோ படப் பிடிப்பை வேடிக்கை பார்க்க வந்தவர் போலவே கூலாக இருக்கிறார். ஆனால், காட்சிக்கு மிகப் பொருத்தமாக அவர் உடல்மொழி இயங்குகிறது. அகாதமி விருதின் சிறந்த நடிகருக்கான பரிந்துரைப் பட்டியலில் இவர் பெயர் இடம் பெற்றிருந்தது.

தாரெக்காக நடித்திருக்கும் hazz sleiman-ம் அவர் மனைவி ஜனாப்பாக நடித்திருக்கும் Danai Jekesai Gurira -ம் மிகச் சிறந்த நடிப்பை வழங்கியிருக்கின்றனர். சிறந்த நடிகரான Thomas McCarthy இந்தப் படத்தை இயக்கியிருக்கிறார். பல திரைப்பட விழாக்களில் இந்தப் படம் பங்கேற்றதோடு விருதுகளையும் வென்றிருக்கிறது.

படத்தின் பல காட்சிகளில் வரும் sub-text என்னைப் பிரமிக்கச் செய்தது. உதாரணமாக வால்டேர் பியானோ கற்றுக்கொள்ள முயற்சி செய்கிற காட்சியோடுதான் படம் துவங்குகிறது. இறந்து போன அவர் மனைவி பியானோ டீச்சராக இருந்தது பிற்பாடான ஒரு உரையாடலின் மூலம் பார்வையாளனுக்கு உணர்த்தப்படுகிறது. இயந்திரத்தனமான தன் பேராசிரியர் வாழ்க்கையில் வெறுமையையே உணர்வதாகவும் சாதித்தது என்று ஏதுமில்லை என்று தாரெக்கின் தாயிடம் பிற்பாடு கூறுகிறார். ஆக அவர் தன் மனைவி உயிருடன் இருக்கையில் அவருடன் நேரத்தைச் செலவழிக்கவோ பியானோ கற்றுக் கொள்ளவோ முயலவில்லை. அவருடைய மறைவுக்குப் பின்புதான் தனிமையை உணர்ந்து மனைவியின் நினைவை மீட்டெடுக்க பியானோ கற்றுக் கொள்ள முயற்சிக்கிறார். ஆனால் அந்த வாத்தியத்தை விட தாரெக் மிகுந்த நட்புடன் கற்றுத்தரும் டிரம் வாத்தியத்தை வால்டரால் விரைவாகக் கற்றுக் கொள்ள முடிகிறது.

இந்த சமாச்சாரங்கள் எதுவும் உரத்த குரலில் பார்வையாளனுக்குச் சொல்லப்படுவதில்லை. நிகழ்வுகளின் ஊடாக ஒரு நுட்பமான பார்வையாளன் தானாகவே உணரும் வகையில் திரைக்கதை அமைக்கப்பட்டிருக்கிறது.

அதேபோல் காட்சிகளின் தொனிக்கேற்ப நடிகர்கள் எதிர்வினை புரிவது மிக அற்புதமாக அமைந்திருக்கிறது. தாரெக்கின் மனைவி ஜனாப் தன்னுடைய மாமியாரை முதன் முறையாகச் சந்திக்கும் காட்சியைச் சொல்லலாம். தூரத்திலிருந்து அவளைக் கவனிக்கும் தாரெக்கின் தாய், ''இவ்வளவு கறுப்பாக இருக்கிறாளே''? என்று வால்டேரைக் கேட்கிறார். பின்பு அவர்கள் நெருங்கியதும் வால்டேர் இருவரையும் அறிமுகப்படுத்துகிறார். தங்களுக்குத் தங்க இடம் தந்த வால்டேர் குறித்து அவளுக்கு மரியாதை இருந்தாலும் அந்நியன் என்ற காரணத்தினாலேயே தங்கள் உலகத்துக்குள் அவர் நெருங்கி வருவதை அவள் விரும்புவதில்லை. எனவே, படம் முழுவதும் ஜனாப்பின் முகம் இறுக்கமாகவே இருக்கும். ஆனால், அவள் தன்னுடைய மாமியாரைச் சந்தித்தும் அவளின் முகபாவங்கள் மிகுந்த மாற்றத்தோடு ஆச்சரி யத்துடனும் மரியாதையுடனும் அழுகிற காட்சி மிகுந்த நெகிழ்வை எனக்குள் ஏற்படுத்தியது.

அதேபோல் வால்டேருக்கும் தாரெக்குக்கும் விரியும் நட்பு மிகுந்த அழகியல் உணர்ச்சியுடன் சொல்லப்பட்டிருக்கிறது. சிறையில் இருக்கும் தாரெக் தன்னைச் சந்திக்க வரும் வால்டேரிடம் 'இசைப் பயிற்சி எப்படியிருக்கிறது' என்று கேட்டுவிட்டு சிறையிலேயே வாசித்துக் காட்டும்படி வால்டேரை அன்புடன் வற்புறுத்துகிறான்.

நான் ஆரம்பத்தில் சொன்னது போல எல்லைக்கோடுகள் போன்ற கற்பிதங்கள் எவ்வாறு மனிதத்தை நசுக்குகின்றன என்பதை மிகவும் அற்புதமாக சித்திரித்திருக்கின்றது இத்திரைப்படம். கட்டாயம் பாருங்கள்.

# அற்புதமானதொரு ஆஸ்திரேலிய சினிமா

Romulus, My Father | 2007 | Australia | Richard Roxburgh

**ஆ**ஸ்திரேலிய தத்துவவியல் அறிஞரான Raimond Gaita தனது தந்தையைப் பற்றிய நினைவலைகளை மையப் படுத்தி எழுதிய சுயசரித நூலான Romulus My Father *1988*-ல் வெளிவந்தது. Victorian Premier's Literary Award, The Nettie Palmer Prize for Non-fiction போன்ற விருதுகளை இந்த நூல் பெற்றுள்ளது. இதன் திரைவடிவம் அதே பெயரில் *2007*-ல் Richard Roxburgh-ஆல் இயக்கப் பட்டு வெளியானது. இந்தப் படம் முழுக்க முழுக்க சிறுவனான Raimond-ன் பார்வையில் விரிகிறது.

*1960*-ல் துவங்கும் இத்திரைப்படம் Romulus-ம் அவருடைய மகன் Raimond-ம் நேசத்தோடு பழகும் காட்சி களோடு ஆரம்பிக்கிறது. வேறொருவருடன் வாழ்ந்து கொண்டிருந்த Rai-ன் தாய் Christine அந்த ஊருக்கு

வரப்போகிற தகவல் கிடைக்கிறது. தனிமையில் வாழ்ந்து கொண்டிருக்கும் தன்னுடைய தாயை வீட்டுக்கு அழைத்து வருகிறான் Rai. இனிமையாகப் பழகக்கூடிய அவளை மிகவும் நேசிக்கிறான் அவன். ஆனால் சொற்ப நாட்களிலேயே பெற்றோருக்குள் வழக்கமான மோதல் வெடிக்கிறது. மறுபடியும் தன்னுடைய இரண்டாவது கணவரோடு வாழ முடிவெடுக்கிறாள் Christine. அவள் மீது அளவற்ற நேசம் கொண்டிருக்கிற Romulus மனமேயின்றி இதற்கு சம்மதிக்கிறார். மிகுந்த பிரச்னைகளுக் கிடையில் தன்னுடைய மகனைப் பாசத்துடன் வளர்க்கிறார்.

ஆடம்பரமாக வாழ நினைக்கும் Christine இரண்டாவது கண வருடனான மோதலில் அங்கிருந்து மீண்டும் தன் பழைய வாழ்க்கைக்கே திரும்புகிறாள். இதற்கிடையில் அந்தக் கணவர் தற்கொலை செய்துவிடுகிறார். இவ்வளவு சிக்கலான சூழலிலும் தன்னுடைய தாயின் மீதான நேசம் Rai-க்கு எந்தவிதத்திலும் குறை வதில்லை. இன்னொரு குடும்பத்து குழந்தையான தன்னுடைய தங்கையை மிக பாசத்துடன் பார்த்துக் கொள்கிறான். ஆனால் அவள் வேறொருவருடன் உறவு கொள்வதை ஒரு முறை காண நேர்கிறபோது அவளின் மீதான பிம்பம் மிக மோசமாக உடைந்துபோவதால் தாயைப் புறக்கணிக்க ஆரம்பிக்கிறான். இந்தப் புறக்கணிப்பு காரணமாகவும் ஏற்கெனவே உள்ள உளவியல்ரீதியான சிக்கலாலும் தவிக்கும் Christine தூக்கமாத்திரைகள் உட்கொண்டு தற்கொலை செய்து கொள்கிறாள். இதைத் தாங்கவியலாத Romulus மனநலம் குன்றி மருத்துவமனையில் சேர்க்கப்படுகிறார். தன்னுடைய தந்தையின் நண்பரின் உதவியோடு முதிர்ச்சியானதொரு மனநிலைக்கு மெல்ல மாறுகிறான் Rai.

அவனுடைய தந்தை மருத்துவமனையிலிருந்து திரும்பிவருவதும் ஆரம்பக்காட்சியின் அதே நேசத்துடனான வாழ்க்கைக்கு அவர்கள் திரும்புவதுடன் இத்திரைப்படம் முடிகிறது.

பெற்றோரின் இடையில் நிகழும் முரண்கள் எவ்வாறு அந்தக் குடும்பத்தின் குழந்தைகளை உளவியல்ரீதியாகத் துன்புறுத்துகிறது என்பதை இப்படம் உறுத்தாமல் விவரிக்கிறது. ஒரு திரைப்படத்தைப் பார்க்கிறோம் என்கிற உணர்வே ஏற்படாமல் எவரோ ஒருவரின் வலிமிகுந்த வாழ்க்கையை நாம் நேரடியாகப் பார்த்துக் கொண்டிருக் கிறோம் என்கிற உணர்வை ஏற்படுத்தியதே இத்திரைப்படத்தின் மிகப் பெரிய பலம். மிகுந்த சிக்கலான இக்கதையைத் தெளிவான திரைக் கதையின் வடிவத்தில் தந்திருக்கிறார் இயக்குநர். மூல வடிவமான நாவலைத் திரைக்கதையாக உருமாற்ற ஏறத்தாழ ஏழு ஆண்டுகள் உழைத்திருக்கிறார். இயக்குநராக இது இவரின் முதல் திரைப்படம்.

மிக நிதானமான நடையில் அமைக்கப்பட்டிருக்கும் திரைக்கதை யுடனான இத்திரைப்படத்தில் என்னை மிகவும் கவர்ந்தது படத்துக்கு இடையில் மிகுந்த அழகியலுடன் காட்டப்படும் வெளிப்புறக் காட்சிகள். 1960-ன் ஆஸ்திரேலிய நிலப்பரப்பை விரிந்த பரிமாணத்தில் காட்டுகிறது கேமரா. சென்னையின் நிலப்பரப்பை அதன் அழகியலோடு நிதானமாக எந்த இயக்குநராவது காட்ட மாட்டாரா என்று ஏக்கத்துடன் எதிர்பார்க்கிறேன். சொற்ப உரையாடலுடன் நகரும் காட்சியமைப்பு இடையில் நிகழும் காட்சிகளை பார்வையாளன் யூகித்துக் கொள்ளு மாறு உடனுக்குடன் அடுத்த காட்சிக்கு மாறிவிடுகிறது.

Romulus ஆக நடித்திருக்கும் Eric Bana மிகச் சிறந்த நடிப்பை வழங்கியிருக்கிறார். நம்மூர் ஷாருக்கான், மாதவன் போன்று தொலைக்காட்சி நடிகராக இவரது நடிப்புப் பயணம் துவங்கியிருக்கிறது. இவருடைய பாத்திரம் மிக வலுவாகச் சித்திரிக்கப்பட்டிருக்கிறது. காமத்தின் போதாமையில் அல்லலுறும் தன் மனைவியோடு மிகுந்த முரண்கள் இருந்தாலும் அவளை மிகவும் நேசிக்கிறார். இன்னொரு திருமண வாய்ப்பை இதற்காகப் புறக்கணிக்கிறார். மனைவியின் பிரிவின் காரணமாக எழும் மன உளைச்சலில் மகனை ஒரு முறை நையப்புடைத்துவிட்டு பின்னர் அதற்காக வருந்துகிறார்.

சிறுவன் Rai-BP Kodi Smit-McPhee மிக அற்புதமாக நடித்திருக்கிறான். தன்னுடைய ‘தாயின் கணவன்’ மூடிய அறைக்குள் அவளை மூர்க்கத் தனமாக அடிக்கும்போது கதறியழும் போதும் பின்னர் வெளியே வரும் அவருடன் முர்க்கத்தனமாக சண்டையிட நிற்பதுமாக ஒவ்வொரு காட்சியிலும் தரமான நடிப்பை வழங்கியிருக்கிறான். இதற்காக 2007ன் சிறந்த குழந்தை நடிகருக்கான விருது அவனுக்குக் கிடைத்திருக்கிறது.

ஆண்களுக்கேயுரிய பொதுவான ஈகோ குணம் ஒரு காட்சியில் மிகுந்த நயத்துடன் வெளிப்படுகிறது. அப்போதுதான் தன் குடும்பத்துக்கு மீண்டும் திரும்பியிருக்கும் Christine தன் மகனிடம் அவருடைய தந்தையுடன் ஏற்பட்டிருந்த காதல் நினைவுகளைப் பரிமாறிக் கொண்டி ருக்கிறாள். அவர் எப்படியெல்லாம் தன்னை காதலித்திருந்தார் என்பதையும் தான் கிடைக்காத ஒரு சூழ்நிலையில் துப்பாக்கியால் தற்கொலை செய்ய முயன்று ஆனால் சரியாக சுடத்தெரியாமல் மூக்கை காயப்படுத்திக்கொண்டதையும் சிரித்துக் கொண்டே சொல்கிறாள். இதைக் கேட்டுக் கொண்டிருக்கும் Romulus ‘அவனிடம் இப்போது இதையெல்லாம் சொல்லத்தான் வேண்டுமா?’ என்று எரிச்சலுடன் கத்த மீண்டும் அவர்களின் இன்னொரு சண்டை துவங்குகிறது.

இந்தத் திரைப்படத்தைப் பார்த்துக் கொண்டிருக்கும் போது எனக்கு யூமா வாசுகியின் ‘ரத்தஉறவு’ நாவலும் சாருநிவேதிதாவின் ‘எக்ஸிஸ்

டென்ஷியலிசமும் ஃபேன்ஸி பனியனும்' நினைவுக்கு வந்தன. குறிப்பாக யூமா வாசுகியின் நாவலை என்னால் ஒரே மூச்சில் முழுமை யாகப் படிக்க முடிந்ததில்லை. சிறிது படிப்பதற்குள்ளாகவே மனம் மிகுந்த உளைச்சலுக்குள்ளாகி புத்தகத்தை மூடிவிடுவேன். அந்தளவுக்கு அந்த நாவலில் குழந்தைகள் மீது நிகழ்த்தப்படும் வன்முறையும் ரத்தத் தெறிப்பும் கதறலும் உறைந்திருக்கின்றன.

# ஓய்வு பெற்ற கதாநாயகன்

About Schmidt | 2002 | AMERICA | Alexander Payne

**ஜா**க் நிக்கல்சன் ஏற்கெனவே ஒரு நடிப்பு ராட்சசன். இம்மாதிரியானதொரு offbeat பாத்திரமென்றால் விட்டு வைப்பாரா என்ன? அறுபது வயதைக் கடந்தவர்கள், குறிப்பாக பணியிலிருந்து ஓய்வு பெற்ற பின் எம்மாதிரி யான மனநிலைகளுக்கு, சூழ்நிலைகளுக்கு ஆளாவார்கள் என்பதைப் About Schmidt திரைப்படம் காட்சிகளாக நம்முடன் உரையாடுகிறது.

''வீட்ல சும்மாதானே இருக்கீங்க?'' -

பணியில் இருக்கும்போது மிகச் சாதாரணமாக ஒலிக்கும் இந்த வசனம், ஓய்வு பெற்றவுடன் ஈட்டிபோல் நெஞ்சில் பாயும். அதுவரை 'குடும்பத்தலைவர்' என்கிற பெருமையுடனும் அதிகாரத்துடனும் உலாவந்த நபர், ஒரே நாளைக்குள் பால்கனியில் வைக்கப்பட்டிருக்கும் பழைய டயருக்கு ஈடாக மதிக்கப்படுவது சோகம்தான். ''ஒரு காப்பி போட்டு எடுத்து வர்றதுக்கு எவ்ளோ நேரம்''

என்று அதட்டி பந்தா காட்டப்பட்ட மனைவி தன்னுடைய இத்தனை வருட வன்மங்களையெல்லாம் பழிதீர்த்துக் கொள்ளும் சமயமும் இதுவே.

இன்ஸூரன்ஸ் கம்பெனியிலிருந்து ஓய்வு பெற்று மாலை மரியாதையுடன் வீட்டுக்கு அனுப்பிவைக்கப்படும் Schmidt, ஒரே நாளில் தானொரு செல்லாக்காசாக மாறிப்போவதை வேதனையுடன் உணர்கிறார். 42 வருடங்களாக 'பெயருக்கு' வாழ்ந்து வந்த தாம்பத்தியமும் சில நாட்களிலேயே மனைவி இறப்பதுடன் முடிவடைகிறது. இருக்கும் ஒரே மகளும் தான் திருமணம் செய்து கொள்ளப்போகும் காதலனுடன் வேறொரு ஊரில் வசிக்கிறாள். 'சில நாட்களுக்காவது என்னுடன் தங்கேன்' என்பதற்கு தன்னுடைய இயலாமையைத் தெரிவிக்கிறாள். மனைவியின் பொருட்களை ஒழிக்கும்போது அவள் காதலருக்கு எழுதிய பழைய கடிதங்கள் கிடைக்கின்றன. அந்தக் காதலர் Schmidt-ன் நண்பர்தான். வெறுத்துப் போகும் Schmidt நண்பருடன் சண்டையிடுகிறார்.

மனைவியின் நினைவுகள்கூட எதிரியான சூழ்நிலையில்... தனிமையின் முழு உக்கிரத்தையும் அனுபவிக்கிறார். அதிலிருந்து விடுபட தான் வாழ்ந்த பழைய இடங்களுக்கு பயணப்படுவதும் தன்னுடைய மகள் திருமணத்தில் கலந்து கொள்ளச் செல்வதுமாகக் காட்சிகள் விரிகின்றன.

நின்று சிறுநீர் கழித்தால் மனைவி ஆட்சேபிப்பதின் காரணமாக அமர்ந்து சிறுநீர் கழிப்பதைப் பழக்கமாக்கிக் கொள்ளும் ஸ்மித், மரணமடைந்த மனைவியின் பழைய காதல் தெரிந்தவுடன் ஏற்படும் முழுவெறுப்பு காரணமாக நின்றுகொண்டே வன்மத்துடன் கழிவறை முழுவதும் சிறுநீர் கழிக்கும் காட்சி ஒன்று போதும், ஜான் நிக்கல்சனின் அசாத்தியமான நடிப்பைப் புரிந்துகொள்ள.

இத்தனை வருடங்கள் ஆசையாய் வளர்த்த மகளை எவனோ ஒரு குறுந்தாடிக்காரன் கவர்ந்து செல்வதை அவரால் பொறுக்கவே முடிவதில்லை. தன்னுடைய விளையாட்டுப் பொருள் கைவிட்டுப் போவதைக் கண்டு பதைக்கும் ஒரு குழந்தை உணர்வையே அவரிடம் காண முடிகிறது. பெற்றோராக, குறிப்பாக பெண் குழந்தைகளுக்குப் பெற்றோராக இருப்பவர்கள்தான் இதை முழுவதுமாக உணர முடியும்.

பொய் சொல்லியாவது இந்தத் திருமணத்தை நிறுத்தவேண்டும் என்று ஸ்மித் இறுதிவரை போராடுவதும் கையும் களவுமாக மாட்டிக் கொண்டு மகள் முன் ஆத்திரத்துடன் விவாதிப்பதும்... என இது முழுக்க ஜாக் நிக்கல்சன் ஏரியா. மனிதர் அசத்தியிருக்கிறார்.

இதே பெயரில் அமைந்த நாவலிலிருந்து உருவாகியிருக்கும் இத்திரைப்படம் வயதானவர்களுக்கு மட்டுமான படமல்ல; வயதாகப் போகிறவர்களுக்குமானது.

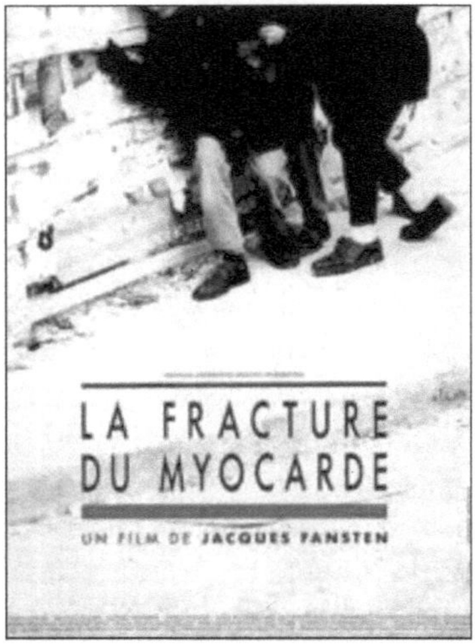


# சிறுவர்களின் அகவுலகம்

La Fracture Du Myocarde (Cross My Heart) | 1991 | FRANCE | Jacques Fansten

La fracture du myocarde - என்கிற இந்த பிரெஞ்சு திரைப்படம் சிறுவர்களுக்கிடையே நிலவும் அற்புதமான தோழமையைப் பற்றிப் பேசுகிறது.

பெரியவர்கள், தாமே சிறுவர்களின் உலகைக் கடந்து வந்தவர்கள்தாம் என்றாலும்கூட கடந்து வந்த பிறகு சிறுவர்களின் உலகைப் புரிந்து கொள்ளவோ கணிக்கவோ தவறிவிடுகிறார்கள். அவர்களுக்குள் நிரம்பியிருக்கும் அனுபவம், சிறுவர்களின் உலகிலுள்ள அறியாமையுடன் கூடிய களங்கமற்ற தன்மையைப் புரிந்துகொள்ள விடாமல் தடுக்கிறது. மாறாகச் சிறுவர்கள் பெரியவர் களை எத்தனை அற்புதமாகப் புரிந்துகொண்டிருக் கிறார்கள் என்பதை அறிய ஆச்சரியமாகவும் இருக்கிறது.

தகப்பன் யார் என்று அறியாச் சிறுவன் மார்ட்டின். படத்தின் ஆரம்பத்திலேயே அவனுடைய தாய் இறந்து

விடுகிறார். தாம் அநாதை என்பது வெளிப்பட்டுவிட்டால் அதற்குரிய விடுதிக்கு அழைத்துச் செல்லப்பட்டுவிடுவோம் என்பதால் வெளியுலகத்துக்குத் தெரிவிக்காமலேயே இருக்கிறான். இதை அறிந்து கொள்ளும் அவனுடைய பள்ளி நண்பர்கள் பிணத்தை யாருக்கும் தெரியாமல் புதைத்துவிட்டு மார்ட்டினுக்கு ஆதரவாக இருக்கிறார்கள். அவனுடைய தாய் இறந்து போனது வெளியுலகுக்குத் தெரியாமல் மிக சாமர்த்தியமாகச் சமாளிக்கிறார்கள். அதுவரை பள்ளியில் மந்தமாக இருந்த மார்ட்டின் அதிக மதிப்பெண் பெற உதவுகிறார்கள். ஆனால் படத்தின் இறுதியில் உண்மை வெளிப்பட்டு மார்ட்டின் ஆதரவற்றோர் பள்ளியில் சேர்க்கப்பட்டுவிடுகிறான். நண்பர்கள் அவனைச் சந்தித்து விட்டு சோகத்துடன் திரும்புவதுடன் படம் முடிகிறது.

Cross My Heart எனும் திரைப்படத்தைக் காணும்போது இது ஒரு திரைப்படம் எனும் உணர்வே நமக்கு வருவதில்லை. அந்த அளவுக்கு நேர்த்தியான இயக்கமும் சிறுவர்களின் பங்களிப்பும் இப்படத்தில் நிரம்பியுள்ளது. மார்ட்டினாக நடித்திருக்கும் சிறுவன் இறுதிவரை தம்முடைய இறுக்கமான மனநிலையைக் கைவிடுவதில்லை. இப்படியாக ஒவ்வொரு நண்பர்களுக்கும் உள்ள தனித்தன்மை மிகக் கச்சிதமாக உருவாக்கப்பட்டு அதே நிலையில் நடித்திருக்கிறார்கள். அவர்களுக்குள் உள்ள நட்பு, ரகசியமான காதல், திருட்டுத்தனங்கள், அந்த வயதுக்கேயுரிய பிரத்யேக குணங்கள் போன்றவை மிகத் திறமையாகப் பதிவாக்கப்பட்டிருக்கின்றன.

குழந்தைகள் நம்மை மிகவும் விரும்புகிறார்கள் என்று நாம் நினைத்துக் கொண்டிருக்கிறோம். இது ஓரளவு உண்மை என்றாலும் மறுபுறம் நம்மை எந்த அளவுக்கு வெறுக்கிறார்கள் என்பதை நாம் புரிந்து கொள்வதில்லை அல்லது புரிந்து கொள்ள விரும்புவதில்லை. கீழே இறங்கி அவர்களின் உலகுக்குள் உள்ளே நுழையாமல் இந்த மனத்தடையைத் தாண்டிவர முடியாது என்பதும் இந்தத் திரைப்படத்தில் அற்புதமாகப் பதிவாகியிருக்கிறது.

பொதுவாகவே பிரெஞ்சுத் திரைப்படங்கள், சிறுவர்களின் அகவுலகை மிக நுட்பமாகவும் நேர்த்தியாகவும் பதிவாக்குகின்றன. The 400 Blows, The kid with a Bike போன்ற திரைப்படங்கள் உடனடி நினைவுக்கு வருகின்றன. நம்முடைய தமிழ்த் திரைப்படங்களில் செயற்கையான புத்திசாலித்தனத்துடன் உருவாக்கப்படும், பெரியவர்களை மிமிக்ரி செய்யும் குழந்தைகளை இதில் காண முடிவதில்லை. மாறாக அவர்களின் வயதுக்கேயுரிய யதார்த்தமான மனநிலையுடன்தான் இயங்குகிறார்கள். குடும்பம், பள்ளி போன்ற நிறுவனங்கள் எத்தனை

அபத்தமான சட்டதிட்டங்களைப் போட்டிருக்கின்றன என்பதும் சிறுவர்கள் எத்தனை புத்திசாலித்தனத்துடன் தங்களின் வழியில் அதை அணுகுகிறார்கள் என்பதையும் இத்திரைப்படத்தில் காண முடிகிறது.

யாருமே அறியாமல் எப்படி சிறுவர்களால் ஒரு பிணத்தைப் புதைக்க முடியும் என்கிற 'பெரியவர்களின்' கேள்விகள் எழுப்புகிற நம்பகத் தன்மையைத்தவிர இத்திரைப்படம் மிக இயல்பாகவும் யதார்த்த மாகவும் இயங்குகிறது.

இறுதிக் காட்சியில் ஆதரவற்றோர் பள்ளியில் சேர்க்கப்படும் மார்ட்டின் தன் நண்பர்களிடம் சொல்லும் ஒரு வசனம் அற்புதமானது. ''நான் adult ஆகிவிட்ட பிறகு சுதந்திரமாக இருப்பேன். அப்போது சந்திப்போம். ஆனால் அப்போது நாம் இதே மாதிரி இருப்போமா என்று தெரியாது''. ஆம். பெரியவர்களாகி விட்ட பிறகு நட்பு உட்பட, எவ்வித பிரதி பலனையும் எதிர்பார்க்காத எந்தவொரு செயலையும் நாம் பெரும் பாலும் செய்வதில்லை.

# சிறையில் அடைக்கப்பட்டிருந்த சூறாவளி

The Hurricane | 1999 | AMERICA | Norman Jewison

Rubin 'Hurricane' Carter என்கிற குத்துச்சண்டை வீரரின் வாழ்க்கை வரலாறு The Hurricane *(1999)* திரைப்படமாக உருவாக்கப்பட்டுள்ளது.

அப்பாவியாகக் கருதப்படும் Rubin தன்னுடைய வாழ்க்கையின் 20 வருடங்களைச் சிறையில் கழித்ததின் காரணங்களில் ஒன்றாக 'நிறவெறி'யைச் சொல்லலாம். மனிதர்கள் இயற்கையில் எந்த வித்தியாசமுமில்லாமல் படைக்கப்பட்டாலும் அவர்கள் ஏதாவது ஒரு காரணத்தை வைத்துக்கொண்டு தமக்குள் பிரிவினையை ஏற்படுத்திக் கொள்வார்கள் என்கிறார்கள் சமூகவியல் அறிஞர்கள். சமீபத்தில் சென்னையில் நடந்த சம்பவம் இது. ஒரே கல்லூரியில் படிக்கும் மாணவர்கள் 'எந்தப் பாடப் பிரிவு உயர்ந்தது' என்று தங்களுக்குள் ஏற்பட்ட சச்சரவு வன்முறையாக மாறி அதில் தாக்கப்பட்ட மாணவன் சமீபத்தில் மரணமடைந்தபோதுதான் இந்த விஷயம்

வெளியில் வந்துள்ளது. ஆக சக மனிதனை வெறுக்க மனிதன் ஏதாவதொரு காரணத்தை 'உற்பத்தி' செய்துகொண்டேயிருக்கிறான்.

அமெரிக்கச் சேரியில் உள்ள கறுப்பினச் சிறுவர்களில் ஒருவன் ரூபின். பாலியல் நோக்கத்தில் தன் நண்பனை அணுகும் வெள்ளையன் ஒருவனைத் தாக்குகிறான். வெள்ளையனைத் தாக்கிய குற்றத்துக்காகச் சட்டத்தின் முன் நிறுத்தப்படுகிறான். கறுப்பினத்தவர்கள் மீது வெறுப்புணர்வு கொண்ட அந்த வெள்ளை காவல் அதிகாரி அதைத் திருட்டு வழக்காக மாற்றிச் சிறுவனைச் சிறையில் அடைக்கிறான். சிறையிலிருந்து தப்பிய ரூபின் ராணுவச் சிப்பாயாகச் சேர்ந்து தன் பயிற்சியை முடித்து சில வருடங்களுக்குப் பிறகு தன்னுடைய சொந்த ஊருக்கு வரும் போது, தண்டனைக் காலத்தின் இடையிலிருந்து தப்பிய குற்றத்துக்காக மறுபடியும் சிறையில் அடைக்கப்படுகிறான்.

வெள்ளையர்களை எதிர்கொள்ளத் தன்னை எப்படியாவது வெற்றிகரமாக நிலைநாட்டிக் கொள்வதுதான் சிறந்த வழி என்று உணரும் ரூபின் சிறையில் கடுமையான உடற்பயிற்சிகளைச் செய்து தன்னை குத்துச்சண்டை வீரனாக தயார்படுத்திக் கொள்கிறான். பிறகு வெளியில் வந்தவுடன் middle weight பிரிவில் பல புகழ்பெற்ற வீரர்களைத் தோற்கடித்து குறுகிய காலத்திலேயே நிறைய புகழையும் பணத்தையும் சம்பாதிக்கிறான். எதிர் போட்டியாளர்களை நாக்அவுட் முறையில் வெற்றி கொள்வதால் சூறாவளி என்னும் அர்த்தத்தில் 'hurricane' என்கிற செல்லப் பெயர் கிடைக்கிறது.

இவனது புகழைக் கண்டு வெறுப்படையும் அந்தக் காவல் அதிகாரி, ரூபினை மூன்று நபர்கள் கொலையுண்ட சம்பவத்துடன் இணைத்துக் கைது செய்கிறான். சாட்சியங்கள் ரூபினுக்கு எதிராக மிக வலுவாக இருக்கும் சூழ்நிலையில் குற்றம் உறுதிபடுத்தப்பட்டு ரூபின் சிறையில் அடைக்கப்படுகிறான். நிரபராதியாகத் தன்னை நிரூபித்துக்கொள்ள அவன் எடுக்கும் முயற்சிகள் மீண்டும் மீண்டும் தோற்கடிக்கப் படுகின்றன.

ரூபினைப் போலவே சேரியைச் சேர்ந்த வறுமைப் பின்னணியைக் கொண்டவன் Lesra. பள்ளிப் படிப்பைத் தொடர இயலாமல் இருக்கும் லெஸ்ராவை கனடாவைச் சேர்ந்த தன்னார்வத் தொண்டர்கள் தத்தெடுத்து அவனுக்குக் கல்வியளிக்க ஏற்பாடு செய்கின்றனர். ஓரளவு வாசிக்கத் தெரிந்தவுடன் லெஸ்ரா வாசிக்கும் முதல் புத்தகமே குத்துச் சண்டை வீரர் ஒருவரின் வாழ்க்கை நூலான The 16th Round. பழைய புத்தகங்கள் விற்பனை செய்யப்படும் கடையிலிருந்து இதை வாங்கு கிறான். ரூபின் சிறையிலிருந்து எழுதி வெளியிட்ட இந்த நூல் முன்னர் மிகுந்த பரபரப்பை ஏற்படுத்தியிருக்கிறது. ரூபினுக்கும் தன்னுடைய

வாழ்க்கைக்கும் உள்ள ஒற்றுமையைக் கண்டு உணர்ச்சிவசப்படும் லெஸ்ரா அவனைச் சிறையில் சந்திக்கிறான். இருவருக்குமான உறவு வளர்கிறது. தன்னுடைய கனடா நண்பர்களுடன் இணைந்து ரூபினை எப்படியாவது சிறையிலிருந்து மீட்க உறுதியெடுக்கிறான். திரும்பவும் அந்த வழக்குக்கான குறிப்புகளை ஆய்வு செய்வதில் ரூபினுக்கு சாதகமானதொரு சாட்சியம் கிடைக்கிறது. இதையடுத்து பெடரல் கோர்ட்டில் அப்பீலுக்காகச் செல்லும்போது நிறவெறியின் காரணமாக ரூபினின் மீது வீண்பழி சுமத்தப்பட்டிருப்பது நிருபணமாகிறது. ரூபின் விடுதலை செய்யப்படுகிறான்.

ஒரு பிரபலத்தின் வாழ்க்கை வரலாற்றை எப்படி சுவாரசியமான திரைக்கதையுடன் திரைப்படமாக உருவாக்குவது என்பதற்கு சிறந்த உதாரணமாக இந்தப் படத்தைச் சொல்லலாம். ரூபினின் ஆக்ரோஷ மான குத்துச் சண்டை போட்டி ஒன்றுடன் துவங்கும் திரைப்படம் ரூபின் கைது செய்யப்படுவதில் தொடர்கிறது. பின்னர் லெஸ்ரா வாசிக்கும் சுயசரித நூல் மூலம் ரூபினின் வாழ்க்கை பார்வையாளர் களுக்கு சொல்லப்படுகிறது. குத்துச் சண்டை போட்டிகள் கருப்பு-வெள்ளை நிறத்திலேயே பதிவு செய்யப்படுகிறது. இதன் மூலம் ரூபினின் குத்துச்சண்டை வாழ்க்கை இறந்த காலத்திலேயே உறைந்து போய்விட்டது என்று இயக்குநர் Norman Jewison சொல்லாமல் சொல்கிறார். ரூபினுக்கு ஆதரவாக முகம்மது அலி உள்ளிட்ட பிரபலங்கள் குரல் கொடுக்கும் நிஜமான வீடியோ காட்சிகள் மிகப் பொருத்தமாக இணைக்கப்பட்டுள்ளன.

### நிஜமான ரூபின் கார்ட்டர்

ரூபின் கார்ட்டராக நடித்திருப்பவர் பிரபல ஹாலிவுட் நடிகர் Denzel Washington. அந்த குத்துச் சண்டை வீரரின் பாத்திரத்துடன் மிகவும் ஒன்றி நடித்திருக்கிறார். அவரின் திடகாத்திரமான உயரமான உடல் காட்சிகளை நம்பகத்தன்மையுடன் உருவாக்க மிகவும் பயன்பட்டி ருக்கிறது. பட உருவாக்கத்துக்காக நிஜமான ரூபின் கார்ட்டருடன் பல காட்சிகளை விவாதித்திருக்கிறார். தனிமைச் சிறையில் மனநிலை பாதிக்கப்பட்டு தன்னிடமே விவாதிக்கும் காட்சியிலும் சிறை உடையை அணிய மறுத்து பின்பு ஒரு சமரசத்துக்கு இறங்கி வரும் காட்சியிலும் நடிப்பின் உச்சத்தை வழங்கியிருக்கிறார் எனலாம். நம்முடைய தமிழ் நடிகர்களில் இவருடன் யாரை ஒப்பிடலாம் என்று யோசித்துப் பார்த்ததில் யாருமே தெரியவில்லை. (தேவையில்லை என்றாலும் இப்படி யோசிப்பதைத் தவிர்க்க முடியவில்லை). டென்சல் வாஷிங்டன் நடிப்பில் வெளிவந்த படங்களில் மிக முக்கியமானது இந்தப் படம் என்று திரை விமர்சகர்கள் கருதுகிறார்கள்.

இயக்குநர் Norman Jewison மிகுந்த நம்பகத்தன்மையுடன் காட்சிகளை அமைத்திருந்தாலும் நிஜ சம்பவங்களோடு ஒப்பிடும் போது பல இடங்களில் உண்மைக்குப் புறம்பாக காட்சிகளை மழுப்பியிருப்பதாக விமர்சனம் எழுந்திருக்கிறது. குறிப்பாக Joey Giardello என்கிற பிரபல குத்துச்சண்டை வீரரோடு ரூபின் கார்ட்டர் மோதும்போது நடுவரின் நிறவெறி காரணமாக ரூபினுக்கு எதிராகத் தீர்ப்பளிப்பதாக திரைப்படத்தில் சித்திரிக்கப்பட்டிருக்கிறது. ஆனால் உண்மையில் Joey Giardello சிறப்பாகச் சண்டையிட்டு ரூபினைத் தோற்கடித்திருக்கிறார். படம் வெளிவந்ததும் அவர் இதற்காகப் படத் தயாரிப்பாளரின் மீது வழக்குத் தொடர்ந்ததும் நீதிமன்றத்தில் வெளியே நடந்த சமரசத்தில் அவருக்குப் பணம் அளிக்கப்பட்டு சமாதானப்படுத்தப்பட்டிருக்கிறது. பிரதான பாத்திரத்தை 'ஹீரோ' போலக் காட்ட ஒரு பக்கச் சார்பாக சித்திரிப்பது ஒரு வாழ்க்கை வரலாற்றைத் - அதுவும் சமகால ஆளுமையைத் - திரைப்படமாக உருவாக்கும் இயக்குநருக்கு அழகல்ல. இந்த மாதிரி குறைகளைத் தவிர மிகச் சிறந்த அனுபவத்தை இந்தப் படம் வழங்குகிறது.

அகாதமி விருதுப் பரிந்துரைப் பட்டியலில் சிறந்த நடிகருக்கான பிரிவில் டென்சல் வாஷிங்டனின் பெயர் இடம்பெற்றிருந்தாலும் விருது கிடைக்கவில்லை. ஆனால் பெர்லின் சர்வதேச விழாவில் சிறந்த படத்துக்கான விருதைப் பெற்றிருக்கிறது இந்தத் திரைப்படம்.

ஒரு குத்துச் சண்டை வீரரின் வாழ்க்கை சிறப்பான முறையில் திரைப்படமாக உருவாக்கப்பட்டிருப்பதான காரணத்துக்காகவும் டென்சல் வாஷிங்டனின் அற்புதமான நடிப்புக்காகவும் இந்தத் திரைப்படத்தைக் கட்டாயம் காணவேண்டும் என்று பரிந்துரைக்கிறேன்.

# ஒரு விடலையின் மரணம்

An Education | 2009 | U.K. | Lone Scherfig

**எ**ழுத்தாளர் சுஜாதா தனது கட்டுரை ஒன்றில் ஏறக்குறைய இவ்வாறாக எழுதியிருப்பார்... 'சிக்னலில் நிற்கும்போது பைக் இளைஞனைப் இறுகப் பற்றியபடி அமர்ந்திருந்த இளம் பெண்ணைக் கவலையோடு கவனித்தேன். முடி பறக்க முன்னால் அமர்ந்திருந்தவனின் கண்களிலிருந்த நோக்கம் யோக்கியமாக இல்லை. நிச்சயம் இருவரும் நூலகத்துக்குச் செல்லப் போவதில்லை. பெண்ணே... உன்னுடைய கற்பை இழப்பதில் ஏன் இத்தனை அவசரம். ஒரு காலத்தில் இவ்வாறான இளம் பெண்களை வர்ணித்து வர்ணித்து எழுதியவன், இப்போது இவர்களுக்காகக் கவலைப்படுகிறேன்.'

இந்த பிரிட்டிஷ் திரைப்படத்தைப் பார்த்தபோதும் எனக்கு இவ்வாறாகத்தான் தோன்றிக்கொண்டேயிருந்தது. ஒரு காலத்தில் இப்படியான காட்சிகளைப் பார்க்கும்போது 'சீக்கிரம் கழட்டித் தொலையேண்டா முண்டம்' என்று

சுஜாதா சிறுகதையின் 'ஃபிலிமோத்ஸவ்' பாத்திரம் மாதிரி உள்ளுக்குள் கத்துவேன். வயதாவதின் விளைவு.

ஜெயகாந்தனின் 'அக்னிப் பிரவேசம்' சிறுகதை போலவே துவங்குகிறது திரைப்படம்.

இங்கிலாந்தின் புறநகர். வருடம் *1961*. ஒரு மழைநாள். *16* வயதான ஜென்னி இசை வகுப்பு முடிந்து பேருந்துக்காகக் காத்திருக்கும்போது ஒரு கார் வந்து நிற்கிறது. அவளைவிட இருமடங்கு வயதான உற்சாக மனிதன் மிகுந்த நகைச்சுவையாகப்பேசி அவளை வீட்டில் இறக்கி விடுகிறான். அவளது குடும்பத்தையும் தனது சாதுர்யமான பேச்சினால் மயக்குகிறான். சைக்கிளில் சுற்றி வரும் தன் வயது பையன்களைவிட காரில் அழைத்துச் சென்று பரிசுப் பொருட்கள் வாங்கித் தரும் டேவிட்டை ஜென்னிக்கு பிடித்துப் போகிறது. தோழிகளுடன் இதைக் கிளர்ச்சியுடன் பகிர்ந்துகொள்கிறாள். நன்றாகப் படிக்கும் அவளால் இந்த நிகழ்வுகளுக்குப் பிறகு மதிப்பெண் குறைகிறது. மகள் பிரெஞ்ச் கலாசாரத்தின் மீது பிரேமை கொண்டிருக்க, அவள் ஆக்ஸ்போர்டு பல்கலைக்கு சென்று படிக்கவேண்டும் என்பதே பிரிட்டிஷ் ஆச்சார மான பெற்றோர்களின் கனவாக இருக்கிறது.

பெற்றோர்களிடம் சாதுர்யமான பொய்களைச் சொல்லி பாரிஸ் நகரத்துக்கு ஜென்னியை அழைத்துச்செல்கிறான் டேவிட். 'பதினேழு வயதுக்கு முன்பு தன்னுடைய கன்னிமையை இழக்க விரும்பவில்லை' என்று ஜென்னி கூறுவதால் உடல்தொடர்பு அவர்களுக்குள் நிகழ் வதில்லை. டேவிட் செய்யும் தொழில் சம்பந்தமான முதல் நெருடலை உணர்கிறாள் ஜென்னி. வேற்று இன மக்களுக்கு அருகில் வசிக்க பயப்படும்/அருவருக்கும் வெள்ளைக் குடும்பங்களைக் கண்டுபிடித்து அவர்களின் அருகில் வேண்டுமென்றே வேற்று இனத்தினரைக் குடியமர்த்தி, அவர்கள் அவசரமாக வீட்டை வந்த விலைக்கு விற்று நகர்வதைப் பயன்படுத்திக் கொள்ளை லாபம் சம்பாதிக்கும் ரியல் எஸ்டேட் தகிடுதத்தங்களைச் செய்பவனாக இருக்கிறான். 'சற்று வசதியாக வாழ்வதற்கான வணிக உத்திகளில் இதுவொன்று' என்று அவன் அளிக்கும் விளக்கத்தினால் சமாதானமடைகிறாள் ஜென்னி.

வசதியான, இனிமையாக உரையாடும் டேவிட்டை, ஜென்னியின் பெற்றோர்களுக்கும் பிடித்துவிட நிச்சயதார்த்தம் நடக்கிறது. இது தொடர்பாகப் பள்ளி நிர்வாகம் ஜென்னியைக் கண்டிக்க, பாரிஸ் கனவுகளுடன் இருக்கும் ஜென்னி, ''போங்கடி நீங்களும் உங்க ஸ்கூலும். ரொம்ப போர்'' என்று வெடித்துத் திரும்புகிறாள். டேவிட் ஒரு விருந்துக்காக ஜென்னி குடும்பத்தை அழைத்துச் செல்லும்போது, காரின் டேஷ்போர்டில் இருந்த ஒரு கடிதத்தின் மூலம் அவன்

ஏற்கெனவே திருமணமானவன் என்பதை அறிந்து அதிர்ந்து போகிறாள். அவனது முதல் மனைவியை விசாரிக்கச் சென்றபோது ரியல் எஸ்டேட் தவிர இளம் பெண்களைக் கவர்வதை பகுதி நேர வேலையாகவே செய்து கொண்டிருக்கிறான் என்பதும் தெரியவருகிறது.

பிறகென்ன? பள்ளிப் படிப்பையும் இழந்து எதிர்காலக் கனவும் சிதைந்து எக்கச்சக்க டிராபிக்கில் ரிப்பேராகி நிற்கும் கார்காரன் போல திகைப்பும் பெற்றோர்களையும் ஏமாற்றிவிட்டோமே என்று குற்றவுணர்வும் அடைகிறாள். என்றாலும் நன்றாகப் படிக்கும் இவள் மீது அன்பு வைத்திருக்கும் ஆசிரியை ஒருவரின் மூலம் அவளது ஆக்ஸ்போர்டு கனவு நனவாகிறது. வாழ்க்கையைப் பற்றிய ஓரளவுத் தெளிவான பார்வையுடன் ஜென்னி தன் பயணத்தைத் தொடர்வதோடு படம் நிறைவடைகிறது.

'ஒரு சிறுவன் பதின்ம வயது அபத்தங்களிலிருந்து விலகி எந்தக் கணத்தில் முதிர்ச்சியடையும் இளைஞனாகிறான்' என்பதை சுஜாதாவின் 'நிலா நிழல்' நாவல் அற்புதமாக விவரிக்கும். திரைப்படத்தின் இறுதியில் ஜென்னியும் ஏறக்குறைய அதே உருமாற்றத்தை அடைகிறாள்.

பள்ளி நிர்வாகம் அவளை மீண்டும் சேர்க்க மறுத்துவிட்ட பிறகு உதவி வேண்டி தன்னுடைய ஆசிரியையின் வீட்டுக்குச் செல்கிறாள் ஜென்னி. அங்கு ஓர் ஓவியத்தைப் பார்க்கிறாள்.

"Burne-Jones"

''உனக்குப் பிடிக்குமா?''

''ஆம். இன்னும்''.

''என்ன இன்னும்? வயதானவளைப் போல பேசுகிறாய்..''

''ஆமாம். எனக்கு வயதாகிவிட்டதைப் போல உணர்கிறேன். ஆனால் அந்தளவுக்கு அறிவுள்ளவளாக உணரவில்லை''

கல்வி கற்க வேண்டிய வயதில் எதிர்பாலினக் கவர்ச்சிக்கு ஆளாவது இயல்பானதுதான். ஆனால் எந்த அளவோடு அதை நிறுத்திக் கொள்ள வேண்டும் என்பதை இத்திரைப்படம் பிரச்சார உறுத்தலில்லாமல் இயல்பாகச் சொல்கிறது. Lynn Barber என்கிற பிரிட்டிஷ் பத்திரிகை யாளரின் சுயசரிதையை அடிப்படையாகக் கொண்டு இத்திரைப்படம் உருவாக்கப்பட்டிருக்கிறது.

இளம்பெண் ஜென்னியாக Carey Mulligan சிறப்பாக நடித்திருக்கிறார். ''அம்மா, காலேஜுக்கு போயிட்டு வர்றேன்'' என்று இரண்டடுக்கு மேக்கப் போட்ட சரோஜாதேவி மாமி நடித்த அபத்தங்களையெல்லாம்

தாங்கிக்கொண்ட நமக்கு இவரின் இளமை, பாத்திரத்துக்கு மிகப் பொருத்தமாக இருப்பதை அதிசயத்துடன் பார்க்க முடிகிறது. பள்ளிச் சிறுமியாக நடிக்கும் காட்சிகளைவிட தான் ஏமாற்றப்பட்டதை உணர்ந்து நடித்த காட்சிகளில் இவரது நடிப்பு உண்மையாக இருந்தது. 'சிறந்த நடிகை'க்கான அகாதமி விருதுக்காகப் பரிந்துரைக்கப் பட்டிருந்தாலும் விருதை வெல்லவில்லை.

இவரையும் தவிர மிகவும் குறிப்பிட்டுச் சொல்ல வேண்டிய நடிப்பு ஜென்னியின் தந்தையாக நடித்த ஆல்பிரெட் மோலினாவுடையது. (Alfred Molina). ஓர் ஆச்சாரமான, நடுத்தர அப்பாவியான, பதின்ம வயது பெண்ணின் தந்தையின் உணர்வுகளை மிக அற்புதமாக வெளிப் படுத்தியிருந்தார். மகளின் விருப்பமும் இவரின் விருப்பமும் முரண் படும் போது எல்லாத் தந்தையும் போலவே தான் அந்தக் குடும்பத்துக் காகச் செலவு செய்வதைப் பட்டியிலிடும் காட்சியில் அதகளம். பெண்ணின் தோல்வியில் தன்னுடைய பங்குமிருப்பதை உணர்ந்து அதிலிருந்து விடுபடுவதற்கான முயற்சியில் ஈடுபடுவது நெகிழ்வான காட்சி. இவர் சம்பந்தப்பட்ட காட்சிகள் இன்னும் நீட்டிக்கப் பட்டிருந்தால் 'Best supporting actor' விருதைக் கூடப் பெற்றிருப்பார்.

டேவிட்டாக Peter Sarsgaard. படம் முடிந்த பின்புகூட 'இவர் பக்கமும் ஏதாவது நியாயம் இருந்திருக்குமோ' என்று பார்வையாளனை எண்ணத் தூண்டுமளவுக்கு அப்படியொரு கனவான் நடிப்பு. கவிதையின் வார்த்தைகளைப்போல நிதானமாக ஆனால் அழுத்தமான காட்சிகளுடன் திரைப்படத்தை நகர்த்தியிருக்கிறார் இயக்குநர் Lone Scherfig.

படத்தின் நிறைவுக் காட்சியில் 'பாரிஸ் நகருக்குச் செல்லலாமா?' என்று கேட்டான் தோழன். இதுவரை அங்கே சென்றிராததொரு பாவனையுடன் ''ஓ! நிச்சயமாக'' என்றேன். என்று ஜென்னி ஒரு சம்பவத்தை நினைவு கூர்கிறாள்.

தயிர்ப் பாத்திரத்தில் ஒட்டிக் கொண்டிருந்த துளிகளைக் குறும்பாக நக்கிக் கொண்டிருந்த ஓர் அறியாச் சிறுமியை இத்தனை தந்திரமான வளாக மாற்றியது யார், எப்போது என்று பிறகு நான் சிந்தித்துக் கொண்டிருந்தேன்.

# பிரம்மாண்டமான குழந்தை

The Blind Side | 2009 | AMERICA | John Lee Hancock

**செ**ல்வராகவனின் 'காதல் கொண்டேன்' திரைப்படத்தில் வகுப்பறையில் தூங்கி ஆசிரியரிடம் துடைப்பானால் அடிவாங்கி பின்பு கரும்பலகையில் தன்னுடைய ராமானுஜத் திறமையை நிரூபித்து விட்டு மறுபடியும் சென்று தனுஷ் தூங்குவார் அல்லவா? அந்தக் காட்சி உங்களிடம் அப்போது ஏற்படுத்திய உணர்வை நினைவு கூர்ந்து கொள்ளுங்கள். இந்தப் படத்திலும் அதே மாதிரியான உணர்வுகளை நீங்கள் மீட்டெடுக்க நேரிடும். 'உருப்படாத கேஸ்' என்று சமூகம் புறக்கணிக்கும் மந்த மானவர்களையும் முறையான படி பட்டை தீட்டினால் வைரமாக்கிவிட முடியும் என்கிற வழக்கமான கதை சென்டிமென்ட் காட்சிகளுடன் சொல்லப்பட்டிருக்கிறது.

Michael Oher, உயரத்திலும் அகலத்திலும் பிரமாண்டமாக வளர்ந்திருக்கும் இளைஞன். மனதளவில் சிறுவன். பெரும்பாலான கருப்பினச் சிறுவர்களுக்கான வறுமைப் பின்னணி. தந்தை சிறையில். தாய் போதைப் பொருள்

விற்பனை. விளைவாக இவன் அநாதையாகிறான். இவனுடைய உறவினரொருவர் கால்பந்தில் இவனுக்கிருக்கும் திறமையைக் காண்பித்து நல்லதொரு பள்ளியில் சேர்த்துவிட்டுக் கழன்று கொள்கிறார். மிக மந்தமாக இருக்கும் அவனுக்கு எப்படி கற்றுக் கொடுப்பது என்று ஆசிரியர்கள் சலித்துக் கொள்கின்றனர். பள்ளி முடிந்த நேரங்களில் பொது இடங்களில் தன்னுடைய நாட்களைக் கழிக்கிறான் Michael Oher.

அதே பள்ளியில் படிக்கும் ஒரு சிறுவனின் தாய் அநாதையாகச் சுற்றித் திரியும் இவனைக் கண்டு பரிதாபப்பட்டு தற்காலிகமாக இருக்கட்டும் என்று தன் வீட்டுக்கு அழைத்துச் செல்கிறாள். காலப்போக்கில் அந்தக் குடும்பத்தின் அன்புமிக்க உறுப்பினனாகிப் போகிறான். இவனுக்குள் இருக்கும் விளையாட்டுத் திறமையைக் கண்டுபிடித்து அவனை அதில் உலகப் புகழ்பெற்றவனாக மாற்றுகிறாள் வளர்ப்புத் தாய்.

Michael Oher என்ற உண்மையான கால்பந்து விளையாட்டு வீரரின் வாழ்க்கையைக் குறிப்பிட்டு மைக்கேல் லூயிஸ் எழுதின The Blind Side: Evolution of a Game என்கிற நூலின் ஒரு பகுதியை அடிப்படையாக வைத்து இந்தப் படம் உருவாக்கப்பட்டிருக்கிறது. John Lee Hancock இத் திரைப்படத்தை இயக்கியிருக்கிறார்.

புதைந்திருக்கும் வைரமான Michael Oher-ஐ தத்தெடுத்து அவனைப் பட்டை தீட்டி மீட்டெடுக்கும் தாயாக நடித்திருக்கும் Sandra Bullock-ன் அற்புதமான நடிப்பு இந்தத் திரைப்படத்தின் குறிப்பிட வேண்டிய அம்சமாகும். எனவேதான் அகாதமி 2010 விருதின் 'சிறந்த நடிகை' விருது பெற்றார். 'ஒரு கருப்பினச் சிறுவனை வீட்டுக்குள் சேர்த்துக் கொண்டோமே' என்று சந்தேகப்படும் போதும், ஒவ்வொரு சிக்கலான சூழ்நிலையிலும் கணவரை convince செய்யும் போதும், ஒவ்வொரு தடையையும் தாண்டி அந்தச் சிறுவன் உயரும்போது மகிழும் போதும்... என்று பல காட்சிகளில் இவரது நடிப்பு மிக அற்புதமாக வெளிப்பட்டிருக்கிறது.

Michael Oher-ஆக Quinton Aaron நடித்திருக்கிறார். சிறந்த நடிப்பு என்று சொல்ல இயலாவிட்டாலும் தம்முடைய பாத்திரத்துக்குத் தேவையானதைப் போதுமான அளவுக்கு வெளிப்படுத்தியிருக்கிறார்.

அமெரிக்க கால்பந்து விளையாட்டின் விதிமுறைகளைப் புரிந்து கொண்டு செயல்படுவதில் Michael Oher தடுமாறும்போது ''நம்முடைய குடும்ப உறுப்பினர்களுக்கு எந்தத் திசையிலிருந்து எப்படி ஆபத்து வந்தால் எப்படி எதிர்கொள்வாய் என்பதை நினைவில் கொண்டு ஆடு'' என்று அவனுடைய அம்மா சொல்வதை உள்வாங்கிக் கொண்டு

அதற்கேற்ப விளையாட்டில் வெற்றி கொள்ளும் காட்சிகள் சுவாரசிய மானவை. இந்தக் காட்சிக் கோர்வையின் ஆரம்பத்தில் அவன் எதிரே மோத வருபவனை விட்டுவிட்டு திடீரென்று வானத்தில் பறக்கும் காற்றாடியில் மனம் லயிப்பது அவனுள்ளிருக்கும் குழந்தைத்தனத்தை வெளிப்படுத்தும் காட்சி.

வெள்ளையர்களுக்கும் கறுப்பர்களுக்குமான தீராத பகைமையும் வெறுப்பும் மிக நுட்பமாக இந்தப் படத்தில் சொல்லப்பட்டிருக்கிறது. 'ஒரு கறுப்பனையா தத்தெடுத்துக் கொள்ளப் போகிறாய்' என்று தோழிகள் கேட்கிறார்கள். அவர்களின் உரையாடலின்போது கறுப்பர்கள் வசிக்கும் பகுதிக்கே அவர்கள் சென்றதில்லை என்பதை உணர முடிகிறது. வறுமை காரணமாகக் குற்றச் செயல்களில் ஈடுபட்டுப் பாழாகும் சிறுவர்களை மீட்டெடுத்து முறையாகப் பராமரித் தால் Michael Oher போல அவர்களும் உயர்ந்த நிலைக்கு வரமுடியும் என்பதையும் இந்தப் படம் சுட்டிக் காட்டுகிறது.

நிஜமான Michael Oher-ன் புகைப்படங்கள் இறுதிக்காட்சியில் காட்டப் படும்போது நெகிழ்ச்சியைக் கூட்டுகிறது.

# இல்லறத்தின் வெறுமை

Rabbit Hole | 2010 | AMERICA |
John Cameron Mitchell

குழலினிது யாழினிது என்பர் தம்மக்கள் 'மழலைச்சொல் கேளாதவர்' என்னும் வள்ளுவரின் வாக்குக்கேற்ப என்று 1980-களின் பள்ளிக் கட்டுரை மாதிரி இதை ஆரம்பித்தால் நிச்சயம் நீங்கள் அடிக்க வருவீர்கள்.

குழந்தையின்மை ஒருவகை துன்பமெனில் நான்கு, ஐந்து வருடங்கள் கண் முன்னாலேயே தவழ்ந்து, உருண்டு, சிரித்து வளர்ந்த குழந்தையை இழந்து நிற்பது அதனினும் கொடுமை. திருமணமாகி ஒரு மாதத்திலேயே கணவனை இழந்தவளின் துன்பம்போல.

புலிட்சர் விருது பெற்ற நாடகத்தை அடிப்படையாகக் கொண்டு அதே பெயரில் உருவாக்கப்பட்ட திரைப்படம் 'Rabbit Hole'.

செயற்கையான உற்சாகத்துடன் ஆனால் உள்ளுக்குள் இயந்திரமாக வாழும் அந்தத் தம்பதியினரின் நான்கு வயது

மகன் விபத்தொன்றில் இறந்து போன துயரம் சாவகாசமான திரைக்கதையின் மூலம் மெல்ல மெல்ல அவிழ்கிறது. அந்த இழப்பு தரும் துயரமும் வெறுமையும் தம்பதியினருக்குள் சண்டையை ஏற்படுத்துகிறது. இதேபோல் தங்கள் குழந்தைகளை இழந்தவர்களின் குழும உரையாடலின் மூலம் துயரத்தை மழுப்பும் பாசாங்கான முயற்சிகள் அர்த்தமற்றதாகின்றன. உறவுகளின் மூலம் இந்தத் துயரம் தீர்வதில்லை; மாறாக வளர்கிறது.

அந்தத் தாய், தன் சிறிய மகனின் மரணத்துக்குக் காரணமான பதின்ம வயது இளைஞனிடம் கருணையையும் மன்னிப்பையும் வழங்குவதின் மூலம் இந்தத் துயரத்திலிருந்து விலக முயற்சிக்கிறாள். தகப்பனோ தன் குழும நண்பி ஒருத்தியிடம் பழக முற்படுவதின் மூலம். சில சம்பவங் களுக்குப் பிறகு அவர்களுக்குள்ளான புரிதல் ஏற்பட்டவுடன், தங்களின் கசப்பை யதார்த்தத்துடன் விழுங்கி ஏற்றுக் கொள்வதோடு படம் நிறைவடைகிறது.

நாடகத்திலிருந்து உருவாக்கப்பட்டதினாலோ என்னமோ, திரைப் படமும் அதே போன்று உரையாடல் சார்ந்த காட்சிகளின் மூலமே பெரிதும் நகர்கிறது.

மகன் புழங்கிய பொருட்கள் ஏற்படுத்தும் நினைவின் வலியைப் பொறுக்க முடியாமல் அவற்றை ஒவ்வொன்றாக தாய் அப்புறப்படுத்த முயல, மகனின் மரணத்தை அவள் மறக்க முயல்கிறாள் என்பதாகப் புரிந்துகொண்டு அவன் கோபமடைகிறான். மரணத்துக்குக் காரணமான இளைஞனுடன் தன் மனைவி நட்புணர்வாக இருப்பதை அவனால் ஏற்றுக் கொள்ள முடியவில்லை. ஆனால் அந்த இளைஞனுக்குள் இருக்கிற தனிமையையும் துயரத்தையும் அந்தத் தாயால்தான் புரிந்து கொள்ள முடிகிறது.

மகனின் இழப்பால் துன்பப்படும் தாய் becca - வாக Nicole Kidman. பெரும்பான்மையான காட்சிகள் இவரைச் சுற்றியே நகர்கிறது. இதற்கும் இத்திரைப்படத்தின் தயாரிப்பாளர்களுள் இவரும் ஒருவர் என்பதற்கும் தொடர்பிருக்காது என நம்புகிறேன். என்றாலும் மிக அற்புதமான நடிப்பு இவருடையது. இவருடைய தாயும் தன்னுடைய மகனின் மரணத்தால் துன்பப்படுபவர்தான். ஆனால் இரண்டையும் ஒப்பிட்டுப் பேசுவதை பெக்கவால் ஏற்றுக் கொள்ள முடிவதில்லை. ''போதை மருந்து உபயோகத்தால் இறந்து போனவனையும் நான்கு வயது குழந்தையையும் எப்படி ஒப்பிடலாம்?'' என்று வெடிக்கிறாள். தாய், மகளாக இருந்தாலும் ஒவ்வொருவரும் தங்களின் துயரமே பிரதானமானது என்கிற மனநிலையின் நுட்பத்தை இந்தக் காட்சி வெளிப்படுத்துகிறது.

இவரின் கணவனாக Aaron Eckhart. படு ஸ்மார்ட்டாக இருக்கிறார். நிக்கோலுக்கு ஈடுகொடுத்து நடிக்கிறார். செல்போனிலிருந்த மகனின் வீடியோவை மனைவி தெரியாமல் அழித்துவிட்டதை இன்னொரு கோணத்தில் புரிந்துகொண்டு போடுகிற சண்டையில் இவரின் நடிப்பு அற்புதம்.

மிக மெதுவாக நகரும் இத்திரைப்படத்தின் திரைக்கதையை சிலர் வெறுக்கக்கூடும். ஆனால் மெதுவாக நகர்ந்தாலும் நுட்பமாகவும் நுண்ணுணர்வுகள் கொண்ட காட்சிகளை ரசிக்கும் மனநிலை வாய்த்தவர்கள் இதைக் கொண்டாடலாம்.

இது போன்ற கதைக்கருக்களை தமிழில் அநேகமாக கே.ரங்கராஜ் போன்றவர்கள் இயக்க, சிவகுமார், லட்சுமி போன்றவர்கள் நடித்திருக்க பொதிகை தொலைக்காட்சியில் கொட்டாவிகளை மென்று கொண்டே அரைத்தூக்கத்தில் உங்களில் அநேகர் பார்த்திருக்கக்கூடும். ஆனால் இது போன்ற கதையமைப்பில் நான் பரிந்துரைப்பது, ஈரானிய திரைப்படமான Leila. குழந்தையின்மையின் வெறுமையை மிக சுவாரசியமாகவும் மெல்லிய நகைச்சுவையுடனும் Leila Hatami-ன் அருமையான நடிப்பாலும் முன்வைத்த திரைப்படம்.

# தருக்கப் பிழைகள் இல்லாமல் ஒரு திரைப்படம்

Tulpan | 2008 | Kazakhstan | Sergey Dvortsevoy

**நா**ன் எந்தவொரு திரைப்படத்தைப் பார்த்தாலும் அதில் கூடுமான அளவுக்குத் தருக்கம் ஒழுங்காக அமைந்திருக் கிறதா என்பதைக் கவனிப்பது வழக்கம். சினிமா என்பதே செயற்கையாகக் கட்டமைக்கப்பட்ட முக்கிய நிகழ்வு களின் தொகுப்பு என்றாலும் கூட அதில் ஏற்படும் எந்தவொரு தருக்கப்பிழைகளும் நெருடலை ஏற்படுத்திக் காட்சியின் நம்பகத்தன்மையைக் குலைத்துவிடும். நம்பியாரால் துன்புறுத்தப்படும் சரோஜாதேவி சைதாப் பேட்டையில் 'வீலென்று' கூக்குரலிட்ட மறுகணமே அரக்கோணத்தில் இருக்கும் எம்.ஜி.ஆர், குதிரையிலோ எலெக்ட்ரிக் டிரெயின் மீதோ மரக்கிளைகளை பிடித்த படியோ எப்படியோ அங்கு வந்து மிகச் சரியாக நாயகியின் கற்பு பறிபோகாமல் காப்பாற்றும் (இதே பணியை 'பிட் படக் காட்சியில் செய்வாராயின் பார்வையாளர்கள் கொலைவெறியின் உச்சத்துக்கே போய்விடுவார்கள்)

'லாஜிக்' மாத்திரைக்குக்கூட இல்லாத அதீதமான காட்சிகளைப் பார்த்துப் பழகி வளர்ந்தவன்தான் என்றாலும் இந்தக் கெட்ட பழக்கம் எப்படியோ படிந்துவிட்டது.

அப்படியாக நான் சமீபத்தில் பார்த்த எந்தவிதமான தருக்கப் பிழைகளும் இல்லாத திரைப்படம் என்று நான் கருதும் ஒன்றைப் பற்றிச் சொல்கிறேன்: Tulpan (2008). கஜகஸ்தான் நாட்டுத் திரைப்படம்.

பாலைவனப் புயல் அவ்வப்போது வீசிக் கொண்டிருக்கும் மிக வறண்ட நிலப்பரப்பு. ஆட்களே அபூர்வமாக நடமாடும் உள்ளார்ந்த கிராமப் பகுதியில் ஆட்டு மந்தையைக் கூலிக்காக மேய்த்துப் பிழைக்கும் ஒரு குடும்பம். அந்த குடும்பத்தைச் சார்ந்து நிற்கும் ஒரு இளைஞன். திருமணமாகியிருந்தால்தான் அவனுக்கென்று தனியாக ஓர் ஆட்டு மந்தையைத் தரமுடியும் என்று உரிமையாளர் கூறிவிடுகிறார். அந்தக் கடுமையான நிலப்பரப்பின் சுற்றுப்புறத்தில் இருக்கும் ஒரே மணவயதுப் பெண் Tulpan. தான் முன்பு செய்த ராணுவ சாகசங்களை இளைஞன் கூறி அந்தக் குடும்பத்தைக் கவர முயன்றாலும், மிகப் பெரிய காதுகளையுடைய அவனைப் பெண்ணுக்குப் பிடிக்காமல் போகிறது.

அந்த மந்தையின் ஆடுகள் பிரசவங்களின் போது மர்மமாக இறந்து போகின்றன. உரிமையாளர் கடிந்து கொள்வதால் மன உளைச்சலில் இருக்கும் குடும்பத்தலைவன், வீட்டின் கூடுதல் சுமையாக இருக்கும் தனது மச்சானை அவ்வப்போது கடிந்து கொள்கிறான். இருவருக்கு மிடையில் ஏற்படும் மனக்கசப்பின் காரணமாக இளைஞனின் சகோதரி யான குடும்பத் தலைவி வருத்தமடைகிறாள். ஒரு உச்ச வாக்குவாதத்தில் இளைஞன் மனமுடைந்து நகரத்தை நோக்கிப் புறப்படுகிறான்.

தங்கள் வீட்டுப் பெண் மணமாகியிருக்கிற இடத்தில் தங்க நேர்வதைப் போன்ற சங்கடமான விஷயம் வேறு எதுவுமேயில்லை. கணவனைச் சார்ந்திருக்கிற பெண் தன்னுடைய சகோதரனின் சங்கடத்தைக் காணச் சகியாமலும் அதற்காகக் கணவனிடம் அதிகம் போராட முடியாம லிருக்கும் சூழலும் அதையும்விடக் கொடுமையானது. கடுமையான பணிக்குப் பிறகு திரும்பியிருக்கும் கணவனை ஆற்றுப்படுத்த மனைவி இயல்பாக உடல்உறவுக்கு ஆயத்தமாவதும், அந்தச் சமயத்தில் இளைஞன் வீட்டுக்குள் நுழைவதால் இருவரும் விலகுவதும், கூட்டுக் குடித்தனத்தில் வசித்த ஒவ்வொருவரும் இந்தச் சங்கடமான அனுபவத்தைப் பெற்றிருப்பார்கள்.

இந்தப் படத்தின் மிகச் சிறப்பானதாக நான் கருதுவது, அந்த வறண்ட நிலப்பரப்பின் உஷ்ணமும் குளிரும் புழுதியும் பார்வையாளன் நெருக்கமாக உணருமளவுக்குச் சிறப்பாகப் படமாக்கப்பட்டிருப்பது தான். ஆட்டுக்குட்டியொன்று பிரசவத்தில் இறந்து போவதும், பின்னர்

ஒரு சூழ்நிலையில் இளைஞன் தன்னந்தனியாக ஒரு ஆட்டின் பிரசவத்தை வெற்றிகரமாக நிறைவேற்றுவதும் மிக சாவகாசமாக நேரடி ஒளிபரப்பு போன்று காட்சிப்படுத்தப்பட்டுள்ளது.

தன்னுடைய நீண்ட காதுகளின் காரணமாக திருமணமாகவில்லையே என்று அந்த இளைஞன் வருத்தமடைவதும் ஆனால், சற்றும் மனம் தளராமல் மணப்பெண்ணை எப்படியாவது கவர முயல்வதும் சுவாரசிய மான காட்சிகள். நகரத்தில் செட்டிலாகிவிடுவதையே தன்னுடைய வாழ்க்கை லட்சியமாகக் கொண்டிருக்கும் இளைஞனின் நண்பன், பெரிய மார்புகள் கொண்ட நடிகைகளுடைய படங்களின் துணையுடன் அதற்கான கனவில் எப்போதும் ஈடுபட்டுக் கொண்டிருக்கிறான். நகரத்தின் கவர்ச்சி தரும் பிரமிப்பை எப்படியாவது சுகிக்கவேண்டும் என்று கனவு காணும் பெரும்பாலான கிராமத்து இளைஞர்களை அவனது பாத்திரம் எதிரொலிக்கிறது. ஒட்டகக்கடியினால் துன்புறும் மருத்துவரின் காட்சிகள் சொற்ப நேரமே என்றாலும் நகைச்சுவையாக இருக்கிறது.

இறுதிக்காட்சி மிக நெகிழ்ச்சியாகச் சித்திரிக்கப்பட்டுள்ளது. எத்தனை பெரிதான மனக்கசப்புகளையும் குடும்பம் என்கிற நிறுவனமும் உறவுகள் எனும் கட்டமைப்பும் போக்கிவிடுகிறது என்பதை இந்தத் திரைப்படம் வலுவாகச் சுட்டிக் காட்டுகிறது.

இதில் வரும் குழந்தைகள் அதிகப்பிரசங்கித்தனமாக இல்லாமல் அவர்களுக்கேயுரிய பிரத்யேக அப்பாவித்தனங்களுடன் சித்தரிக்கப் பட்டுள்ளார்கள். 'பசங்க' திரைப்படத்தின ஒரு குறிப்பிடத்தக்க காட்சி (மாத்திரம்) நினைவுக்கு வருகிறது. அந்த வீட்டுச் சிறுவன் ஏதோ பேசிக் கொண்டிருக்க, மிகக் குறைந்த வயதுடைய அவனின் தம்பி, சிறுவனின் தலையில் அட்டை ஒன்றினால் விளையாட்டாக அடித்துக் கொண்டேயிருப்பான். செயற்கைத்தனமாக இயங்காமல் காட்சியை யதார்த்தத்துக்கு மிக நெருக்கமாக கொண்டு செல்ல இந்த மாதிரியான உத்திகளை இயக்குநர் கையாள்வது நல்லது. இத்திரைப்படத்தில் அது போல் பல காட்சிகளை உணர்ந்தேன். படத்தின் துவக்கத்திலேயே நிகழும் அந்த நீளமான காட்சியமைப்பின் மூலம் ஒளிப்பதிவாளரை நாம் சிலாகிக்கலாம்.

குடும்பத்தலைவியின் பாத்திரத்தைத் தவிர மற்ற அனைவருமே முன் அனுபவம் இல்லாத நடிகர்கள் என்பதை அறிய ஆச்சரியமாக இருக்கிறது. 2009 அகாதமி விருதுக்காக அந்த நாட்டின் சார்பாக தேர்வு செய்யப்பட்ட படம் இது.

# சூதின் வாழ்வுதனையும் சூது கவ்வும்

Plan C | 2012 | Netherlands | Max Porcelijn

Plan C - நெதர்லாந்து திரைப்படம்.

சிறிய மிகக் கச்சிதமான, நேரான திரைக்கதை. எளிமை யாகச் சொன்னாலும் அசத்தியிருக்கிறார்கள். கதையைப் பற்றி சொன்னால்தான் ஆர்வம் ஏற்படும் என்பதால் சற்று சுருக்கமாக.

ரொனால்டு காவல்துறை அலுவலகத்தில் பணிபுரியும் ஊழியன். ஒரு நடுத்தர வர்க்க பொறுப்பில்லா மனிதனுக்கு உள்ள அனைத்து பிரச்னைகளும் இவனுக்கு. Poker எனும் விளையாட்டில் பெருமளவு பணத்தை இழப்பதால் ஊரைச் சுற்றி கடன். கடன் கொடுத்த மாஃபியா கும்பலொன்று பணத்தை வட்டியுடன் திரும்பத் தரச் சொல்லி இவனுடைய சிறுவயது மகனை மிரட்டுகிறது. இவனது முன்னாள் மனைவியும் இந்தப் பிரச்னையைத் தீர்க்கா

விடில் காவல்துறையில் புகார் அளிக்கப் போவதாக நெருக்கடி தருகிறாள்.

ஆக, ரொனால்டுக்கு உடனடியாகப் பத்தாயிரம் டாலர் பணம் உடனடி யாகத் தேவை. வேறு வழியில்லாமல் ஒரு திட்டம் தீட்டுகிறான். சுலபத் தவணை மாதிரி எளிமையான திட்டம்.

இவன் சீட்டு விளையாடுமிடத்தில் புதன் கிழமை அன்று பெருமளவு பணம் புழங்கும். விளையாட்டு அரங்கின் பின்புறமுள்ள அறையில் தான் இரண்டு அப்பிராணிகள் பணத்தை எண்ணிக் கொண்டிருப் பார்கள். எவ்விதக் காவலும் கிடையாது.

திட்டம் என்னவெனில், ரொனால்டின் கூட்டாளி, இருட்டியவுடன் பணமிருக்கும் அறைக்குச் சென்று அங்கிருக்கும் அப்பிராணிகளை மிரட்டி எல்லா பணத்தையும் பிடுங்கிக் கொள்வது, மறுநாள் பணத்தைப் பங்கிட்டுக் கொள்வது. கள்ளத்தனமாக நடைபெறும் சூதாட்டம் என்பதால் அவர்கள் காவல்துறைக்கும் செல்ல முடியாது.

சிம்பிள். ரொனால்டின் நிதிப் பிரச்னையோடு குடும்பப் பிரச்னையும் தீர்ந்து விடும்.

ஆனால் அது எத்தனை எளிதாக இல்லை.

ரொனால்டு கூட்டாளித் தேவைக்காக ஒரு கோயிஞ்சாமியிடம் இந்தத் திட்டத்தைப் பற்றிச் சொல்கிறான். அவன் மறுநாள் எம்.என்.நம்பியார் கூட்டத்தைச் சோந்த கபாலியை அழைத்து வருகிறான்.

''ஏண்டா... நம்ம ரெண்டு பேர் திட்டத்துல இன்னொருத்தனை கூட்டிட்டு வந்தே?''

''இல்ல வாத்யாரே... அவன் நம்மள மாதிரி இல்ல...கொஞ்சம் விவரமானவன்... சாமான்லாம் சோக்கா யூஸ் பண்ணுவான். நம்மளுக்கும் சேஃப்டி தல''

சரி ஒழிந்து போகிறது என்று கபாலிக்கும் தன் திட்டத்தை விளக்கு கிறான். கூடவே முக்கியமான ஒரு நிபந்தனையை சொல்கிறான். இந்த அறுவைச் சிகிச்சையில் ... அதான்... ஆப்பரேஷனில் யாரும் ரத்தம் சிந்தக்கூடாது. அதாவது வன்முறை என்பது கூடவே கூடாது. வெறுமனே மிரட்டவேண்டும். அவ்வளவுதான். காந்திக்குப் பிறகு ரொனால்டிடம்தான் அகிம்சை முறையைப் பற்றி கோயிஞ்சாமியும் கபாலியும் கேட்டிருப்பார்கள்.

ஆயிற்றா...

புதன்கிழமை. தன் மீது சந்தேகம் வரக்கூடாது என்பதற்காக ரொனால்டும் சூதாட்ட அரங்குக்குச் சென்று விளையாடுகிறான். அவ்வப்போது பரபரப்பாக கடிகாரத்தைப் பார்த்துக் கொண்டிருக்கிறான்.

கோயிஞ்சாமியும் கபாலியும் வழியில் மிக சாவகாசமாக KFC சிக்கனாக தேடி... தேடி... உப்பு உறைப்பு எல்லாம் இருக்கிறதா என்று பார்த்துக் கொண்டு வருகிறார்கள். ரொனால்டு அவர்களுக்கு ரகசியமாக போன் செய்து... ''பேமானிங்களா... என்னடா பண்றீங்க?'' என்று கேட்க ''இதோ வந்துகினே இருக்கோம் வாத்யாரே'' என்கிறார்கள்.

அதற்குப் பிறகு ரெனால்டுக்கு ஓர் இனிய அதிர்ச்சி ஏற்படுகிறது. சூதாட்டத்தில் எப்போமே அவனுக்கு தோல்விதான் ஏற்படும். இருக்கும் பணத்தையெல்லாம் இழந்து பஸ் டிக்கெட்டுக்குக் கடன் வாங்கிப் போகும் ரொனால்டு, எந்நாளும் இல்லாத திருநாளாக... இன்று பார்த்து கெலித்துக்கொண்டே போகிறான். கூட இருக்கும் விளையாட்டாளர்களும்... என்னடா இது Poker-க்கு வந்த சோதனை? என்று மூக்கின் மேல் விரல் வைத்து அவனை ஆச்சரியமாய்ப் பார்க்கிறார்கள்.

இப்படியே தொடர்ந்து கிட்டத்தட்ட 15000 டாலர் வரை கெலித்து விடுகிறான். வியப்பில் அவனுக்கே வியர்த்துப் போகிறது. அதாவது கொள்ளையடித்து பிற்பாடு வரப் போகிற பங்கை விட அதிக பணம். அவசரம் அவசரமாகக் கூட்டாளிகளுக்கு தொலைபேசி... 'பாருங்க. கண்ணுங்களா... பிளான்லாம் ஃபணால். நீங்க ஒண்ணியும் கிளிக்க வேணாம்... உங்க ரெண்டு பேருக்கும் ஒரு கட்டிங்கும் சிக்கன் லெக்பீஸ் பிரியாணியும் வாங்கித் தந்து தொலைக்கிறேன். அப்படியே திரும்பி ஓடிப் போயிடுங்கோ'' என்கிறான்.

அவர்களோ சமர்த்தாக திரும்பிச் சென்று பரங்கி மலை ஜோதியில் படம் ஏதும் பார்க்கப் போகாமல் ''பாரு வாத்யாரே... ராகுகாலம் கழிச்சு நல்ல நேரம் பார்த்து பூஜையெல்லாம் போட்டுட்டு கிளம்பியிருக்கோம். அதெல்லாம் அப்படியே போட்டுட்டு மின்னே வெச்ச காலை பின்னே வெக்கற பழக்கம் எங்க வம்சத்துலயே கிடையாது'' என்கிறார்கள் கறாராக.

பிறகு என்ன ஆச்சு?

ரொனால்டுக்கு அவர் ஜெயித்த பணம் கிடைத்தா அல்லது பணம் கொள்ளையடிக்கப்பட்டதா... பாகப் பிரிவினை ஒழுங்காக நடந்தா... அகிம்சை திட்டம் என்னவாயிற்று என்பதையெல்லாம் அறிய திரைப்படத்தைப் பாருங்கள்.

இத்திரைப்படத்தின் இயக்குநர் quentin tarantino வின் மஹா ரசிகர் போலிருக்கிறது. மிகத் தீவிரமாக இயங்கிக் கொண்டிருக்கும் காட்சிக் கோர்வைகளின் அடியாழத்தில் நகைச்சுவை கொப்பளித்துக் கொண்டு போகிறது. உதாரணத்துக்கு: ரொனால்டு தன்னுடைய கூட்டாளி கோயிஞ்சாமியை ஒரு இடத்துக்கு வரச் சொல்கிறான். கோயிஞ்சாமி வரத் தாமதமாகிறது. ரொனால்டு எரிச்சலுடன் காத்திருந்த நேரத்தில் என்னவெல்லாம் செய்தேன் என்று பட்டியலிடுகிறான். அதுபோல் கோயிஞ்சாமியும் கபாலியும் KFC சிக்கனைப் பற்றி விவாதிப்பது.

ரொனால்டாக Ruben van der Meer நடித்திருக்கிறார். அண்டர் பிளேவாக நடிப்பதென்றால் எப்படி என்பதை இந்தப் பாத்திரத்தின் மூலம் அறிந்து கொள்ளலாம். மனிதர் அப்படி நடித்திருக்கிறார். இவரது வழுக்கைத் தலையைப்பற்றி யாராவது சொன்னால் ரோஷம் பொத்துக் கொண்டு வருகிறது. ஏற்கெனவே இன்னொரு ரொனால்டு இருப்பதினால் சூதாட்ட அரங்கில் இவரது பெயரை ஒரு அடை யாளத்துக்காக 'வழுக்கை ரொனால்டு' என்று குறித்து வைத்திருக் கிறார்கள். 'ஏன் மீசை ரொனால்டு' என்று போடக்கூடாதா என்று ஆவேசமாக கேட்கிறார்.

ஏற்கெனவே குறிப்பிட்டபடி எளிமையான கதையென்றாலும் நேர்மை யான திரைக்கதையின் மூலம் படத்தை சுவாரசியப்படுத்தி யிருக்கிறார்கள். நம்மாட்கள் இதைப் படமாக எடுத்தால் சூதாட்ட அரங்கில் நிச்சயம் ஒரு ஐட்டம் பாடலைச் செருகியிருப்பார்கள். என்ன செய்ய, நாம் வாங்கி வந்த வரம் அப்படி...

# சோதனை மேல் சோதனை

A Serious Man | 2009 | AMERICA |
Joel Coen, Ethan Coen

**டா**ரண்டினோ போல பார்த்து மாத்திரமே அனுபவிக்க வேண்டிய திரைப்பட இயக்குநர்களில் இவர்களையும் சேர்க்கவேண்டும். அகாதமி விருதைப் பெற்ற 'No Country for Old men' படத்தை நினைவுபடுத்திக் கொள்ளுங்கள். அந்தப் படத்தின் கதைப் போக்கு இப்படித் தான் என்று எவ்வளவு திறமையாக எழுதினாலும் எப்படி அது படைப்புக்கு நியாயம் சேர்க்காமல் போகுமோ, அதையே இத்திரைப்படத்துக்கும் பொருத்திப் பார்க்கலாம்.

...அல்லது இப்படிச் சொல்லிப் பார்க்கிறேன். கோணங்கியின் சமீபத்திய படைப்பான 'இருள்வ மௌத்திக'த்தின் உள்ளடக்கத்தை 'பாட்டி-வடை-காக்கா, கதை போல, 'இரண்டு பத்திகளில் சொல்லு' என்று யாராவது கேட்டால் அது எவ்வளவு நுண்ணுணர்வற்றதாக இருக்குமோ, அப்படித்தான் இத்திரைப்படத்தைப் பற்றி

எழுதுவதும். சிக்கலான கணித சூத்திரங்களுக்கு ஈடாக புதிர்ப் பாதைகளின் வழியே பூடகமாகப் பயணிக்கும் கோணங்கியை வாசகனே நேரடியாக வாசித்துக் கொள்வதுதான் ஒரே வழி. அப்படித்தான் இத்திரைப்படமும்.

இருந்தாலும் இத்திரைப்படத்தைப் பற்றினதோர் அறிமுக அடிப்படை கோட்டுருவத்தையாவது ஏற்படுத்த முயன்று பார்க்கிறேன்.

பொதுவாக யூதர்கள் என்றாலே அவர்கள் நாஜிப் படையினரின் கீழே நசுங்கிப் போகும் பரிதாப கரப்பான் பூச்சி என்பது மாதிரியான சினிமாதான் நிறைய பார்த்திருக்கிறேன். மாறாக அமெரிக்க யூதக் குடும்பத்தை இத்தனை நெருக்கமாகப் பார்த்தது இத்திரைப்படத்தில் தான். 'வாழும் மனிதனுக்கு சோதனை வரலாம். ஆனால் சோதனை களுக்கு நடுவிலேதான் வாழ வேண்டும்' என்றால் எப்படி?' என்கிற அரதப்பழசான வாக்கியத்துடன் இந்தக் கறுப்பு நகைச்சுவைப் படத்தை அறிமுகப்படுத்த விரும்புகிறேன்.

வருடம் 1967. அமெரிக்க மாவட்டமான மினியாபோலிசின் புறநகர். இயற்பியல் ஆசிரியரான Larry Gopnik நேர்மையானவர். ஓர் ஒழுங்கான நேர்க்கோட்டுடனான வாழ்க்கையை வாழ விரும்புபவர். ஆனால் அவர்களின் குடும்பத்தினர் முதற்கொண்டு அனைவரும் அவரைச் சொல்லிச் சொல்லி வெறுப்பேற்றுகின்றனர். அப்பாவின் பையிலிருந்து காசு திருடும் மகள், அவளிடமிருந்து திருடி மரிஜுவானா புகைக்கும் பள்ளிச் சிறுவனான மகன், 'வரும்போது ரெண்டு கிலோ தக்காளி வாங்கிட்டு வாங்க' என்பதற்கு பதிலாக 'விவாகரத்துப் பத்திரத்தோடு வாங்க' என்று வீட்டை விட்டுத் துரத்தும் அதிரடி மனைவி, அவள் திருமணம் செய்து கொள்ளப்போகும் ஒரு கிழவர், அமீபா போல வீட்டோடேயே ஒட்டிக் கொண்டிருக்கும் ஒரு ஹோமோ மூத்த சகோதரர், வரப்புத் தகராறு செய்யும் பக்கத்து வீட்டுக்காரர், பண கவரைத் தந்துவிட்டு ''பெயிலாக்கினே, மவனே'' என்று அமைதியாக மிரட்டும் கொரிய மாணவன், அதன் மூலமாக ஏற்படும் புகழ்கறைகள், இதிலிருந்து விடுபட ஆலோசனை வேண்டிச் செல்லும்போது குழப்பியனுப்பும் யூத குருமார்கள்....

ஒரு மனிதன் என்னதான் செய்வான்? 'சோதனை மேல் சோதனை' என்ற சிவாஜி பாடலை இப்ரூ மொழியில் டிஎம்எஸ் பாடி அதை லேரிக்கு அனுப்பியிருந்தால் சந்தோஷமாகச் சோகமாகப் பின்னணியில் வாயசைத்திருப்பார்.

அரை மணி நேரமாவது ஆகும் என்று வெறுப்புடன் டிராபிக்கில் காத்திருக்கும்போது அது ஐந்தே நிமிடத்தில் சரியாகி ஆச்சரியமேற் படுத்துவது போல Larry-ன் சில பிரச்னைகள் இயற்கையாகவே

சரியாகின்றன. என்றாலும் டிராபிக்கிலிருந்து வேகமாக விடுபட்ட வண்டி மந்திரியின் கான்வாய்க்குள் எதிர்பாராமல் புகுந்து விபத்தை ஏற்படுத்தினால் என்ன ஆகுமோ, அப்படியே பிரச்னைகள் தொடர்கின்றன.

Larry Gopnik-ஆக Michael Stuhlbarg நடித்திருக்கிறார். நாடக, தொலைக்காட்சி நடிகரான இவர் ஏற்கெனவே சில சினிமாக்களில் சிறு வேடங்களில் நடித்திருந்தாலும் பிரதான வேடத்தில் நடிப்பது இதுவே முதன்முறை. லௌகிக வாழ்வில் அல்லலுறும் நடுத்தர வர்க்க அப்பாவியைச் சிறப்பாகப் பிரதிபலித்திருக்கிறார்.

ஏற்கெனவே விவரித்ததுபோல் இயக்குநர்களான Joel மற்றும் Ethan Coen சகோதரர்களின் மனதில் என்னதான் இருக்கிறது என்பதை அவர்களே விவரித்தால்தான் உண்டு. அவர்கள் இறைத்துப் போடும் பல்வேறு புள்ளிகளைப் பொறுக்கிக் கொண்டு அவரவர்களின் ரசனை மற்றும் புரிதலின் அடிப்படையில்தான் பார்வையாளன்தான் அந்த வடிவத்தை உள்வாங்கிக்கொள்ளவேண்டும்.

படம் ஒரு புராதனமானதொரு யூத நாட்டார் வழக்காற்றியல் கதையுடன் துவங்குகிறது. கணவன் அழைத்துவரும் விருந்தாளியை ஆவி என நம்பிக் கத்தியால் குத்துகிறாள் மனைவி. குருதி கத்தியுடன் வெளியேறும் அந்தக் கிழவனை இந்த பிரதான கதையுடன் எப்படி பொருத்திப் பார்ப்பது எனப் புரியவில்லை.

Larry காணும் கனவுகளில் ஒன்று வரலாற்றுத் தொடர்ச்சியுடன் இருந்ததைக் கவனித்தேன். சட்டச் சிக்கலில் மாட்டிக் கொள்ளும் சகோதரனை நிறையப் பணம் தந்து தப்பித்துச் செல்லுமாறு படகொன்றில் ஏற்றி அனுப்புகிறான். சிறிது தூரம் கடப்பதற்குள் துப்பாக்கியொன்று வெடித்து சகோதரனைக் கொல்கிறது. Larry அதிர்ச்சியுடன் சுற்றிப் பார்க்கும்போது 'அதோ பார், இன்னொரு யூதன்' என்று துப்பாக்கியுடன் குறிபார்க்கிறான் ஒருவன். Larry அலறியடித்து எழும் போதுதான் கனவென்று புரிகிறது. கூட்டம் கூட்டமாக கொல்லப் பட்ட யூதர்களின் பெரும்பான்மையோர்களின் ஆழ்மனதில் அவர்கள் அனுபவித்த வன்முறை பரம்பரையாகத் தொடரும் என்பதாக இதைப் புரிந்துகொள்கிறேன்.

கோயன் சகோதரர்களின் உருவாக்கங்களை விரும்பி ரசிப்பவர்கள் நிச்சயம் பார்க்கலாம். மற்றவர்களுக்கு இது ஒருவேளை ஏமாற்றத்தைத் தரலாம். அகாதமியின் 'சிறந்த படம்' பிரிவில் பரிந்துரைக்கப்பட்டிருந் தாலும் விருதைப் பெறவில்லை. Roger Deakins அற்புத ஒளிப்பதிவு இத்திரைப்படத்தின் காண்பனுபவத்தை மேலும் சுவாரசியமாக்குகிறது.

# மறுபடியும் கோயன் சகோதரர்கள்

Burn After Reading | 2008 | AMERICA |
Joel Coen, Ethan Coen

**பி**ளாக் காமெடி என்கிற வகையான சமாச்சாரத்தில் நம்முடைய தமிழ்ப்படங்களில் ஏதாவதிருக்கிறதா என்று யோசித்துப் பார்த்தேன். ம்...ஹீம்... (கமலின் 'மும்பை எக்ஸ்பிரஸை வேண்டுமானாலும் ஓரத்தில் சேர்க்கலாம்) நவீன இலக்கியத்தில் புதுமைப்பித்தன், அசோகமித்திரன், ஆதவன், கோபி கிருஷ்ணன் போன்றவர்களை ஒரு மார்க்க மாகச் சொல்லமுடியும்.

ஆனால், நூற்றுக்கும் அதிகமாகவுள்ள டார்க் ஹியூமர் ஹாலிவுட் படங்களில் இதுவுமொன்று. மிதமான வன் முறையும் குரூரமும் கலந்த இவ்வகை கறுப்பு நகைச் சுவையை ஒரு மாதிரி அவஸ்தையுடன்தான் ரசிக்க முடியும். அதுவும் ஒரு சுவைதான். பொதுவாக நம்மூர் காமெடிப் படங்களில் துப்பாக்கி வெடித்தால் அது போலித் துப்பாக்கி குண்டாகவோ குறிதவறி விட்டத்தில்

பாய்வதாகவேதான் இருக்கும். ஆனால் இம்மாதிரி ஹாலிவுட் படங்களில் நீங்கள் சிரித்துக் கொண்டிருக்கும்போதே ஒருவர் திடீரென்று நிஜமாகவே ரத்தத்துடன் சிதறிச் செத்துப் போவார்.

சரி. இப்போது BAF-க்கு வருவோம். தன்னை அழகற்றவளாக உணரும் ஒரு நடுத்தர வயது பெண். அதிலிருந்து மீள காஸ்மெட்டிக் சர்ஜரி செய்ய பணத்துக்காக அல்லாடிக் கொண்டிருப்பவள், CIA-விலிருந்தும் வீட்டி லிருந்து மனைவியாலும் துரத்தப்பட்டு நிராகரிப்பின் வேதனையை முழுமையாக அனுபவிக்கும் ஒருவன், அவனுடைய டாக்டர் மனைவி, அவளைச் சுற்றும் ஒரு பெண் பித்தன், அவனுடைய எழுத்தாள மனைவி, மேற்சொன்ன காஸ்மெட்டிக் கிழவியின் துடிப்பான, பிறகு குரூரமாக இறக்கப்போகும் உதவியாள், இவர்கள் பணிபுரியும் ஜிம்மின் மேனேஜர். இவரும் பின்னால் இறக்கப் போகிறவர். இவர்கள் அனைவரின் நடவடிக்கையும் மௌன அபத்தமாக வேடிக்கைப் பார்க்கும் CIA-வின் தலைமை…

இப்படிக் கலந்து கட்டின குழப்பமான பாத்திரங்களை வைத்துக் கொண்டு அதி திறமையானதொரு திரைக்கதையை எழுதி நடுநடுவே பார்வையாளர்களைச் சிரிக்கவும் திகைக்கவும் வைத்துக் கொண்டு hats off … coen's. நடுவே அமெரிக்காவுக்கும் ரஷ்யாவுக்கும் உள்ள பனிப்போரும் நகைச்சுவையாகச் சொல்லப்படுகிறது.

குடிப்பழக்கம் காரணமாக CIA-வில் இருந்து துரத்தப்படும் காக்ஸ் (John Malkovich) வெறுப்பில் தன்னுடைய பணி அனுபவங்களை நூலாக எழுதி சர்ச்சையைக் கிளப்ப முயற்சி செய்கிறார். அவரிடமிருந்து விவாகரத்து பெற விரும்பும் அவரது மனைவி கேட்டி காக்ஸ் (Tilda Swinton) வக்கீலின் ஆலோசனைப்படிக் கணவர் சம்பந்தப்பட்ட ஆவணங்களைக் கொண்டு வந்து தர அந்த ஆவணங்களில் ஒரு குறுந்தகட்டை வக்கீலின் உதவியாளர் ஜிம்முக்கு போகும்போது தவற விடுகிறார். ஜிம்மில் பணிபுரியும் லிண்டாவும் அவளது உதவி யாளனான சாட்டும் அதிலுள்ள தகவல்கள் CIA சம்பந்தப்பட்ட ரகசிய ஆவணங்கள் என்று தவறாக யூகித்து காக்ஸைப் பணம் கேட்டு மிரட்டுகிறார்கள்.

ஆனால், அந்த குறுந்தகட்டில் இருப்பதோ காக்ஸின் பணியனுபவக் குறிப்புகள் மாத்திரமே. ஏற்கெனவே வெறுப்பிலிருக்கும் காக்ஸ் பணம் தர மறுக்க, லிண்டா அதை எடுத்துக்கொண்டு ரஷ்ய தூதரகத்துக்குச் செல்ல… மீதமுள்ள காட்சிகளெல்லாம் சிரிப்பும் ரத்தமுமான அதகள காட்சிகள்தான்.

தன் அழகு மேம்பாடு குறித்த அதீத பிரக்ஞையுள்ள காஸ்மெட்டிக் கிழவியாக Frances McDormand (இயக்குநர்களில் ஒருவரான்

ஜோயலின் மனைவி). கோமாளியான தோற்றத்திலிருக்கும் இவர், மிக சீரியஸான மிரட்டல்களில் ஈடுபடும்போதும் அது தோல்வியடையும் போதெல்லாம் எரிச்சலும் அழுகையுமாக வெடிக்கும்போதும் மிக நகைச்சுவையாக இருக்கிறது. முன்னாள் சிஐஏ அதிகாரியாக ஜான் மால்கோவிச். ஒவ்வொரு முறையும் ஹை-டெசிபல் குரலில் எரிச்சலைக் காட்டுகிறாற் போலவே சூழ்நிலைகள் அமைகின்றன.

பொதுவாக எல்லோருடைய வீடுகளிலும் கணவர்கள் மனைவியால் ஒரு பூச்சியாகவே மதிக்கப்படுகின்றனர் என்பதற்கு ஒரு காட்சி. நடு இரவில் வரும் மிரட்டல் தொலைபேசியால் எரிச்சலடையும் காக்ஸை, அவர் மனைவி என்னவென்று விசாரிக்க 'நான் நூலாக எழுதிக் கொண்டிருக்கும் தகவல்களை எவனோ வைத்துக்கொண்டு மிரட்டு கிறான்' என்கிறார். 'அதில் என்ன எழவு இருக்கப்போகிறதென்று மெனக்கெட்டு எடுத்துச் சென்றிருக்கிறான்?'' என்கிறார் மனைவி கூலாக.

இறுதிக் காட்சியில் சிஐஏ தலைமை அதிகாரியும் துணை அதிகாரியும் உரையாடிக் கொள்ளும் காட்சி... இந்தப் படத்தின் உச்சபட்டசமான நகைச்சுவைக்காட்சி. நடந்திருக்கும் இடியாப்பச் சிக்கல் குழப்பங் களையும் மரணங்களையும் துணை விவரிக்க, தலைமை ''ஒண்ணும் புரியல. எப்படியோ பிரச்னை முடிஞ்சுதுல்லயா, ஆள விடு'' என்கிறார்.

தமிழில் இம்மாதிரியான பிளாக் காமெடி படங்களை ஒருவேளை எடுப்பதற்கான சாத்தியங்கள் உள்ள இயக்குநர்கள் யாரென்று யூகித்துப் பார்த்தேன். பாலா, செல்வராகவன் மற்றும் வெங்கட்பிரபு.

# திருமணம், வரமா... சாபமா?

Up in the Air | 2009 | AMERICA | Jason Reitman

**ப**தின்ம வயதுகளில் ஏற்படும் பாலியல் விழைவு வேகம் காரணமாக எப்படியாவது எதிர்பாலின உடல் கிடைக்குமா என மனம் அலைபாயும். கலாசாரப் பாசாங்குகள் மிகுந்த இந்தியா போன்ற சமூகங்களில், பாலியல் தேவைகளுக்கான நுகர்வுச் சமாச்சாரங்கள் சட்டவிரோதமானதாகவும் அந்தக் காரணத்தினாலேயே அசௌகரியமானதாகவும் இருப்பதால் 'பால்ய விவாகம் என்கிற முறை ஒழிக்கப்படாமலிருந்தால் கூட தேவலை' என்கிற அளவுக்கு அந்த வேகம் இருக்கும். ஒருவழியாகத் திருணமாகிவிட்ட புதிதில் சர்ரவுண்டு சவுண்டு ஸ்பீக்கர் இணைக்கப்பட்ட அதிநவீன கணினி உபயோகிப்பது போல் வாழ்க்கை சுகமாகவே கழிந்தாலும் இந்த வசந்தமெல்லாம் சொற்ப காலத்துக்குத்தான் (எனவேதான் இதை சிற்றின்பம் என்றழைக்கிறார்களா என்று தெரியவில்லை).

மயக்கம் தெளிந்து அதுவரை மறைந்திருந்த குறைகளும் வித்தியாசங்களும் பூதாகரமாகத் தெரிந்து

போர்க்களக்காட்சிகளும், வெள்ளை கொடிகளும், எதிர்காலம் குறித்த பயமும், பணியிடத்து அழுத்தமும், குழந்தைகள் சார்ந்த பொருளாதாரத் தேவைகளின் அதிகரிப்பும்... என மன உளைச்சலுக்கு ஆளாகிற போது... 'திருமணமே செய்யாமலிருந்தால் வாழ்க்கை நன்றாகவே இருந்திருக்குமோ' என்று அலுத்து உட்கார்கிறபோது முடிந்து போன இரவு சினிமா போல ரொம்பவே தாமதமாகியிருக்கும்.

இந்த திரைப்படத்தின் நாயகன் ரியான் பிங்ஹாமும் இதையெல்லாம் முன்கூட்டியே யூகித்துத்தான் மிக புத்திசாலியாயிருக்கிறான். 'சுமைகளை உதறுங்கள்' என்பதுதான் இவனது தாரக மந்திரம்.

''நீங்கள் இந்நிறுவனத்துக்கு இனி தேவைப்படமாட்டீர்கள்'' என்று இனிப்பு பூசப்பட்ட வார்த்தைகளில் சொல்லி பணியாளர்களை வயிற்றெரிச்சலுடன் வீட்டுக்கு அனுப்பும் நபராக ஒரு நிறுவனத்தில் பணிபுரியும் இவன் அமெரிக்காவின் பல்வேறு நகரங்களுக்கும் பறந்து கொண்டேயிருக்கிறான். விமானங்களில் பறப்பதும் ஹோட்டல் வாசமும் அவனுக்கு மிகவும் பிடித்தமானதாயிருக்கிறது. குடும்பம் என்கிற அமைப்புக்குள்ளோ உறவுகள் என்ற பெயரில் அன்புச் சிறை களிலோ வாழ்வதில் இவனுக்கு ஒப்புதல் கிடையாது. மாத்திர மல்லாமல் பத்து மில்லியன் மைல்களுக்கும் மேலாக விமானப்பயணம் செய்து அதற்கான கௌவர அந்தஸ்தை அடைவது இவனுக்கு கனவுடன் கூடிய லட்சியமாக இருக்கிறது.

இவனைப் போலவே அதிகம் விமானத்தில் பறக்கும் பெண்ணொரு வரோடு பழக்கம் ஏற்படுகிறது. இவனது குணத்தைப் பற்றி அறிந்திருக்கும் அவள் அதைப் பற்றி கவலைப்படுவதில்லையென்ப தால் இருவருக்குமான பழக்கம் எவ்வித குற்றவுணர்வுமின்றி காமமாகவும் நீள்கிறது.

ரியானின் நிறுவனத்தில் புதிதாகப் பணிக்குச் சேரும் இளம் பெண் ஒருவர், அதிகமான பிரயாணங்களால் நிறுவனத்துக்கு ஏற்படும் நிதிச்சுமையைக் குறைக்க 'நேரில் சென்று செய்யும் வேலையை கணினி மூலமாகச் செய்யலாம்' என்கிற யோசனையை முன்வைக்கிறாள். நிறுவனத் தலைவரும் அதை ஒப்புக்கொள்கிறார். தீராத பயணத் தாகத்துடன் இருக்கும் ரியானுக்கு இது எரிச்சலைத் தருகிறது. மாத்திர மல்லாமல், இது மனித உணர்வுகளைக் கையாள வேண்டிய பணியாக இருப்பதால் இதை இயந்திரமயமாக்கினால் சரியாக இருக்காது என்று வாதிடுகிறான். எனவே இது குறித்து அதிகம் அறிந்து கொள்ள அந்த இளம் பெண்ணும் ரியானுடன் பயணங்களுக்கு அனுப்பப்படுகிறாள்.

உணர்வுப்பூர்வமான அந்த இளம் பெண்ணும், உறவுகளையும் உணர்வு களையும் குறித்து அதிகம் அலட்டிக் கொள்ளாத நடுத்தரவயது ரியானும்... என்று இந்த இரு துருவங்களும் அவ்வப்போது விவாதிக் கிறார்கள்; மோதிக்கொள்கிறார்கள். ஒரு எஸ்எம்எஸ் செய்தியின் மூலம் தன்னை தன் காதலன் நிராகரித்துவிட்டான் என்று விமான நிலையத்தின் நடுவிலேயே ஓவென்று அழுகிறாள் அந்த இளம் பெண். ரியானும் அவனது பயணக் காதலியும் அவளைத் தேற்றுகிறார்கள்.

இடையில் ரியான் தன்னுடைய சகோதரியின் மகள் திருமணத்துக்குச் செல்ல வேண்டியிருக்கிறது. மணமகன் முந்தைய நாள் திடீரென்று திருமணம் செய்யத் தயங்குகிறான். ரியான் அவனை மெல்ல விசாரிக்கும் போது ''இந்தத் திருமணம் எதற்கு? எனக்குப் பிள்ளைகள் பிறப்பார்கள். அவர்களுக்கும் திருமணம் நடக்கும். அவர்களுக்கும் குழந்தைகள் பிறக்கும். எதற்கு இது? ஏன்? என்று வாழ்க்கை குறித்த தத்துவ விசாரணையில் இறங்கி விடுகிறான். அவனைத் திருமணத்துக்கு ஒப்புக்கொள்ள வைக்க வேண்டிய நிலையிலிருக்கும் ரியானுக்கு தர்மசங்கடமான சூழ்நிலை. ஏனெனில் ஏறக்குறைய அவனும் மணமகன் சிந்திக்கும் அந்தப் புள்ளியிலேயேதான் நீண்ட காலமாக நின்று கொண்டிருக்கிறான். என்றாலும் எப்படியோ அவனைச் சமாளிக்கும் ரியான் மனதளவில் தானும் அந்த மாற்றத்தை உணர்கிறான். துணை என்று ஒன்றிருப்பதின் தேவை குறித்து அவன் சிந்தித்து திடீரென்று தீர்மானித்துத் தன்னுடைய காதலியின் வீட்டுக்குச் சென்று இறங்குகிறான். அங்கு...

"What's In Your Backpack?'' என்கிற தலைப்பில் சுயமுன்னேற்ற பேச்சாளராகவும் பணியாளர்களை நீக்கும் பணியை விருப்போ வெறுப்போ இல்லாமல் செய்யும் ரியானாக George Clooney அற்புதமாக நடித்திருக்கிறார். வழக்கம் போல் ஸ்டைலிஷான நடிப்பு. (இவரின் ஹேர்ஸ்டைல் எனக்குப் பிடிக்கும்) பயணங்களை ஒரு காதலியைப்போல மிக ஆசையாக அணுகுவதும் வாழ்க்கை குறித்த தன்னுடைய கருத்தின் மீது எவ்வித தடுமாற்றமுமில்லாமல் இயங்குவதும் என சிறப்பான பாத்திரப்படைப்பு (இவர் பயணத்துக்கான உடைகளை மிக நேர்த்தியாக அடுக்கிவைக்கும்போது ஜெயமோகனின் கட்டுரைகளின் மூலம் கிடைத்த நாஞ்சில் நாடனின் பிம்பமே நினைவுக்கு வந்தது. தன்னுடைய முதலிரவின் போதுகூட நாஞ்சில் நாடன் உடையை நேர்த்தியாக அடுக்கி வைக்கும் காட்சியொன்று அசட்டுத்தனமாக என் மனதில் விரிந்தபோது சிரிப்பாக வந்தது. நாஞ்சில் என்னை மன்னிப்பாராக).

ரியானுடன் பணிபுரியும் துறுதுறு சிடுசிடு இளம் பெண்ணாக Anna Kendrick நன்றாக நடித்திருக்கிறார். பணியாளர்களிடம் அவர்கள்

பணியிலிருந்து நீக்கப்படுவதான தகவலைச் சொல்லும்போது அவர்கள் மிகுந்த உணர்ச்சிக் கொந்தளிப்புடன் விவாதிப்பதையும் சண்டையிடு வதையும் திட்டுவதையும் திகைப்பும் வியப்புமாகப் பார்க்கிறாள். அதில் ஒரு பெண்மணி மிக அமைதியான தொனியில் ''சர்க்கரை தடவப்பட்ட உங்கள் விளக்கமெல்லாம் வேண்டாம். என்னைப் பணிநீக்கம் செய்தால் தற்கொலை செய்துகொள்வேன்'' என்று அலட்டாமல் சொல்கிறாள். வழக்கமாக மிகுஉணர்ச்சி நபர்களையே பார்த்துவந்த இளம் பெண்ணால் இதைத் தாங்க முடிவதில்லை. 'அவள் தற்கொலை செய்து கொண்டுவிடுவாளா?' என்று ரியானிடம் மிகுந்த குற்ற உணர்வோடு கேட்கிறாள். (படத்தின் இறுதியில் உண்மை யாகவே அந்தப் பெண் தற்கொலை செய்து கொள்ளும் தகவல் கிடைக்கும்போது இவள் பணியிலிருந்தே விலகி விடுகிறாள்).

ரியானும் அவளது பயணக் காதலியும் மிகப் பொருத்தமான ஜோடியாக இருப்பதைக்கண்டு ரியானின் குணத்தைப் பற்றித் தெரிந்தும் ''ஏன் அவளைத் திருமணம் செய்துக் கொள்ளக்கூடாது'' என்று கேட்க ரியான் தன்னுடைய பிரத்யேகமான தத்துவத்தைச் சொல்லும்போது 'போய்யா... புண்ணாக்கு' என்று வெடிக்கும் காட்சிக் கோர்வை மிகு சுவாரசியம். 'Best Supporting Actress' பிரிவில் இவர் பரிந்துரைக்கப்பட்டிருந்தாலும் விருதை வெல்ல முடியவில்லை.

கடந்த வருடங்களில் Juno திரைப்படத்துக்காக 'சிறந்த இயக்குநர்' பிரிவில் அகாதமி விருதுக்காகப் பரிந்துரைக்கப்பட்ட Jason Reitman இத்திரைப்படத்தை மென்மையாக ஓடிக்கொண்டிருக்கும் நதியின் போக்கைப்போல சுவாரசியமாக உருவாக்கியுள்ளார். நல்லதொரு நாவலைப் படித்த அனுபவத்தைத் தந்தது இத்திரைப்படம். பிறகுதான் தெரிந்தது, இதே பெயரில் வால்டர் கிம் எழுதின நாவலை அடிப்படை யாகக் கொண்டுதான் இந்தத் திரைப்படம் உருவாக்கப்பட்டிருக்கிறது என்பது. அமெரிக்காவின் சமீபத்திய recession எதிரொலியையும் இந்தத் திரைப்படத்தில் காணமுடிகிறது. பணியிழந்தவர்கள் எதிர்காலம் குறித்தும் தன்னுடைய குழந்தைகளைக் குறித்தும் கலங்கும் போதும் அழும் போதும் அந்தப் பதற்றம் நம்மையும் தொற்றிக்கொள்கிறது. இதற்காக உண்மையாகவே பணியிழந்த நபர்கள் பயன்படுத்தப் பட்டிருக்கிறார்கள்.

மனிதன் கூடி வாழும் ஒரு விலங்கு. இயற்கையின் ஆதார நோக்கத்துக்கு மாறாக மனித உறவுகளைச் சுமையாகக் கருதித் தனித்து வாழ்வது ஆரம்பத்தில் சுகமாக இருந்தாலும் நிலையான நிம்மதியைத் தராது என்பதை அடிநாதமாக இத்திரைப்படம் சொல்கிறது.

நாஞ்சில் நாடனின் 'சதுரங்கக் குதிரை' என்கிற நாவலையும் இத் திரைப்படம் நினைவுபடுத்தியது. தமிழின் சிறந்த நாவல்களுள்

அதுவுமொன்று. ஏதோ சில காரணங்களால் திருமணமாகாமல் இருக்கும் ஒருவன் ஒருநிலையில் தனிமையின் கொடுமையை உக்கிரமாக அனுபவிப்பதை அழுத்தமாக அந்நாவலில் சொல்லியிருப்பார் நாஞ்சில் நாடன்.

அமைதியான திரைக்கதையுடன் மென்மையான காட்சிகளோடு நகரும் திரைப்படங்களை ரசிப்பவர்களுக்கு இத்திரைப்படம் பிடிக்கக்கூடும். 'சிறந்த திரைப்படம்' உட்பட அகாதமி விருதின் ஆறு பிரிவுகளில் இத்திரைப்படம் பரிந்துரைக்கப்பட்டிருந்தாலும் எப்பிரிவிலும் விருது வாங்கவில்லை.

# ஹாலிவுட் 'கௌரவம்'

Witness for the Prosecution | 1957 | AMERICA | Billy Wilder

**எ**ழுத்தாளர் அகதா கிறிஸ்டியின் சிறுகதை மற்றும் நாடகத்தை அடிப்படையாகக் கொண்டு உருவாக்கப்பட்ட இந்த அருமையான சஸ்பென்ஸ் படத்தின் இடையே சம்பந்தா சம்பந்தமில்லாமல் உள்ளூர் தயாரிப்பான சிவாஜியின் 'கௌரவமும்' 'எதிரொலியும்' நினைவுக்கு வந்து தொலைத்தது துரதிர்ஷ்டம்தான். வெளிநாட்டுத் திரைப்படங்களைப் பற்றி பேசும்போது தமிழ்த் திரைப் படங்களைக் கூடவே திட்டித் தீர்ப்பது முறையல்ல என்றாலும் திரைப்பட உருவாக்கத்திலும்கூட நாம் எத்தனை மோசமான நிலையில் இருந்தோம் / இருக்கிறோம் என்பதை எண்ணும் போது வரும் எரிச்சலும் சுயபரிதாபமும் தவிர்க்க முடியாததாக இருக்கின்றன.

இந்தப் படத்தின் ஹீரோ சர்வநிச்சயமாக வயதான பாரிஸ்டர் பாத்திரத்தில் வரும் Charles Laughton-தான். மனிதர் உடல்நலம் குன்றி சற்று தேறி மருத்துவர்களின்

எச்சரிக்கையுடன் அப்போதுதான் தொழிலுக்குத் திரும்புகிறார். கூடவே 'அய்யோ, பிராந்தியா குடிக்கிறீர்கள், சுருட்டையா எடுக்கிறீர்கள், இதோ டாக்டருக்கு போன் செய்கிறேன்' என்று அன்புத் தொந்தரவு பிளாக் மெயிலராக 'தொண தொண' செவிலி பாத்திரத்தில் Elsa Lanchester. (இருவருமே அகாதமி விருதின் சிறந்த நடிகர் பிரிவுக்காகப் பரிந்துரைக்கப்பட்டிருந்தார்கள்).

திறமையான அந்த வழக்கறிஞர், தனது வழக்குகளை மிக அலட்சிய மாகக் கையாள்வதுபோல் தோன்றினாலும் தனது தொழிலின் மீது அவர் வைத்துள்ள அக்கறையும், குற்றஞ்சாட்டப்பட்டவரின் தகவல்களைத் துரிதமாக உள்வாங்கி வழக்குக்காகச் செரித்துக் கொள்கிற கச்சிதமும் பிரமிக்கவைக்கிறது. கூடவே அவரது அலட்டலான நகைச்சுவையும். ஒரே ஒரு காட்சியைச் சொல்கிறேன்:

'ஓய்வெடுங்கள்' என்று நச்சரித்துக் கொண்டேயிருக்கிற நர்ஸின் தொந்தரவைப் பொறுக்க முடியாமல் வேறு வழியின்றி உள்ளே செல்கிறார் பாரிஸ்டர். அப்போதுதான் புதிய வழக்கை எடுத்துக் கொண்டு வரும் ஒரு கிளையண்டை வெறுப்பாகப் பிறகு வரச்சொல் கிறார். என்றாலும் அப்போதுதான் வந்தவரின் பாக்கெட்டில் இருக்கும் சுருட்டுக்களைக் கவனித்துவிட்டு திடீரென்று மனதை மாற்றிக் கொண்டு அவரை மாத்திரம் அழைத்துக்கொண்டு வழக்கு பற்றி உரையாடுவதாக நர்ஸிடம் பாவ்லா காட்டி விட்டு அறைக்குள் சென்று கதவைச் சாத்திக் கொண்டுவிடுகிறார். ஆனால் சுருட்டு வைத்திருக்கிற அந்த நபர் நெருப்பு வைத்திருக்கவில்லை (இதற்காகவே அவரை ஜெயிலில் போடலாம்). வெளியே காத்திருக்கும் குற்றஞ்சாட்டப்பட்ட வரிடம் நெருப்பு இருப்பதாகத் தெரிகிறது. பாரிஸ்டர் படு அமர்த்தலாக வெளியே வந்து நர்ஸை ஓரக்கண்ணால் புறக்கணித்து வெளியே நிற்பவரிடம் சொல்கிறார்:

''இந்த வழக்கு தொடர்பான விவரங்களில் ஒரு புதிய வெளிச்சம் கிடைப்பதற்காக நீங்கள் தேவைப்படுகிறீர்கள். உள்ளே வாருங்கள்''

இப்படியாக பல சரவெடிகள்... கோர்ட்டில் மருந்து என்கிற பெயரில் பிராந்தி அருந்திக்கொண்டே அவர் பிராசிகியுஷன் தரப்புகளைக் காலி செய்யும் விதம் அதிரடி.

அகதா கிறிஸ்டியின் இந்தக் கதை போகும் போக்கு பெரும்பாலான Courtroom drama-க்கள் போலத்தான். கொலை வழக்கில் சிக்கி யிருக்கும் ஒரு நபர் தன்னை நிரபராதி என்று கூறிக்கொண்டு பாரிஸ்டரிடம் வருகிறார். அவருடைய நடவடிக்கைகளும் விவரங் களும் அவ்வாறே தெரிவிக்கின்றன. படம் நகர நகர குற்றங்களின்

பின்னணியும் வழக்கின் போக்குகளும் விரிகின்றன. ஆனால், ஜிஎஸ்டி ரோடின் அபாயமான திருப்பம்போல படம் ஒரு கட்டத்தில் தடாலென 360 டிகிரிக்குத் திரும்புகிறது. 'படத்தின் முடிவை வெளியில் சொல்லாதீர்கள்' என்பது இந்தப் படம் வெளியான சமயத்தில் விளம்பரத்தில் உபயோகித்தார்களாம். 1957-ல் விடப்பட்ட அந்த வேண்டுகோளை இந்த 2011-லும் காப்பாற்ற நான் விரும்புகிறேன். படத்தைப் பார்த்து நீங்களே தெரிந்துகொள்ளலாம்.

நான் வழக்கமாக வியந்தது ஹாலிவுட்களின் அந்த நேர்மையான திரைக்கதை பயணத்தைத்தான். 'நீயும் நானுமா' என்கிற உணர்ச்சி அலறல்கள் இல்லை. 'குடிமகனே... என்ற சிஐடி சகுந்தலாவின் கவர்ச்சி (?) ஆட்டமில்லை. அசட்டுத்தனமான சென்டிமென்டுகளோ, தேவையில்லாத காட்சிகளோ சுத்தமாக இல்லை. நூல் பிடித்தாற் போல் படம் வழக்கு தொடர்பான காட்சிகளோடே நகர்கிறது. ஹாலிவுட்டின் கவுரத்தைக் காப்பாற்றிய படம் என்பதால் பதிவின் தலைப்பு அப்படி அமைந்திருக்கிறது.

'I hate Tamil films' என்று அலட்டுபவர்களின் மீது ஒரு காலத்தில் எனக்குக் கொலை வெறி வரும். ஆனால் அதன் நியாயம் இப்போது தான் புரிகிறது.

# சிறையின் தன்மை

Midnight Express | 1978 |
AMERICA, U.K. | Alan Parker

இளைஞன் ஒருவன் பணமீட்டும் ஆசையினால் அந்நிய தேச சிறையில் கொடூரமான தண்டனையும் தனிமையையும் அனுபவிப்பதையும் தன்னுடைய மனிதத்தை இழப் பதையும் இந்தப் படம் நுணுக்கமாக நம் முன் வைக்கிறது.

அமெரிக்கனான Billy Hayes போதைப்பொருளைக் கடத்திச் செல்லும் போது தீவிரவாதிகளின் தேடுதலுக்காக துருக்கி காவல்துறையினர் செயல்படும் போது விமான நிலையத்தில் பிடிபடுகிறான். (இந்தக் காட்சிகளில் பில்லிக்கு ஏற்படும் பதற்றத்தையும் பயத்தையும் பார்வை யாளர்களுக்கும் ஏற்படுமாறு காட்சியமைத்திருப்பதும் அதற்கும் பின்னணி இசையாக இதயம் துடிக்கும் ஓசையைப் பயன்படுத்தியிருப்பதும் சுவாரசியம்). போதைப் பொருளை வைத்திருந்ததற்காக சுமார் 4 வருடங்கள் சிறைத் தண்டனை கிடைக்கிறது. அங்கேயிருக்கும் மேற்கத்திய சிறைவாசி களின் நட்பு கிடைக்கிறது. அவர்கள் துருக்கி மக்களின்

அநாகரிகமான போக்கைக் கிண்டல் செய்கின்றனர். முதலில் மிகுந்த தனிமையை உணரும் பில்லி பல்லைக் கடித்துக்கொண்டு நாட்களை ஓட்டுகிறான். என்றாலும் விடுதலையாவதற்கு சில நாட்களுக்கு முன்பு அவனுடைய வழக்கு மீண்டும் அரசு தரப்பால் தோண்டியெடுக்கப் பட்டு சிறைத்தண்டனை 30 வருடங்களுக்கு நீடிக்கிறது. வெகுண் டெழும் பில்லி நீதிமன்றத்தில் துருக்கி மக்களை 'பன்றிகள்' எனத் திட்டுகிறான். சிறையினுள் தலைமை அதிகாரியால் நையப் புடைக்கப் படுகிறான். எல்லாச் சிறைகளையும் போலவே அங்கும் பணமிருந்தால் போதைப் பொருள் உட்பட எல்லா வசதியும் கிடைக்கிறது.

அவனுடைய சிறைத் தோழர்களுடன் அங்கிருந்து தப்பிப்பதற்காக திட்டமொன்று (சிறைவாசிகளின் சங்கேத மொழியில் Midnight Express) மேற்கொள்ளப்பட்டு தோல்வியில் முடிகிறது. எப்போதும் காவல்துறையினரிடம் மற்றவர்களைப்பற்றி உளவு சொல்லிப் பாராட்டைப் பெறும் சமையல்காரன் இதையும் போட்டுக் கொடுத்து விடுவதில் பில்லியின் நண்பன் செமத்தியாக அடிவாங்கி உயிர்போகும் ஆபத்தை எதிர்கொள்கிறான். சமையல்காரனைச் சரியான இடத்தில் அடித்துப் பழிவாங்க நினைக்கும் பில்லி சிறைவாசிகளிடமிருந்து லஞ்சமாய்ப் பெற்று ஒளித்து வைத்திருக்கும் பணத்தை எரித்து விடுகிறான். சமையல்காரன் குய்யோ முய்யோவென்று அலறி அதிகாரியிடம் புகார் செய்கிறான். பணத்தைத் தேடி வரும் அதிகாரி பில்லியின் நண்பனை அழைத்துச் செல்ல கோபமுறும் பில்லி சமையல் காரனை நன்றாக அடித்து நாக்கைக் கடித்துத் துப்புகிறான்.

பின்பு மனநிலை பிறழ்ந்தவர்களுக்கான முகாமில் அடைக்கப்படும் பில்லி புத்தி பேதலித்துப் போய்க் கிடக்கிறான். வெளியில் உள்ள நண்பன் ஒருவனிடமிருந்து வந்த பணத்தை வைத்துக் காவல் அதிகாரியிடம் தன்னை மருத்துவமனைப் பிரிவில் சேர்க்கச் சொல்கிறான். பணத்தை வாங்கிக் கொள்ளும் அவன் பில்லியைத் தனியறைக்கு அழைத்துச் சென்று பளாரென்று அறைந்து அவனுடன் உறவு கொள்ள முயல்கிறான். பில்லி அவனைத் தள்ளிவிட சுவற்றில் அறையப்பட்டிருக்கும் ஆணி தலையைத் தாக்கி அதிகாரி இறந்து போகிறான். பின்பு அதிகாரியின் சீருடையை அணிந்து பில்லி தப்பிப்பதோடு படம் நிறைவுறுகிறது.

Billy Hayes என்பவருக்கு நிகழ்ந்த உண்மைச் சம்பவத்தை வைத்து அவர் எழுதியிருக்கும் நூலை அடிப்படையாக வைத்து எடுக்கப் பட்டிருக்கும் இந்தப் படத்தின் திரைக்கதையை Oliver stone எழுத Alan Parker இயக்கியிருக்கிறார். Billy Hayes-ஆக Brad Davis மிக அருமை யாக நடித்திருக்கிறார். ஆரம்பத்தில் காவல்துறையினரிடம் மாட்டிக்

கொள்ளமலிருக்க அவரின் பரிதவிப்பும் சிறையின் தனிமையில் புலம்புவதும் தண்டனை நீட்டிக்கப்பட்டதும் நீதிமன்றத்தில் வெகுண்டெழுவதும் பின்பு புத்தி பேதலித்த நிலைக்கு மாறுவதும் என்க் காட்சியின் தொடர்ச்சியாக அவரின் முக பாவங்களும் உடல் மொழியும் மிக அற்புதமாக மாறுகின்றன. படத்தின் பின்னணி இசையும் பல இடங்களில் மிக அற்புதமாக ஒத்துழைக்கிறது.

சிறையிலிருந்து தன் மகனை வெளியே கொண்டு வர நினைக்கும் பில்லியின் தந்தையும் அவரும் உரையாடும் இடங்களும் தன் மகனை வெளியே கொண்டு வர இயலாத தன் கையாலாகாத்தனத்தை உணர்ந்து தந்தை வெடிக்கும் இடமும் மிக அற்புதமானவை. மனம் பேதலித்த நிலையில் இருக்கும் பில்லியைத் தனியறையில் காண வருகிறாள் அவனின் காதலி. அவளைக் கம்பிக்கு மறுபுறமிருந்து மேலாடையைக் கழற்றச் சொல்லி பில்லி சுயமைதுனம் செய்வதும் அதைக் கண்டு கதறியழும் காதலியின் சோகமுமான காட்சிகள் சற்று செயற்கையாகத் தெரிந்தாலும் மனித மனம் எந்நிலையில் எவ்வாறு இயங்கும் என்பதை நாம் யூகிக்க முடியாதென்பதால் மிகைப்படுத்தப்பட்டது என்றும் சொல்ல இயலவில்லை.

சிறையில் நடக்கும் சண்டைக் காட்சிகள், பில்லி சமையல்காரனின் நாக்கைக் கடித்துத் துப்பி வெறி பிடித்தவன் போல் கூவுவது, பின்பு காட்டப் பெறும் மனநிலை பிறழ்ந்தவர்களின் காட்சிகள் போன்றவை முறையே இயக்குநர் பாலாவின் பிதாமகன், சேது ஆகியவற்றை நினைவுபடுத்துவதுபோல உள்ளது. தமிழில் வெளிவந்த 'யான்' திரைப்படத்தின் பெரும்பாலான காட்சிகள் இத்திரைப்படத்திலிருந்து மோசமாக நகலெடுக்கப்பட்டிருக்கின்றன.

இந்தப் படத்தின் சிறந்த திரைக்கதைக்கான அகாதமி விருது Oliver stone-க்கு கிடைத்தது. துருக்கி மக்களை இழிவுபடுத்தினாற்போல் அமைத்த காட்சிகளுக்காக பிற்பாடு அவர் துருக்கி மக்களிடம் மன்னிப்பு கேட்டுக்கொண்டார்.

# பாவத்தின் வசீகரம்

13 Sins | 2014 | AMERICA | Daniel Stamm

"உங்களுக்கு ஒரு கோடி தருகிறோம். உங்கள் மகனை/மகளை உங்கள் கையினாலேயே கொன்றுவிட வேண்டும்'' என்று யாராவது உத்தரவாதமானதொரு ஆஃபர் தந்தால் நம்மில் எத்தனை பேர் அதனைச் செய்யத் தயாராக இருப்போம்? ''சீ... வாயைக் கழுவு... கோடி அல்ல... எத்தனை செல்வத்தைக் கொண்டு வந்து குவித்தாலும் பெற்ற பிள்ளையை யாராவது கொல்ல முன்வருவார்களா?'' என்று ஆவேசத்துடன் நீங்கள் சீற்றம் கொண்டாலும் அதில் தவறில்லை. ஆனால் திட்டமிட்டு முறைப்படி இயக்கினால் உங்களை அவ்வாறு செய்ய வைக்கமுடியும் என்பதே யதார்த்தமான உண்மை என்கிற ஆபத்தான நிதர்சனத்தை அதன் நிர்வாணத்தனத்தோடு சொல்கிறது 13 Sins திரைப்படம்.

புதையல் கிடைக்கும் என்கிற ஜோசியனின் வாக்குறுதியை நம்பி பெற்ற மகனை அல்லது மகளை நரபலி கொடுக்கத்

தயாராக இருந்த பெற்றோர்களைப் பற்றிய செய்திகளை நாளிதழ்களில் வாசித்திருப்பீர்கள். வேறு நபருடன் வளமான வாழ்க்கை கிடைக்கிறது என்பதற்காகப் பெற்ற குழந்தையைத் தாய்மார்கள் அநாதை இல்லங்களில் ரகசியமாகப் போட்டுச் சென்றிருக்கும் செய்திகளையும் வாசித்திருப்பீர்கள். ''இவையெல்லாம் குதர்க்கமான, விபரீதமான விதிவிலக்குகள். புத்தி சரியாக நிதானமாகச் செயல்படுகிற எவரும் இதையெல்லாம் செய்யத் துணியமாட்டார்கள்'' என்று நீங்கள் வாதிடலாம். தவறில்லை.

ஆனால், சரியான திட்டங்களுடன் மெல்ல மெல்ல ஒருவரால் அல்லது ஒரு குழுவால் உங்களை அந்தச் சூழலுக்குள் இட்டுச் செல்ல முடியும். ''ஆசையே எல்லாத் துன்பங்களுக்கும் காரணம்'' என்றான் புத்தன். கடுகுக்குள் எரிமலையை அடக்கியது போல மிகப் பெரியதொரு உண்மையை, வாழ்வியலின் தத்துவத்தை ஒற்றைவரியில் அவன் சொல்லிச் சென்றாலும் இதையும் நம்மில் பெரும்பாலானோர் அறிந்திருந்திருந்தாலும் எத்தனை பேர் அந்த வாக்கியத்தில் உண்மையை மனதார உணர்ந்து பின்பற்றுகிறோம்? உண்மையான ஞானிகளைத் தவிர எவருமில்லை. அவர்களும் கேமராவில் மாட்டிக் கொள்ளும்வரை ஞானிகளா என்பதையும் அறிய முடிவதில்லை.

ஆயிரக்கணக்கான ஆசைகள் நம் மனதின் ஆழத்தில் உறைந்திருக் கின்றன. அவற்றில் சில நிறைவேறினாலும் நாம் திருப்தியுறுவ தில்லை. அடுத்து அடுத்து என்று யோசித்துக் கொண்டேயிருக்கிறோம். கீழே சிதறிக் கிடக்கும் பத்து ரூபாயை எடுக்கப்போய் மடியில் வைத்திருக்கும் ஆயிரத்தை இழக்கிறோம். கடவுளின் போதனைகளை விட சாத்தான்களின் கட்டளைகளே நமக்கு வசீகரமாக இருக்கின்றன. இந்த எண்ணுக்கு மிஸ்டு கால் தந்தால் நமக்கு ரூ.100க்கு ரீசார்ஜ் செய்யப்படும் என்றால் அதன் பின்னுள்ள வலை பற்றி யோசிப்ப தில்லை. உடனே செய்யத் தயாராக இருக்கிறோம். சமூக வலைத் தளங்களில் 'இந்தக் கடவுளின் படத்தை ரீஷேர் செய்தால் நீங்கள் நம்பினது உடனே நடக்கும்'' என்றால் அதிலுள்ள முட்டாள்தனத்தைப் பற்றியெல்லாம் சிந்திக்காமல் உடனே ரீஷேர் செய்து விட்டுத்தான் அடுத்த வேலையைப் பார்க்கிறோம். சில நாட்களில் சில நன்மைகள், அதுவும் உங்கள் உழைப்பில் நடந்தால் கூட, அது ரீஷேரின் மகிமை என்றே நம்புகிறோம். அடுத்த முறை இன்னமும் பெரிய அளவில் ஏமாறத் தயாராக இருக்கிறோம்.

அரசு அதிகாரிகள், நீதிபதிகள், காவல்துறையினர், தொழில் அதிபர்கள், ஆசிரியர்கள் என்று சமூகத்தின் மையவட்டத்தில் இருப்பவர்கள்கூட சில சம்பவங்களில் ஏமாற்றப்பட்டிருப்பதைப் பார்த்து நாம் ஆச்சரியப் பட்டிருக்கலாம். 'பாமரர்கள் ஏமாறுவது ஒருபக்கம். அறிவாளிகள்

என்று நம்பப்படும் இவர்கள்கூட எப்படி ஏமாந்தார்கள்?' என்கிற கேள்வி நமக்குள் எழலாம். ஆனால் அவர்கள் ஏதோ ஒரு நாளின் விடியற்காலையில் ஏமாந்தவர்கள் அல்ல. சிலந்தி வலையில் சிக்கிய பூச்சி போல அவர்கள் அறியாமலேயே மெல்ல மெல்ல ஏமாற்றத்தின் வலையில் சிக்கிக் கொண்டவர்கள். ஒரு கனவு போல அது நிகழ்ந் திருக்கும். ஏமாந்த பிறகுதான் அவர்கள் செய்த அபத்தம் அவர்களுக்கே உறைக்கும். அவர்கள் நாமாகவும் இருக்கலாம். ஏமாறும் விருப்பம் அவர்களுக்குள்ளேயே இருந்திருக்கும். அவர்களின் பேராசை ஏமாற்றத்தை நோக்கிச் செலுத்தியிருக்கும்.

இந்தக் குரூரமான நீதியைத்தான் இத்திரைப்படம் சொல்கிறது.

●

எலியட்டுக்கு அந்த நாள் மோசமானதாக விடிகிறது. வேலையை இழக்கிறான். புத்தி சுவாதீனமில்லாத சகோதரனை, கர்ப்பிணியாக இருக்கும் காதலியை, வயதான தந்தையைக் காப்பாற்றும் பொறுப்பு. கடுமையான நிதி நெருக்கடி. மன உளைச்சல். அந்தச் சமயத்தில்தான் அந்த அநாமதேய ஃபோன் வருகிறது. அவன் எதிரேயிருக்கும் ஒரு ஈயைக் கொன்றால் உடனே அவனுக்கு ஆயிரம் டாலர் கிடைக்கும். எலியட்டுக்கு ஒன்றும் புரியவில்லை. மிக எளிமையான விஷயம், ஆயிரம் டாலர். சரி ஈயைச் சாகடித்துதான் பார்ப்போமே என்று அந்த ஆணையைச் செயல்படுத்துகிறான். உடனே அவன் கணக்கில் ஆயிரம் டாலர் வந்து விழுகிறது. அடுத்தது சாகடித்த அந்த ஈயை உண்ண வேண்டும் என்ற ஆணை. இன்னொரு ஆயிரம். இப்படியாக 13 ஆணைகளை அவன் நிறைவேற்றினால் கோடீஸ்வரனாகிவிடலாம். ஆனால், தொகை ஏற ஏற ஆணைகளும் விதிகளும் அதற்கேற்ப கடுமை யாகும். இதை வெளியில் சொல்லவும் கூடாது.

இப்படியொரு அட்டகாசமான சதுரங்க விளையாட்டு திரைக்கதைக்குள் இத்திரைப்படம் சுவாரசியமாக இயங்குகிறது. இந்த ஆணைகளை நம் வாழ்க்கையின் பல செயல்களுக்குள் பொருத்திப் பார்க்கலாம். அலுவலக பிரமோஷனுக்காக, பக்கத்து வீட்டுக்காரனை விட உசத்தி யான பிராண்டில் கார் வாங்குவதற்காக, உயர்தர கான்வென்டில் பிள்ளைகளைப் படிக்க வைப்பதற்காக... இப்படி எத்தனை மறைமுக ஆணைகள் நம்மை தொடர்ந்து செலுத்திக் கொண்டே இருக்கின்றன. இவையெல்லாம் எதற்காக என்று நிதானமாக நாம் யோசிப்பதே யில்லை, யோசிக்க விரும்புவதும் இல்லை.

இதன் கிளைமாக்ஸை சற்று புத்திசாலியாக இருந்தால் யூகித்து விடலாம். மிக சுவாரசியமான திரைப்படம்.

---

www.ingramcontent.com/pod-product-compliance
Lightning Source LLC
LaVergne TN
LVHW100817051026
849519LV00006B/2107
* 9 7 8 9 3 8 4 1 4 9 6 4 2 *